കാർവാറിലെ മഴ

Karwarile Mazha
Stories

Eami Mathew

CHINTHA PUBLISHERS
Thiruvananthapuram

First Edition
May 2023

Published
Chintha Publishers, Thiruvananthapuram

Typesetting
Star Communications, Thiruvananthapuram

Cover Design
Vinod Mangoes

ISBN : 978-93-94753-98-3

CO - 3255 / 6423

₹ 170

Email: chinthapublishers@gmail.com
Website: www.chinthapublishers.com

A version is available at National Libraries
Kolkata, Mumbai, Chennai and Delhi

Distribution
DESHABHIMANI BOOKHOUSE
H O Thiruvananthapuram 695035

Branch
Head Office Kunnukuzhi • Statue Thiruvananthapuram
KSRTC Bus Terminal Thampanoor • Saphalyam Complex Thiruvananthapuram
KSRTC Bus Station Alappuzha • KSRTC Bus Station Ernakulam
Machingal Lane Thrissur • IG Road Kozhikode
Mavoor Road Kozhikode • NGO Union Building Kannur
Central Bus Terminal Complex Thavakkara Kannur

കാർവാറിലെ മഴ

ഏമി മാത്യു

ചിന്ത പബ്ലിഷേഴ്സ്
തിരുവനന്തപുരം-695 035
വില : ₹ 170

ഏമി മാത്യു

സ്വദേശം കോഴിക്കോട്. കാലിക്കറ്റ് യൂണിവേഴ്സിറ്റിയിൽനിന്നും ഇംഗ്ലീഷിൽ പി എച്ച് ഡി. ആർട്സ് ആന്റ് സയൻസ് കോളേജ് കോഴിക്കോട്, ഗവ. കോളേജ് മലപ്പുറം, ഗവ. കോളേജ് മടപ്പള്ളി, വടകര എന്നിവിടങ്ങളിൽ ഇംഗ്ലീഷ് അദ്ധ്യാപികയായിരുന്നു.

ആദ്യകൃതി: *കോസ്റ്റ്യൂം ഓഫ് ദ ഡെഡ് ആന്റ് അദർ സ്റ്റോറീസ്.*

ഭർത്താവ് : പ്രൊഫ. കെ പാപ്പുട്ടി

മക്കൾ : റോഷൻ, പോളിന, നീരജ്

E-mail : eamimathew@gmail.com

ഉള്ളടക്കം

പ്രസാധകക്കുറിപ്പ്

മനുഷ്യ മനസ്സിലേക്കു പെയ്തിറങ്ങുന്ന പലതരം മഴകളുണ്ട്. പ്രണയത്തിന്റെ, വിരഹത്തിന്റെ, ദാരിദ്ര്യത്തിന്റെ, സന്തോഷത്തിന്റെ, സന്താപത്തിന്റെയൊക്കെ മഴനൂലുകളുണ്ട്. അവയിലേക്കുള്ള സഞ്ചാരമാണ് *കാർവാറിലെ മഴ.* മനുഷ്യജീവികളോട് കാരുണ്യമാണോ സ്നേഹമാണോ വേണ്ടതെന്ന് സന്ദേഹപ്പെടുന്ന വേളകളിൽ നമുക്ക് ഏമി മാത്യുവിന്റെ *കാർവാറിലെ മഴ* എന്ന ഈ കഥാസമാഹാരം കൈയിലെടുക്കാം. റെയിൽവേ സ്റ്റേഷനിൽ കണ്ടുമുട്ടുന്ന തിരസ്കൃതരായ വൃദ്ധനും വൃദ്ധയും മരിച്ചവരുടെ വസ്ത്രങ്ങൾ ശേഖരിക്കുക എന്ന ബിസിനസ്സിൽ മനസ്സുബന്ധിക്കുമ്പോൾ മരണത്തെ ഭേദിച്ച് ജീവിതം ഉദിച്ചു വരുന്നു. ഇത്തരത്തിൽ മനുഷ്യബന്ധങ്ങളുടെ മഹാസാഗരങ്ങളിലൂടെയുള്ള അനായാസ നീന്തലാണ് *കാർവാറിലെ മഴ* സമ്മാനിക്കുന്നത്.

ചിന്ത പബ്ലിഷേഴ്സ്

ആമുഖം

നാല്പതുവർഷത്തെ നീണ്ട ഇടവേളയ്ക്കുശേഷം ചെറുകഥാ രചനയിലേക്കുള്ള ഒരു തിരിച്ചുവരവ് അനിവാര്യമായിരുന്നു; ആഹ്ലാദദായകമായിരുന്നു. സർഗ്ഗാത്മകത വറ്റാത്ത ഒരുറവയാണെന്ന് ഓർമ്മിപ്പിക്കും വിധം, റിട്ടയർമെന്റിനുശേഷം 2017 മുതൽ 2020 വരെ എഴുതി *ദേശാഭിമാനി* വാരികയിൽ പ്രസിദ്ധീകരിച്ചവയും പ്രസിദ്ധീകരിക്കാത്തവയും *കാർവാറിലെ മഴ* എന്ന ശീർഷകത്തിൽ ഒരു ചെറുകഥാ സമാഹാരമായി പുറത്തിറങ്ങുന്നതിൽ സന്തോഷം.

യാത്രകൾ എനിക്ക് ഏറെ പ്രിയങ്കരമാണ്. അദ്ധ്യാപനത്തിനിടയിലും അതിനുശേഷവും ഇന്ത്യയ്ക്കകത്തും പുറത്തും നടത്തിയ യാത്രകൾ എന്റെ കഥകളുടെ പിറവിക്ക് നിദാനമായി. കണ്ണിനും മനസ്സിനും ഭാവനയ്ക്കും നവോന്മേഷം പകരുന്ന യാത്രകൾക്ക് കോവിഡ് കാലം പ്രതികൂലമായെങ്കിലും അപ്പോഴും യാത്രകളുടെ ഓർമ്മകൾ കഥകൾ രചിക്കാൻ പ്രചോദനമായി ഭവിച്ചു. ഈ സമാഹാരത്തിലെ ഒന്നാമത്തെ കഥയായ 'മൃതരുടെ കുപ്പായ'ത്തിൽ കാട്പാടി (വേലൂർ, തമിഴ്നാട്) റെയിൽവേസ്റ്റേഷനിലാണ് കഥ നടക്കുന്നത്. 'തക്കാളി'യിലാകട്ടെ, ആന്ധ്രയിലെ രായലസീമ ഭൂപ്രദേശത്തെ മദനപ്പള്ളി പട്ടണത്തിലെ പാവങ്ങളുടെ ജീവിതശൈലിയും 'ആണി'യിൽ കേരളീയരുടെ അരനൂറ്റാണ്ടിനു മുമ്പുള്ള ജീവിതവും. തിരക്കേറിയ കൊൽക്കത്ത നഗരവീഥിയിലാണ് 'യാത്ര' എന്ന കഥയുടെ സംഭവവികാസം. എന്നാൽ 'ചരിത്രത്തിൽ ഇല്ലാത്തവർ' കേരളത്തിൽ ജോലി ചെയ്യുന്ന ഒരു അന്യസംസ്ഥാന തൊഴിലാളിയുടെ സ്വപ്നങ്ങൾക്കു സംഭവിക്കുന്ന ദുരന്തമാണ്. പത്രവാർത്തകളിൽനിന്നും ചികിച്ചിനക്കിയെടുത്ത് ഏച്ചുകൂട്ടിയതാണ് 'മാപ്പുസാക്ഷി.' പ്രകൃതിദത്തമായ കുന്നുകൾ ഇടിച്ചുനിരത്തി വികസനം വരുത്തുന്ന കാഴ്ചകളുടെ ആകത്തുക

യാണ് 'വീടുകൾ വിരുന്നുപോകുമ്പോൾ' എന്ന കഥ. യൂറോപ്യൻ ജീവിതരീതികളിലെ വ്യത്യസ്തതയും മാനുഷിക ബന്ധങ്ങളുടെ അകലവും കണ്ടെഴുതിയതാണ് 'ഒരു കുശിനിക്കാരന്റെ ഭാര്യ.' ജർമ്മനിയിലെ കൊളോണിലെ ഒരു ചോക്കലേറ്റ് ഫാക്ടറി സന്ദർശിച്ചപ്പോൾ വീണുകിട്ടിയ ചിന്തകൾ 'മിഠായി അപ്പൂപ്പൻ' എന്ന കഥയ്ക്ക് നിദാനമായി. ബാംഗ്ലൂർ സിറ്റിയിലെ ചേരികളുടെ അതി ദയനീയതയിൽനിന്നും ഉരുത്തിരിഞ്ഞ 'മായ എന്ന ബേബിസിറ്റർ,' ഉത്തര കന്നഡയിലെ ഗോകർണ്ണത്തേക്കും കാർവാറിലേക്കും പോയപ്പോൾ കിട്ടിയ 'കാർവാറിലെ മഴ' എന്നിവയും തീവ്രമായ അനുഭവങ്ങളിൽ നിന്നുണ്ടായതാണ്. ഈ കഥകളെല്ലാംതന്നെ പ്രതിപാദിക്കുന്ന മനുഷ്യജീവിതങ്ങൾക്ക് കാലമോ ദേശമോ ഭാഷയോ സംസ്കാരമോ അതിർവരമ്പിടുന്നില്ല എന്ന സത്യം വെളിപ്പെടുത്തുന്നു.

എന്റെ കഥാഭിരുചിയെ വളർത്തുന്നതിൽ *മാതൃഭൂമി*യിലെ ബാലപംക്തിക്കും കുട്ടേട്ടനും വലിയ പങ്കുണ്ടായിരുന്നു. ബാലയുഗത്തിലൂടെ *ജനയുഗ*ത്തിലെത്തുമ്പോൾ ശ്രീ. കാമ്പിശ്ശേരി കരുണാകരൻ തന്ന ആത്മവിശ്വാസം വലുതായിരുന്നു. എന്റെ അദ്ധ്യാപകനായിരുന്ന ശ്രീ. എ പി പി നമ്പൂതിരി സാർ എപ്പോഴും എന്റെ കഥയെഴുത്തിനെ പ്രോത്സാഹിപ്പിച്ചുകൊണ്ടിരുന്നു. എന്റെ കോളേജ് വിദ്യാഭ്യാസകാലം മലയാളത്തിലെ ലിറ്റിൽ മാഗസിനുകളുടെ സുവർണ്ണ കാലഘട്ടമായിരുന്നു. അതിൽ ഒട്ടുമിക്കതിലും ഞാൻ കഥകൾ പ്രസിദ്ധീകരിച്ചിരുന്നു. എങ്കിലും മലയാളത്തിൽ എന്റെ ആദ്യകൃതി വെളിച്ചം കാണാൻ റിട്ടയർമെന്റുവരെ കാത്തിരിക്കേണ്ടി വന്നു.

എന്റെ കഥകൾ *ദേശാഭിമാനി* വാരികയിൽ പ്രസിദ്ധീകരിക്കാൻ താല്പര്യമെടുത്ത എഡിറ്റർമാരായ ശ്രീ. രമേശ് ബാബുവിനും, ശ്രീ. ഷിബു മുഹമ്മദിനും, എഴുതാൻ എന്നെ സദാ നിർബ്ബന്ധിക്കുകയും പ്രോത്സാഹിപ്പിക്കുകയും കഥകൾ വിമർശിക്കുകയും ചെയ്ത, എനിക്ക് സഹോദരതുല്യനായ ശ്രീ. ആർ മോഹനനും, 'തമിഴ്' തന്നു സഹായിച്ച കൂട്ടുകാരി ലളിത അയ്യർക്കും ഈ കഥാ സമാഹാരം പുസ്തകരൂപത്തിലാക്കിയ ചിന്ത പബ്ലിഷേഴ്സിനും എന്റെ ഹൃദയം നിറഞ്ഞ നന്ദി.

ഏമി മാത്യു

മൃതരുടെ കുപ്പായം

വയസ്സനോട് യാത്ര പറഞ്ഞ് ചെറുപ്പക്കാരൻ റെയിൽവേ ട്രാക്കിലൂടെ നടന്നുനീങ്ങി. ട്രാക്കിലേക്ക് നോക്കിയിരുന്ന വയസ്സന് പെട്ടെന്ന് ഓക്കാനം വന്നു. എന്തൊരു വൃത്തികേടിലൂടെയാണ് അയാൾ നടക്കുന്നത്? ഇന്ത്യൻ റെയിൽവേയുടെ മാലിന്യം മൊത്തത്തിൽ ചിതറിക്കിടക്കുന്ന ഒരിടം–അയാൾ പെട്ടെന്ന് നോട്ടം പിൻവലിച്ച് ചിന്തകൾക്ക് കടിഞ്ഞാണിട്ടു.

ഇരുവശങ്ങളിലേക്കും തലതിരിച്ച് അയാൾ വേറൊരു ശ്രോതാവിനെ തിരഞ്ഞു. തന്റെ തൊട്ടടുത്ത സിമന്റ് ബെഞ്ചിൽ വേറെ ഏതെങ്കിലുമൊരു യാത്രക്കാരൻ വന്നിരിപ്പുണ്ടോ എന്ന അന്വേഷണം. എപ്പോഴും ജലം നിറഞ്ഞുകൊണ്ടിരിക്കുന്ന കണ്ണുകൾ അയാൾ അമർത്തിത്തുടച്ചു. ഈയിടെയായി തുടങ്ങിയ രോഗമാണ്. ഒരായുഷ്കാലം കരഞ്ഞുതീരേണ്ടതിന്റെ ശേഷിപ്പ്. ആരെങ്കിലും സംസാരിക്കാനുണ്ടായിരുന്നെങ്കിൽ എന്നയാൾ ആഗ്രഹിച്ചു. അയാളുടെ നിലനില്പുതന്നെ സംസാരത്തിൽ അധിഷ്ഠിതമായിരുന്നു. എത്രകാലം ഒരാൾക്ക് സംസാരിക്കാൻ ആരുമില്ലാതെ മൗനം ദീക്ഷിച്ചുകൊണ്ടിരിക്കാൻ കഴിയും? ഭാഷയുടെ ആവശ്യം പോലും പലപ്പോഴും ആശയവിനിമയത്തിന് അത്യാവശ്യമല്ലാതെ വരും. അപ്പോഴൊക്കെയും വായിൽവന്ന സ്വരാക്ഷരങ്ങളും വ്യഞ്ജനാക്ഷരങ്ങളും സ്വന്തം ഭാഷയിൽ നിന്നാണല്ലോ എന്നോർത്ത് അയാൾ വിഴുങ്ങിക്കളയും.

എത്ര സന്തോഷത്തോടെയാണ് ഒരു രാത്രി മുഴുവൻ അയാൾ തികച്ചും അപരിചിതരായ യാത്രക്കാർക്കിടയിലിരുന്ന് അന്യഭാഷയും കേട്ട് രാത്രി വണ്ടിയിൽ സഞ്ചരിച്ചത്! അവർക്കിടയിൽ ഞെരുങ്ങിയിരുന്ന് സ്വീകരിച്ച അവരുടെ സ്നേഹസൽക്കാരം! ഒരാൺകുട്ടിയോ പെൺകുട്ടിയോ ഒത്തൊരു ബിസ്കറ്റ് പങ്കുവച്ചുകൊണ്ട് നടത്തിയ ആ യാത്ര, ഓർമ്മയിൽ ആവേശകരമായ ഒരു നിമിഷമായി ഇപ്പോഴും തങ്ങി

നില്ക്കുന്നു. പാവങ്ങളായ അവരെ സന്തോഷിപ്പിക്കാൻ വേണ്ടി അയാൾ ഒരല്പം ഹിന്ദുസ്ഥാനി സംഗീതം ആലപിക്കുകപോലും ചെയ്തു! ഒടുക്കം, ക്ഷീണിച്ച മുഖങ്ങളോടെ അവരുടെ വൃത്തികെട്ട ഭാണ്ഡങ്ങളുമെടുത്ത് അവർക്കിറങ്ങേണ്ട ചെറിയ സ്റ്റേഷനിൽ എത്തിയപ്പോൾ അയാളോട് അവർ ആവർത്തിച്ചാവർത്തിച്ച് നന്ദി പറഞ്ഞുകൊണ്ടേയിരുന്നു. ഒരു ജനറൽ ക്ലാസ് കംപാർട്ടുമെന്റിലെ ബോറൻ യാത്രയിൽനിന്നും രക്ഷപ്പെടുത്തിയതിന്റെ ആശ്വാസം ആ വാക്കുകളിൽ പ്രകടമായിരുന്നു. അവരെ സന്തോഷിപ്പിക്കാനായി തനിക്കറിയാവുന്ന ചില ചെപ്പടി വിദ്യകളും കളികളും അല്പം സംഗീതവും ഭാവാഭിനയവുമൊക്കെയായി ഒരു രാത്രി മുഴുവൻ അയാൾ അവർക്കിടയിൽത്തന്നെ ഉണ്ടായിരുന്നല്ലോ.

എന്നാലിപ്പോൾ അയാൾക്ക് തീവ്രമായ ഒരേകാന്തത അനുഭവപ്പെട്ടു. മറ്റൊന്നും ചെയ്യാനില്ലാത്തപ്പോൾ അയാൾ സ്വയം ഏറ്റെടുക്കുന്ന പണിതന്നെ തുടങ്ങി. സ്വന്തം കൈപ്പത്തി തന്റെ മടിയിൽ കമഴ്ത്തിവച്ച്, പിന്നെ മലർത്തിവച്ച് ഓരോ രേഖ സസൂക്ഷ്മം പരിശോധിക്കുക. സന്ധികൾ അയവില്ലാത്തതും വലിഞ്ഞുമുറുകിയതുമാണ്. തൊലിയാകട്ടെ, കറുത്തതും പരുത്തതും. യൗവനത്തിൽ തുടുത്തിരുന്ന ചന്തമേറിയ വിരലുകൾക്കുവന്ന ആകൃതി മാറ്റവും അയാൾ കണ്ടു. നഖത്തിന്റെ കടയ്ക്കൽ മഞ്ഞ വരകളും. നോക്കിയിരിക്കെ, നഖം നിറയെ ചെളിയാണെന്നും അയാൾ കണ്ടെത്തി. ഇതൊക്കെ പ്രായമാകുന്നതിന്റെ ലക്ഷണമാണ്. പോഷകാഹാരക്കുറവ്, വൃത്തിയില്ലായ്മ. സ്വയം കുനിഞ്ഞ് നഖങ്ങൾ വൃത്തിയാക്കാൻപോലുമാകാത്ത ഈ അവസ്ഥ, ഭൂമിയിൽ പിറന്നുവീണ ആർക്കുംതന്നെ ഒഴിവാക്കാനാകാത്ത സമസ്യ.

അതിനാൽ ഞാൻ കൃത്യസമയത്ത് ഭക്ഷണം കഴിക്കുകയും നിത്യവും കുളിച്ച് ശുദ്ധിയാകുകയും വേണം എന്നയാൾ അയാളെത്തന്നെ ഓർമ്മിപ്പിച്ചു. പക്ഷേ, റെയിൽവേ പ്ലാറ്റ്ഫോമിൽ നോക്കിയിരിക്കുന്ന തന്റെ ചിന്തകളുടെ നിറം മാഞ്ഞുപോകുന്നതും അയാളറിഞ്ഞു.

പൊടുന്നനെ അയാളെ കടന്നുപോയ ആരുടെയോ കുറിയ നിഴൽ അയാളുടെ ബെഞ്ചിൽ പതിച്ചു. ആദ്യം അയാൾ നിഴലിനെ അവഗണിച്ചെങ്കിലും നിഴലിന്റെ ഉടമസ്ഥനെത്തേടി അയാളുടെ കണ്ണുകൾ അടുത്ത ബെഞ്ചിലേക്ക് നീണ്ടു. ആകാംക്ഷയാൽ അയാൾ നോക്കാൻ തുടങ്ങിയെങ്കിലും സ്വയം തലതിരിച്ചു. അതാരുതന്നെയായാലും അയാളുടേതായ സമയമെടുത്ത് സ്വയം സംഭാഷണമാരംഭിക്കട്ടെ എന്നതായിരുന്നു അയാളുടെ രീതി. ആ നിഴലിനെ തീർത്തും അവഗണിച്ച് അയാൾ സ്വന്തം ബാഗ് നോക്കി. ബാഗിന്റെ ഒരു മൂല തുന്നുവിട്ടിരിക്കുന്നു. ദരിദ്രരുടെ പഴയസാധനങ്ങൾക്ക് അത്രയൊക്കെ സംരക്ഷണമേ കാണൂ. പക്ഷേ, ആ ബാഗ് സുന്ദരമായിരുന്നു ഒരിക്കൽ. പ്രത്യേകിച്ചും അതൊരു കിന്റർഗാർട്ടൻ കുട്ടിയുടേതാണെന്ന് ഒറ്റിക്കൊടുക്കുന്ന ആ കടുത്ത ഓറഞ്ചുനിറം.

ക്ഷമകെട്ട് അയാൾ വശങ്ങളിലേക്ക് പാളിനോക്കി. ബെഞ്ചിൽ ഒരു സ്ത്രീയാണ് വന്നിരിക്കുന്നത്. നരച്ച തലമുടി നീട്ടിപ്പിന്നി ഒരുപാട് പു

ചുടിയിരിക്കുന്ന ഒരു മദ്ധ്യവയസ്ക. അവളൊരു നല്ല സഹയാത്രികയല്ലെന്ന് അയാൾക്കുറപ്പായിരുന്നു. ലോകത്തിന്റെ പുതിയ വർത്തമാനങ്ങളൊന്നും അറിയില്ലായെന്ന് ഒറ്റനോട്ടത്തിലറിയാം. സ്ത്രീകളെ പൊതുവെ അയാൾക്കൊരു മതിപ്പുമില്ലായിരുന്നു. അയാൾ നോക്കിയിരിക്കെ അവൾ സ്വന്തം ബാഗ് തുറന്ന് എന്തോ പരതുന്നു. ഒരുപാട് സമയം ബാക്കിയുണ്ടായിരുന്നതുകൊണ്ട് അയാൾ ആ പ്രക്രിയ സാകൂതം വീക്ഷിച്ചുകൊണ്ടിരുന്നു. അവൾക്കും യാതൊരു തിരക്കുമുള്ളതായി തോന്നിയില്ല. ഏതോ പ്രത്യേകവസ്തു കണ്ടെത്താനുള്ള വ്യഗ്രതയോടെ, ബാഗിലുള്ള പ്ലാസ്റ്റിക് കവറുകളും ഒന്നൊന്നായവൾ പുറത്തെടുത്തു. ചിലവ വൃത്തികെട്ടതും മറ്റുചിലവ നിറംകെട്ടതും മൊത്തത്തിൽ പഴയ സ്റ്റോക്കായിരുന്നു. വീർത്തിരിക്കുന്ന എല്ലാ കവറുകളും ശ്രദ്ധയോടെ അവൾ തുറന്നു പരിശോധിച്ചുകൊണ്ടിരുന്നു. അയാൾ ഒന്നുരണ്ടു തവണ എത്തിനോക്കി. അതിന്റെ ഉള്ളടക്കം കാണാൻ ശ്രമിച്ചു. അപ്പോഴൊക്കെയും അയാളെ ശ്രദ്ധിക്കപോലും ചെയ്യാതെ അവൾ ഏതോ ചിന്തയിലേക്ക് വഴുതി വീണുകൊണ്ടിരുന്നു. ഒടുക്കം വിഷാദഭാവത്തോടെ അവൾ തിരച്ചിൽ നിർത്തി. ഓരോ കവറും വൃത്തിയോടെ ബാഗിൽത്തന്നെ തിരിച്ച് അടുക്കിവച്ചു. ബാഗ് അടച്ചിട്ടും അവൾ അയാളെ നോക്കിയതേയില്ല. എന്തായിരുന്നു അവൾ തിരഞ്ഞുകൊണ്ടിരുന്നത് എന്നറിയാൻ അയാൾ ആകാംക്ഷാഭരിതനായി. പക്ഷേ, അപരിചിതരുടെ കാര്യങ്ങളിൽ ഇടപെടുന്നത് മര്യാദകേടാണെന്ന് അയാൾക്കറിയാം. അതിനുംപുറമെ, അവളൊരു സ്ത്രീയും! സത്യം പറയുന്നത് പോട്ടെ, വായിൽനിന്ന് വരുന്നത് എന്താണെന്ന് ആർക്കറിയാം. പല പൂർവ്വാനുഭവങ്ങളും ആ ഉദ്യമത്തിൽനിന്നും അയാളെ പിന്തിരിപ്പിച്ചു.

അതുകൊണ്ടാണയാൾ ഭവ്യതയോടെ സംഭാഷണമാരംഭിക്കുന്നതുവരെ കാത്തിരുന്നത്. അന്യോന്യം സംഭാഷണമാരംഭിക്കാൻ ദരിദ്രർക്കിടയിൽ കമ്പിയില്ലാക്കമ്പി പ്രയോഗംപോലെ ഒരു പതിവുണ്ട്. സങ്കടം കലർന്ന ഒരു നോട്ടമോ ദയാപൂർവ്വമായൊരു പുഞ്ചിരിയോ കൈമാറുന്നതിലൂടെ അവർ എന്തെന്നില്ലാത്ത ഒരൈക്യവും അടുപ്പവും അനുഭവിച്ചിരുന്നല്ലോ. അയാൾ അത്തരത്തിലൊരു പുഞ്ചിരിയുമായി കാത്തിരുന്നു. ഒടുക്കം ആ അത്ഭുതം സംഭവിച്ചു. പെട്ടെന്ന് അയാളെ കാണുകയും അവൾ പുഞ്ചിരിക്കുകയും ചെയ്തു. അവളുമായി ഒരു സൗഹൃദം കെട്ടിപ്പടുക്കാനുള്ള വാഞ്ഛയോടെ അയാൾ തന്റെ സംഭാഷണം തുടങ്ങി. ഭീതിജനകമായൊരു നിശ്ശബ്ദത അയാളെ അലോസരപ്പെടുത്താൻ തുടങ്ങിയിട്ട് നേരം ഒരുപാടായല്ലോ. ആ നിശ്ശബ്ദതയെ കീറിമുറിക്കുന്ന ഒരീർച്ചവാളായി അയാളുടെ വാക്കുകൾ പ്രവർത്തിക്കാൻ തുടങ്ങി.

"വെള്ളം വേണോ?"

അയാളുടെ ശബ്ദം മുതിർന്ന ഒരാളുടെ ആജ്ഞയായി മാറിയോ എന്ന് സംശയിച്ച് അയാൾ സംഭാഷണം നിർത്തി.

"വേണ്ട, എന്റെ കൈയിലുണ്ട്."

അവൾ വായ് തുറന്നത് പെട്ടെന്നയാൾ ശ്രദ്ധിച്ചു. പുറത്തേക്കുന്തിനിന്ന

പല്ലുകൾ അവളുടെ വായ്ക്കകത്തെ മറ്റവയവങ്ങൾക്ക് ഒരു വേലിക്കെട്ടായി നിൽക്കുന്നു. അയാൾ തുറിച്ചുനോക്കിയതുകൊണ്ടായിരിക്കണം, പിന്നീട് ഒരുപാട് നേരം അവൾ നിശ്ശബ്ദത പാലിച്ചു.

ഇന്ത്യൻ റെയിൽവേയിലെ സ്ഥിരം ഭിക്ഷക്കാരിൽ ഒരാളല്ല അവളെന്ന് അയാൾക്ക് ബോദ്ധ്യമായി. പഴയതെങ്കിലും വൃത്തിയുള്ള സാരിയായിരുന്നു അവളുടേത്. കണ്ണുകളിൽ ആർത്തിയും സ്വാർത്ഥതയുമില്ല. മൂന്ന് തീവണ്ടികൾ അവിടെ നിർത്തിയതോ പിന്നീട് അടുത്ത താവളം തേടി ഓടിപ്പോയതോ അവൾ അറിഞ്ഞതേയില്ല. അതിനാൽത്തന്നെ പണം അവൾക്കാവശ്യമില്ലെന്നയാൾ അനുമാനിച്ചു. അല്ലെങ്കിൽ യാത്രക്കാരേക്കാൾ വേഗത്തിൽ അവൾ തീവണ്ടിയിലേക്ക് ഓടിക്കയറുമായിരുന്നു; കാർഡുകൾ വിതറിയിടുമായിരുന്നു.

ഇപ്പോഴയാൾ ഒരു ചിരപരിചിതനെപ്പോലെ ചോദ്യശൈലി മാറ്റി.

"കോയമ്പത്തൂർക്കാണോ?"

അവൾ അയാളെ രൂക്ഷമായി നോക്കി. എന്നിട്ടയാളോട് കയർത്തു.

"ഹും. ആരാണവിടേക്ക് വീണ്ടും പോവുക? അവന്റെ അമ്മയെ അവന് ഇനി വേണ്ട. അവരിപ്പോൾ പണക്കാരല്ലേ? പൂക്കാരത്തെരുവിൽ വീടുവാങ്ങുന്നു, സ്കൂട്ടറിൽ ആ മൂശേട്ടയേയും ഇരുത്തി ഓഫീസിൽ പോകുന്നു. വീടുവിട്ടിറങ്ങുമ്പോൾ എന്തെല്ലാം പ്രതീക്ഷകളായിരുന്നു? 'അമ്മാ, അമ്മയെന്തിനാണ് ആ കുഗ്രാമത്തിൽ ഒറ്റയ്ക്ക് കഴിയുന്നത്? അച്ഛനോ പോയി. ആ സ്ഥലം വിറ്റേക്ക്. ആ പണം അമ്മയ്ക്ക് സുരക്ഷിതമായി എവിടെയെങ്കിലും നിക്ഷേപിക്കാം. ജീവിതാവസാനംവരെ എന്റെ കൂടെ കഴിയാം."

അവൾ സാരിത്തലപ്പുകൊണ്ട് കണ്ണീരൊപ്പി കഥ തുടർന്നു.

"വിളിയോട് വിളിതന്നെ എനിക്കവൻ ഒരു മൊബൈൽ ഫോണും വാങ്ങിത്തന്നു. ആ സ്നേഹപ്രകടനമൊക്കെ ഇങ്ങനെ കലാശിക്കുമെന്ന് ആരോർത്തു?"

വാക്കുകൾ അനുഭവങ്ങളുടെ ഒരു പ്രളയമായി എന്ന് തിരിച്ചറിഞ്ഞ് അവൾ പെട്ടെന്ന് നിർത്തി. ചിലപ്പോൾ, കേൾവിക്കാരന്റെ അപരിചിതത്വം കാരണമാവാം.

"വീട്ടിലിപ്പോൾ ആരുണ്ട്?"

അയാൾ ജിജ്ഞാസയോടെ ആരാഞ്ഞു.

"വാടകക്കാരാണ്. ഞാനോർത്തു, എങ്ങാനും തിരിച്ചുവരേണ്ടിവന്നാൽ എനിക്കായി ഒരു മുറിയും ശുചിമുറിയും വേണ്ടേ? അത് കരുതിയിട്ടുണ്ട്. സ്വകാര്യ ജീവിതം മാത്രമല്ലേ നമ്മുടെ സ്വന്തമായിട്ടുള്ളൂ..."

ഈയൊരു തീരുമാനം കേട്ടപ്പോൾ അയാൾ അവളെ മനസ്സാ ബഹുമാനിച്ചു.

"നിങ്ങൾ എത്രകാലം ആരോഗ്യത്തോടിരിക്കുന്നുവോ അത്രത്തോളം ഈ തീരുമാനം നല്ലതാണ്."

അവളുമായി എന്തെങ്കിലും ഭക്ഷണസാധനം പങ്കുവയ്ക്കണമെന്ന് അയാളാഗ്രഹിച്ചു. അതിനായി സ്വന്തം ബാഗ് തുറന്നെങ്കിലും, അത്

തുണികൾ കുത്തിനിറച്ച അവസ്ഥയിലായിരുന്നു. ഓരോന്നായി അയാൾ പുറത്തെടുത്തു. ആദ്യം ഒരു സാരി, പിന്നെ ഒന്നുരണ്ടു ഷാളുകൾ, രണ്ടോ മൂന്നോ ഷർട്ടുകൾ, മുണ്ടുകൾ, പുതപ്പുകൾ അങ്ങനെയങ്ങനെ. തുണികളുടെ ഒരു കൂമ്പാരത്തിനു പുറകിലിരിക്കുന്ന അയാളെ അവൾ ചോദ്യരൂപേണ നോക്കി. ഒടുക്കം അയാൾ പുറത്തെടുത്ത ഒരു ബിസ്കറ്റ് പായ്ക്കറ്റാകട്ടെ, തീർത്തും കാലിയായിരുന്നു.

"നിങ്ങളുടെ ബാഗിൽ തുണികൾ നിറച്ചുണ്ടല്ലോ. വീട് മാറി പോവുകയോ മറ്റോ ആണോ?"

അവളുടെ ചോദ്യം കേട്ട് തന്റെ നീണ്ട നരച്ച താടി തടവി അയാൾ അവളെ നിർന്നിമേഷം നോക്കിയിരുന്നു.

താൻ വീടുകൾ കയറിയിറങ്ങി, പഴയ വസ്ത്രങ്ങൾ യാചിച്ചു വാങ്ങി ഹൈദരാബാദിലെ തെരുവുകളിൽ വച്ച് വില്ക്കുകയാണെന്ന് അവളോട് പറയാൻ അയാൾക്ക് സങ്കോചം തോന്നി. ഒരു ഡ്രൈ ക്ലീനിങ്ങിന് ശേഷം ഫാക്ടറിയിൽ നിന്നെന്നപോലെ പുതുപുത്തനായി കാണപ്പെടുന്നതിനാൽ വില്പന തടസ്സമില്ല. മിക്കവരും ദരിദ്രരായ തെരുവിൽ, പുതിയവ കിട്ടുകയില്ലെന്നും കിട്ടിയാൽത്തന്നെ വാങ്ങാൻ കഴിയില്ലെന്നുമറിയുന്ന പാവങ്ങളാണല്ലോ അയാളുടെ ഉപഭോക്താക്കൾ. ചിലർക്കയാൾ വെറുതെയും തുണികൾ കൊടുക്കാറുണ്ട്. ഈ ഇടപാടുകൾക്ക് ഒന്നാകെ അയാൾ ബിസിനസ്സ് എന്നൊരോമനപ്പേരിട്ടു. ഇക്കാലത്ത് ഏത് ബിസിനസും മാന്യമായിക്കഴിഞ്ഞല്ലോ.

"ഞാനൊരു ബിസിനസ് ചെയ്യുകയാണ്... മരിച്ചവരുടെ വസ്ത്രങ്ങൾ പെട്ടെന്നൊരു ദിവസം അനാഥമാവുന്നു. അനാവശ്യമാവുന്നു. അവ ഞാൻ ശേഖരിച്ച് പ്രകൃതിക്ഷോഭങ്ങളുണ്ടായ ഇടങ്ങളിലേക്കയക്കുന്നു. പാഴായിപ്പോകുന്നത് ആർക്കെങ്കിലും ആശ്വാസമാകുമല്ലോ."

ഒരു നിമിഷം അവൾ തന്റെ വായ വിസ്താരത്തിൽ തുറന്ന് സാവധാനത്തിൽ അടച്ച് വിസ്മയം പ്രകടിപ്പിച്ചു. അയാളാകട്ടെ, അകമേ സന്തോഷിച്ചു. പെട്ടെന്ന് വീണുകിട്ടിയ ആ ബിസിനസ് സാദ്ധ്യതകളെക്കുറിച്ച് ഓർത്തോർത്ത് ആഹ്ലാദിച്ചുകൊണ്ടിരുന്നു. വിസ്മയകരമായൊരു നിധിപോലെ ആ ചിന്ത അയാളിൽ ഭാവിയെക്കുറിച്ചുള്ള ആശങ്കകൾ ജീവസ്സുറ്റതാക്കി. മുതൽമുടക്കില്ലാതെ വൻലാഭം കൊയ്യാം. മരണത്തെ പണമാക്കുന്നവരുടെ ഒരു നീണ്ട നിരതന്നെ അയാൾ ഓർത്തെടുത്തു. പൂക്കടക്കാരൻ, ശവക്കച്ച തുന്നുന്നവൻ, ശവപ്പെട്ടി പണിയുന്നവൻ, കുഴിവെട്ടുന്നവൻ, പത്ര ഏജന്റുമാർ, അന്ത്യശുശ്രൂഷകനും ശവമടക്കാനെത്തുന്നവനും പാട്ടുകാരും പ്രാർത്ഥനക്കാരും തുടങ്ങി അന്തമില്ലാത്ത നിര–ഇവർക്കൊന്നും മരണത്തിൽ ഒരു മനസ്സാക്ഷിക്കുത്തുമില്ലാതെ പണം വാരാമെങ്കിൽ, എനിക്കെന്തുകൊണ്ട് അതായിക്കൂടാ?

"ആ കച്ചവടത്തെക്കുറിച്ച് എന്നോട് പറയൂ."

ആവേശത്തോടെ ആരായുമ്പോൾത്തന്നെ താൻ തെരുവിൽനിന്നും വാങ്ങിയ വിലകുറഞ്ഞ ആ സാരിയിൽ മരണം മണക്കുന്നോ എന്നവൾ

സംശയിച്ചു.

"അത് സിംപിളാണ്. പത്രങ്ങളിലെ ചരമക്കോളങ്ങളിലൂടെ കണ്ണോടിച്ചാൽ നമുക്കെളുപ്പം മനസ്സിലാകും എവിടെച്ചെന്നാലാണ് വിലപിടിച്ചവ ഉപേക്ഷിച്ചുപോയതെന്ന്. വിലാസം ചോദിക്കേണ്ട. പത്രത്തിൽ ഉണ്ടാവും. ദുരന്തങ്ങൾ എന്നുമെന്നവണ്ണം ഉണ്ടാകുന്നുമുണ്ട്. മലയിടിച്ചിൽ, വെള്ളപ്പൊക്കം, കടൽക്ഷോഭം, കൊടുങ്കാറ്റ്, കാട്ടുതീ എന്നുവേണ്ട പലതരം. മരിച്ചുപോയ ആളുടെ വസ്ത്രങ്ങൾ ഈ ഹതഭാഗ്യർക്കാണെന്നു പറഞ്ഞാൽ ആരാണ് ഇല്ല എന്നു പറയുക. പലപ്പോഴും അവ കൊടുത്തൊഴിവാക്കാൻ വഴികാണാതിരിക്കുകയുമാവാം."

"കെട്ടുകണക്കിനുണ്ടാവുമല്ലോ"

അവൾ അത്ഭുതംകൂറി.

"ചിലപ്പോഴൊക്കെ ഞാൻ ആളെക്കൂട്ടി ചെന്ന് കൈവണ്ടികളിൽ നിറച്ച് കൊണ്ടുവരും. എന്റെ സ്ഥാപനത്തിൽ മരിച്ചവരുടെ വസ്ത്രങ്ങൾ അലക്കാനും തേച്ച് മടക്കാനും ജോലിക്കാരെയും വച്ചിട്ടുണ്ട്. പാക്കിങ് ചെയ്യുന്ന പെൺകുട്ടികൾക്ക് ദിവസേന ഇരുന്നൂറ്റമ്പത് രൂപയോളം സമ്പാദിക്കാം."

അയാൾ ആവേശത്തോടെ തുടർന്നു.

"ഈ വസ്ത്രങ്ങൾ ആവശ്യക്കാർക്കെത്തിക്കാൻ എനിക്ക് സഞ്ചരിക്കുന്ന ഒരു യൂണിറ്റുണ്ട്. ചിലസമയം ചേരികളിലേക്കും കൊണ്ടുപോയി വെറുതെ കൊടുക്കാറുണ്ട്. വലിയ വിലപിടിച്ചതാണെങ്കിൽ ഷോപ്പുകളിലും കൊടുക്കും."

"അപ്പോൾ നിങ്ങളൊരു വലിയ പണക്കാരൻ ബിസിനസ് മാനാണല്ലോ?"

അല്പം തമാശയോടെ അവൾ കളിയാക്കി. അത്രയുമായ സ്ഥിതിക്ക് അവളോട് സത്യം പറയാൻ അയാളുടെ മനസ്സ് വെമ്പി.

"എന്നാൽ ഞാനൊരു സത്യം തുറന്നു പറയട്ടെ?"

ഒരു ക്ഷമാപണത്തോടെ അയാൾ ആരംഭിച്ചു.

"ഞാനതൊന്നുമല്ല. ഇപ്പോൾ ഇവിടെവച്ച് എനിക്ക് വീണുകിട്ടിയ ഒരൈഡിയയാണ് ഈ ബിസിനസ്. ഇന്നത്തെ കാലത്ത് അനാവശ്യമായി അലമാരകളിൽ നിറയുന്ന വസ്ത്രങ്ങൾ മരണശേഷം മറ്റുള്ളവർക്കൊരു ബാദ്ധ്യതയല്ലേ? മാലിന്യംകൊണ്ടുപോകുന്നെന്നു മാത്രമേ ആളുകൾ കരുതൂ..."

ഇനിയും ഇവിടെയിരുന്നാൽ അവൾ ഓരോന്നും ചിക്കിച്ചിനക്കിയെടുത്ത് തന്റെ ബിസിനസ് സാമ്രാജ്യംതന്നെ പൊളിച്ചടുക്കും. അതിനാൽ ഒരഭിപ്രായത്തിനും കാത്തുനില്ക്കാതെ അയാൾ എഴുന്നേറ്റ് തന്റെ ബാഗുമെടുത്ത് പ്ലാറ്റ്ഫോമിന്റെ ഒരറ്റത്തേക്ക് നീങ്ങി. വളരെ പുറകിൽനിന്നും ശബ്ദകോലാഹലങ്ങൾക്കിടയിലൂടെ അവൾ പറഞ്ഞു.

"അല്ല സഹോദരാ, ആരെങ്കിലും ബിസിനസിൽ ചേരുന്നെങ്കിൽ എന്നെ മറക്കരുതേ... എന്റെ കൈയിലെ വസ്ത്രങ്ങൾ മുഴുക്കെ തരാൻ

ഞാൻ തയ്യാറാണ്."

അയാൾ നടത്തത്തിന്റെ വേഗത കുറച്ചു. പിന്നെ അവളെ തിരിഞ്ഞു നോക്കി. അവൾ ഓടി അയാളുടെ ഒപ്പമെത്തിക്കഴിഞ്ഞു.

"ഞാൻ പറഞ്ഞതെല്ലാം കള്ളമാണ്. മരിക്കാത്തവരുടെ പഴന്തുണികളാണ് എന്റെ സഞ്ചിയിൽ. ഇരന്നുവാങ്ങി, ചെറിയ വിലയ്ക്ക് വില്ക്കുന്നയാളാണ്. എന്റെ ആഗ്രഹങ്ങളാണ് ഞാൻ നേരത്തെ പറഞ്ഞത്. എനിക്കാരുമില്ല."

വിടർന്ന കണ്ണുകളോടെ അയാൾ അവളെ നോക്കി.

തന്റെ തോൾസഞ്ചിയും താങ്ങിപ്പിടിച്ച് നില്ക്കുന്ന ആ സ്ത്രീ, അയാളുടെ ഒരു വാക്കിനായി കാത്തുനില്ക്കുന്നു.

അയാൾ തന്റെ ദുർബ്ബലമായ വിരലുകൾ നീട്ടി അവളുടെ ശോഷിച്ച വിരലുകളിൽ പിടിച്ചു. അവ, മരിച്ച മനുഷ്യരുടേതുപോലെ തണുത്ത് മരവിച്ചിരുന്നുവോ?

"എന്റെ കൂടെ പോന്നോളൂ..."

എങ്ങോട്ടെന്നോ എന്തിനെന്നോ അറിയാൻ രണ്ടുപേർക്കും താല്പര്യമില്ലായിരുന്നു. പക്ഷേ, രണ്ടുപേരും മരിച്ചവരുടെ വസ്ത്രങ്ങളും ധരിച്ച് ഒരുമയോടെയായിരുന്നു ആ യാത്ര.

തക്കാളി

തക്കാളി പാകമായിട്ടുവേണം പവനിയുടെ കല്യാണമുറപ്പിക്കാൻ. തക്കാളിത്തൈകൾക്ക് വിലയുറപ്പിച്ച്, ശ്രീനിവാസപുരയിൽ ചെന്ന് വളവും നിലമുഴുന്ന ട്രാക്ടറും ഏല്പിച്ചുവരാമെന്ന് കരുതിയാണ് വെങ്കടേശപ്പ എന്ന വെങ്കപ്പ നായിഡു മുറ്റത്തേക്കിറങ്ങിയത്. തുളസിത്തറയ്ക്ക് ചുറ്റും കൈകൂപ്പി മൂന്നുതവണ ചുറ്റിക്കഴിഞ്ഞപ്പോൾ രേണുക അകത്തുനിന്നും തിരക്കിട്ട് മുറ്റത്തേക്കിറങ്ങി വരുന്നു. അവൾ വരുന്നതുതന്നെ വല്ല കൊള്ളിവാക്കും കൊണ്ടായിരിക്കുമെന്ന് വെങ്കപ്പയ്ക്കറിയാം. അതിനാൽ തോളത്തെ ടവ്വലെടുത്ത് കുടഞ്ഞ് വീണ്ടും ശരിയായി തോളത്തിട്ട് നിലത്തേക്ക് മാത്രം നോക്കി. അയാൾ തിരക്കിട്ട് റോഡിലേക്കിറങ്ങി. പുറകിലെ ചെറിയ ഇരുമ്പു ഗേറ്റ് ചാരിയിടാൻ പോലും മെനക്കെടാതെ, രേണുകയ്ക്ക് അത്ഭുതം തോന്നി.

നേരം വെളുത്തുവരുന്നതേയുള്ളൂ. ഇത്ര നേരത്തെ പോയില്ലെങ്കിലെന്താ തക്കാളിത്തൈകൾ ചന്തയ്ക്ക് പോകുമോ? വെറുതെ പോകുന്നതാണ്. ചന്തയിൽ ആടുമായി വരുന്ന ഗോപിയെ കാണാനോ എരുമച്ചാണകം വില്ക്കുന്ന നാഗപ്പയെ കണ്ട് വളം ഏല്പിക്കാനോ എന്തിനോ? എന്നാലും ഒരിത്തിരി സാവകാശം കിട്ടിയിരുന്നെങ്കിൽ പവനിക്ക് വന്ന ആലോചനയെക്കുറിച്ചൊന്ന് തിരക്കാൻ പറയാമായിരുന്നു. അല്ലെങ്കിൽ അകത്തുകിടന്നു കരയുന്ന അമ്മായിയമ്മയ്ക്ക് കാലിൽ പുരട്ടാനുള്ള കുഴമ്പ് വാങ്ങിവരാനെങ്കിലും പറയാമായിരുന്നു.

കഴിഞ്ഞതവണ തക്കാളിക്കൃഷിക്കുള്ള നിലമൊരുക്കാൻ താനും പവനിയും അമ്മയും അയാൾക്കൊപ്പമുണ്ടായിരുന്നു. ഹൈദരാബാദ്-കദ്രി നാഷണൽ ഹൈവേയുടെ ഓരത്തായി ഒരേക്കറോളം തരിശുഭൂമി പാട്ടത്തിനെടുത്തായിരുന്നു കൃഷി. അരികിൽ പാറകളും മുൾച്ചെടിയും ഉണ്ടായിരുന്നതിനാൽ മറ്റൊരു സംരക്ഷണ വേലി വേണ്ടെന്നുവച്ചു. നില

മൊരുക്കാൻ പാട്ടത്തിനെടുത്ത ട്രാക്ടർ ഒരുവശത്ത് പണിയെടുക്കുമ്പോൾ തന്നെ രേണുക ചെറിയ മുൾവേലി കെട്ടി പാറ വിടവുകൾ അടച്ച് ഭദ്രമാക്കിക്കൊണ്ടിരുന്നു. അന്ന് പവനിയുടെ കാലിൽ ഒരുപാടു തവണ മുള്ളുകൊണ്ടിരുന്നു. ചോരയും വന്നു. ആനയുടെയും കരടിയുടെയും രൂപസാദൃശ്യമുള്ള പാറക്കെട്ടുകൾ നോക്കി പവനി രാത്രിയിൽ പേടിക്കയും ചെയ്തു.

അതൊക്കെ പറയുമ്പോൾ വെങ്കയ്യ ചിരിച്ചു തള്ളും. പകൽ സമയം പാറകൾ സൗമ്യവദനരും സ്നേഹമയികളുമാണത്രെ. എന്നാൽ പാറകൾ ചുറ്റി പ്ലാസ്റ്റിക് ഷീറ്റ് വലിച്ചുകെട്ടി ഒരു താല്ക്കാലിക ഷെഡ്ഡ് കെട്ടിയപ്പോൾ പാറകളും അയാളും രേണുകയും പവനിയും പിന്നെ അമ്മയും ഒരേ കൂരയ്ക്കുള്ളിലെ താമസക്കാരായി മാറിയത് പെട്ടെന്നായിരുന്നു. തക്കാളിത്തൈകൾ പോലും കട്ടുകൊണ്ടുപോകുന്ന കാട്ടുകള്ളന്മാരെയും അതുവഴി തെളിച്ചുകൊണ്ടുപോകുന്നതിനിടെ തോട്ടത്തിലേക്ക് എത്തിനോക്കുന്ന ചെമ്മരിയാടുകളെയും വിരട്ടാനായി രണ്ടു നായ്ക്കളെയും അവർ തെരുവിൽനിന്നും കൂടെക്കൂട്ടി.

അന്ന് നിലമൊരുക്കിയതുതന്നെ കടം വാങ്ങിയിട്ടാണ്. ലോറികളിൽ, കുന്നിടിച്ച കടും ചുവപ്പാർന്ന മണ്ണുകൊണ്ടുവന്നത് എവിടെ നിന്നാണെന്ന് അറിയില്ല. കിളച്ചിട്ട പശമണ്ണിനു മീതെ ചുവന്ന മണ്ണുപരത്തി വളം ചേർത്ത് നനച്ചിടാൻ രേണുക പവനിയെ കൂടെ കൂട്ടുമായിരുന്നു. ലോറി ഡ്രൈവറും അവരോടൊപ്പം ചെറിയ പണികളിൽ ഏർപ്പെട്ടു. ദൈവത്തെപ്പോലെ പെട്ടെന്ന് പ്രത്യക്ഷപ്പെട്ട ഡ്രൈവർ ഷൺമുഖനെന്ന തമിഴന്റെ കറുപ്പു നിറവും മുത്തുപോലെ തിളങ്ങുന്ന പല്ലുകളും രേണുകയ്ക്ക് നന്നായി ഇഷ്ടപ്പെട്ടു. നല്ല പണിക്കാരൻ. പക്ഷേ, അയാളുടെ കണ്ണിൽ പവനി ചെറുതായി തിളങ്ങുന്നതു കണ്ട് രേണുകയ്ക്ക് നെഞ്ചുരുകി. തെലുങ്കുപെണ്ണാണ് പവനി. അവൾ പവനിയെയും കൂട്ടി പെട്ടെന്നുതന്നെ തങ്ങളുടെ താല്ക്കാലിക ഷെഡ്ഡിനകത്തേക്ക് കയറി. പിന്നീട് പവനിയെ കൂടെ കൂട്ടേണ്ടെന്ന് വെങ്കയ്യ പറഞ്ഞു.

ഷെഡ്ഡിലെ ഇരുട്ടിലും തണുപ്പിലും പാറയുടെ അരികു പറ്റിയിരുന്ന്, വെങ്കയ്യ ടൗണിൽനിന്നും കൊണ്ടുവന്നുകൊടുത്ത ഒരു വിലകുറഞ്ഞ മൊബൈൽ ഫോണിൽ കുത്തിക്കൊണ്ടേയിരുന്നു പവനി. രേണുകയ്ക്ക് അത് കാണുമ്പോൾ കലികയറും. അവൾ ആരെയാണ് വിളിക്കുന്നതെന്നോ, എന്താണ് നോക്കിക്കൊണ്ടിരിക്കുന്നതെന്നോ ചിന്തിക്കാൻ മെനക്കെടാതെ ഒരൊറ്റക്കുതിപ്പിന് അതുവാങ്ങി ബ്ലൗസിൽ തിരുകി, അഴിഞ്ഞ മുടി വാരിക്കെട്ടി പുറത്തേക്കിറങ്ങി രേണുക നീട്ടിത്തുപ്പും. വായിലെ മുറുക്കാൻ ചുവന്ന പൂക്കൾപോലെ മുറ്റത്ത് ചിതറും. ആ കലിതുള്ളലിനൊരു പശ്ചാത്തലമായി മുറിയിൽ കിടക്കുന്ന അമ്മായി അമ്മ തുടങ്ങും.

“എടീ... രേണുകാ നീ തുടങ്ങിയോ? അതിനെ അതിന്റെ പാട്ടിന് വിടെടീ...”

“എന്താ അമ്മോ. ദിവസം മുഴുവൻ ആ ഫോണിൽ കുത്തിക്കൊണ്ടിരിക്കുന്നത് കാണുന്നില്ലേ? എന്നാൽ പണിക്ക് സഹായിക്കുമോ? ഇല്ല.

പാറപൊട്ടിക്കാനോ മണ്ണുകൂട്ടാനോ കൊണ്ടുപോകാമെന്നു വെച്ചാൽ കണ്ട തമിഴനും ബംഗാളിയും അതിനെ നോക്കി കൊല്ലും. അടുക്കളയിൽ കയറി ഒന്നും വയ്ക്കാനുമറിയില്ല. ഞാനെന്തു ചെയ്യും?"

രേണുക മൂക്കുചീറ്റി സാരിത്തുമ്പിൽ തുടച്ചു. മുറിയുടെ മൂലയ്ക്കിരുന്ന പവനി തുടർച്ചയായി ഫോണിനായി യാചിച്ചുകൊണ്ടിരുന്നു. അവളെ ദേഷ്യം പിടിപ്പിക്കാൻ രേണുക ഫോണെടുത്തു തിരിച്ചും മറിച്ചും നോക്കി. പിന്നെ കുലുക്കി ചെവിയിൽ വച്ചു.

ശബ്ദവുമില്ല; വെളിച്ചവുമില്ല.

"അമ്മാ താ. ഞാൻ കാണിച്ചുതരാം."

പവനി കൈ നീട്ടി. ഒന്നുമോർക്കാതെ രേണുക ആ കൈയിൽ ഫോൺ വെച്ചു. രേണുക കൊടുത്ത ഫോണുമെടുത്ത് അവൾ പുറത്തേക്കോടിപ്പോയി. രേണുകയ്ക്ക് ദേഷ്യത്തെക്കാളേറെ ജാള്യതയാണ് തോന്നിയത്. പിന്നെ അവൾ പവനിയെത്തന്നെ നോക്കിക്കൊണ്ടിരുന്നു. പവനി എത്ര പെട്ടെന്നാണ് വലുതായത്. പാവാടയും ദാവണിയുമിട്ട് മുടി രണ്ടായി പിന്നി റിബ്ബൺ കെട്ടി സുന്ദരിയായ പവനി ഒരു തക്കാളി പോലെ തന്നെ. കൂലിപ്പണിക്കാരായ ചെറുപ്പക്കാർക്ക് അവളെ കെട്ടിച്ചുകൊടുക്കില്ല. പക്ഷേ, രേണുക പെട്ടെന്ന് തന്റെ ചിന്തകൾക്ക് കടിഞ്ഞാണിട്ടു. ആണ്ടോടാണ്ട് തക്കാളി കൃഷി ചെയ്യുന്ന പാവങ്ങൾക്ക് വിലകൂടിയ ചെറുക്കനെ എവിടുന്ന് കിട്ടാൻ? എന്തെടുത്ത് കൊടുത്തിട്ടാണ് അവനെ വാങ്ങിക്കുക? വല്ല മൂരിയോ പോത്തോ ആണോ? കൃത്യമായി സ്ത്രീധനം എണ്ണിക്കൊടുക്കണം. പവനിക്കിപ്പോൾ പതിനെട്ടായി. ഓർക്കുമ്പോൾ രേണുകയ്ക്ക് തലചുറ്റും.

ഓരോന്നോർത്തപ്പോൾ രേണുക റാഗിയുടെ കാര്യം മറന്നുപോയിരുന്നു. വെങ്കയ്യ തിരിച്ചുവരുമ്പോഴേക്കും ഭക്ഷണം തയ്യാറാക്കണം. റാഗി മുദ്ദയും കടലക്കറിയുമാണയാൾക്ക് പഥ്യം. പവനി ഒരു പരിഷ്കാരിയായതുകൊണ്ട് അവൾക്ക് റാഗിമുദ്ദ പിടിക്കില്ല. തെരുവോരത്തെ ഉന്തുവണ്ടിയിൽ ഒന്നാന്തരം ദോശയും പരിപ്പുവടയും കിട്ടും. വെങ്കപ്പയോട് കെഞ്ചി അവൾ പൈസ കൈക്കലാക്കും. കൊതിച്ചിയായതുകൊണ്ട് വഴിനീളെ പരിപ്പുവട ചവച്ചുകൊണ്ടാണ് വരിക. പുറകെ അവളുടെ രണ്ടു പട്ടികളും. ബ്രൂട്ടും ബ്രിട്ടും. രണ്ടും പവനിയെക്കാൾ കൊതിച്ചികളാണ്. ഇടയ്ക്കിടയ്ക്ക് അവൾ എറിഞ്ഞുകൊടുക്കുന്ന പരിപ്പുവടത്തുണ്ടുകൾക്കായി അവ നിർത്താതെ വാലാട്ടും. റാഗി എടുത്ത് വെള്ളമൊഴിച്ച് കുഴയ്ക്കാൻ തുടങ്ങിയപ്പോൾ പവനി വാതില്ക്കൽ വന്നുനിന്നു. എന്താണെന്നറിയില്ല, രേണുകയ്ക്കപ്പോൾ പവനിയോട് സ്നേഹം തോന്നി. അവൾ പവനി ആവശ്യപ്പെടാതെ തന്നെ മടിക്കുത്തിൽനിന്നും പത്തുരൂപയെടുത്ത് അവൾക്കു നേരെ നീട്ടി.

"പോ. ദോശ വാങ്ങി വാ..."

"അമ്മാ..."

രേണുകയ്ക്കൊരു മുത്തം കൊടുത്ത് അവൾ പൈസ വാങ്ങി പു

റത്തേക്കോടി. അകത്തുനിന്നും ക്ഷീണിച്ച സ്വരത്തിൽ അമ്മായിയമ്മയും കെഞ്ചി.

"എടീ എനിക്കും വാങ്ങെടീ പവനീ..."

ദോശ തിന്നാൻ കൊതിയാണവർക്ക്. ചിലപ്പോഴൊക്കെ വെങ്കപ്പ അമ്മയ്ക്കായി ദോശകൊണ്ടുവരും. വാഴയിലയിൽ പൊതിഞ്ഞ ചൂട് ദോശയും ചെറിയ പ്ലാസ്റ്റിക് കൂടിൽ കടലപ്പരിപ്പരച്ച് കടുക് താളിച്ച ചട്ണിയും. സ്നേഹം കൂടുമ്പോഴും തക്കാളിക്ക് വിലയേറുമ്പോഴും അയാൾ എല്ലാവർക്കും ദോശ വാങ്ങിക്കും.

"തിന്നെടീ രേണുകാ... അമ്മയ്ക്ക് നിറയെ കൊടുക്കെടീ പവനീ..."

അയാളുടെ ശബ്ദം അവിടെ മുഴങ്ങും.

കട്ടിലിൽ വീണുകിടക്കുകയാണെങ്കിലും ചരിഞ്ഞുകിടക്കുന്ന അമ്മായിയമ്മയുടെ വായിലേക്കവൾ ദോശ വച്ചുകൊടുക്കുന്നത് കാണുമ്പോൾ വെങ്കയ്യയ്ക്ക് കണ്ണുനിറയും. നിലംതല്ലിയൊരുക്കിയും ചോളം വിതച്ചുമാണ് അമ്മതന്നെ വളർത്തിയതെന്ന് അയാൾ ഇടയ്ക്കിടെ പറയും. പലപ്പോഴും അവരുണ്ടാക്കുന്ന റാഗിപോലും മുഴുവനായി അയാൾക്ക് നല്കി പട്ടിണികിടക്കുമായിരുന്നത്രെ ആ അമ്മ.

"ഹേ പവനീ, കടല വെന്തോന്ന് നോക്ക്. ആക്കൂറയും (ചീര) ബെണ്ടക്കയുമായി മുത്തുരാമനും വരുന്നുണ്ടല്ലോ. ഓടിപ്പോയി വാങ്ങിവാ..."

പുറത്തേക്കോടിയ പവനി അതേവേഗത്തിൽ തിരിച്ചുവരുന്നു. വെങ്കപ്പയുടെ കൂടെ അപരിചിതനായ ഒരാൾ കോലായിലേക്ക് കയറി. അയാളെ വരാന്തയിലിരുന്ന കസേരയിലിരുത്തി വെങ്കപ്പ ചെറിയ വാതിലിലൂടെ കുനിഞ്ഞ് അകത്തുകയറി. തിടുക്കത്തോടെ രേണുക പറഞ്ഞു.

"ചായ ഇപ്പോൾ ശരിയാകും. കടല വെന്തുകഴിഞ്ഞു."

"ഛെ. ചായയുടെ കാര്യമല്ല. നീ വേഗം പവനിയെ വിളിക്ക്. കാര്യമുണ്ട്."

രേണുകയ്ക്ക് ജിജ്ഞാസ കൂടി.

"എന്തുകാര്യം?"

"ആ വന്ന ആൾ പുതിയൊരു കമ്പനി തുടങ്ങാൻ പോകുന്നു. നാട്ടിലെ പെൺകുട്ടികളെ ജോലിക്കെടുക്കും. നമ്മുടെ പവനിക്കും കിട്ടും."

വിശ്വാസം വരാതെ രേണുക നിന്നു.

"എന്ത് കമ്പനി?"

"മാമ്പഴച്ചാറുണ്ടാക്കുന്ന ഒരു കമ്പനി. നീ കണ്ടിട്ടില്ലേ നമ്മൾ കാട്പാടിക്ക് പോകുന്നവഴി മുറ്റത്ത് കൂമ്പാരമായി മാങ്ങ കൂട്ടിയിട്ടത്."

അതുവഴി ബസിൽ പോകുമ്പോഴെല്ലാം രേണുക നോക്കാറുണ്ട്. മാങ്ങാസീസണിലെ ഏറ്റവും മനോഹരമായ കാഴ്ച. ചെറുകിട കൃഷിക്കാരിൽനിന്നും മൊത്ത വ്യാപാരികളിൽനിന്നും വിലയ്ക്കെടുത്ത മാങ്ങയാണ് മുറ്റംനിറയെ കൂട്ടിയിടുന്നത്. യന്ത്രത്തിൽ പിഴിഞ്ഞ് ചാറെടുത്ത് കുപ്പികളിലും കടലാസുകൂടുകളിലും നിറച്ച് വലിയ കാഡ്ബോഡ് പെട്ടികളിലാക്കി ലോറിയിൽ കൊണ്ടുപോകുന്നതും കണ്ടിട്ടുണ്ട്. ഒരു ദിവസം വെങ്കപ്പ അത്തരമൊരു കടലാസുകൂടു വാങ്ങി പ്ലാസ്റ്റിക് കുഴലുകൊണ്ട്

കുത്തിത്തുളച്ച് അവൾക്ക് കുടിക്കാനും കൊടുത്തിട്ടുണ്ട്.

അതൊക്കെ പവനി ജനിക്കുന്നതിന് മുമ്പ്. കല്യാണം കഴിഞ്ഞ് കാട് പാടിയും ചിറ്റൂരുമൊക്കെ പോയിരുന്നു. മാമ്പഴംപോലെയാണ് അവളെന്നും വെങ്കപ്പ അവളുടെ കാതിൽ സ്വകാര്യം പറഞ്ഞു. പതിനേഴല്ല, നൂറുവർഷം കഴിഞ്ഞാലും രേണുകയ്ക്ക് അതൊന്നും മറക്കാനാവില്ല. പവനി ഒരുപടി കൂടെ നിറംകൂടി മാമ്പഴമല്ല, തക്കാളിയാണെന്ന് രേണുകയ്ക്ക് തോന്നാറുണ്ട്. വെങ്കപ്പ കോലായിലേക്കു തന്നെ ചെന്നു. രേണുകയാകട്ടെ അകത്തിരുന്നു ദോശ തിന്നുന്ന പവനിയെ പിടിച്ചെഴുന്നേൽപ്പിച്ചു.

"എടീ പവനീ, നീ കോലായിലേക്ക് വാ. അപ്പൻ വിളിക്കുന്നു."

"വിടമ്മാ, ദോശ തിന്നിട്ടുവരാം."

അവൾ രേണുകയുടെ കൈ തട്ടിമാറ്റി. രേണുക അവളെ പിടിച്ചുവലിച്ചു കൊണ്ടുപോകുകതന്നെ ചെയ്തു. വാതില്ക്കൽ ശങ്കിച്ചുനിന്ന അവരെ നോക്കി വെങ്കപ്പ പറഞ്ഞു.

"ഇത് അളഗപ്പൻ സാർ. നമുക്ക് വേണ്ടപ്പെട്ടയാൾ. അവർ ഒരു മാമ്പഴ ഫാക്ടറി തുടങ്ങാൻ പോണ്. അവിടെ നാല്പതു പെൺകുട്ടികളെ പണിക്ക് വേണം പവനിക്കും പോകാലോ."

അളഗപ്പനെ രേണുക സൂക്ഷിച്ചുനോക്കി. നല്ല കറുപ്പുനിറം. അഞ്ചുവിരലിലും ഭാഗ്യരത്നങ്ങൾ പതിച്ച മോതിരങ്ങൾ. കഴുത്തിൽ സ്വർണ്ണപുലിനഖം കൊരുത്തിട്ട കറുത്ത ചരട്. വെള്ളവാച്ച്. തിളങ്ങുന്ന ഫ്രെയ്മുള്ള കണ്ണട, ഒരു കട്ടിമീശയും ഗൗരവഭാവവും. മഞ്ഞ സിൽക്ക് ജുബ്ബ. എല്ലാം കൂടെ ചേർന്നാൽ ഒരു അഴകപ്പൻ തന്നെ. അവൾ ചിരിയടക്കി.

"അതിന് പവനിക്ക് കമ്പനിപ്പണി അറിയൂലല്ലോ."

രേണുക സന്ദേഹത്തോടെ ചോദിച്ചു.

"അതിനെന്താ പണി അവിടെ പഠിപ്പിക്കും."

വെങ്കപ്പ തെളിച്ചു പറഞ്ഞുകൊടുത്തു. ദിവസം അമ്പതുരൂപ കൂലി നിശ്ചയിച്ചു.

പിറ്റേന്ന് രാവിലെ എത്തേണ്ട സമയവും കമ്പനി വിലാസവും പറഞ്ഞ് അളഗപ്പൻ എഴുന്നേറ്റു. സമയക്രമം രേണുകയ്ക്ക് ബോധിച്ചു. തങ്ങൾ തക്കാളിപ്പാടത്തേക്ക് പോകുമ്പോൾ മകൾ മാമ്പഴ ഫാക്ടറിയിലേക്കിറങ്ങും. തക്കാളിപ്പാടത്ത് ഇടയ്ക്കിടയ്ക്ക് മണ്ണിറക്കാൻ വരുന്ന തമിഴന്റെ കണ്ണിൽ ഇനി കുഞ്ഞുപവനി രൂപങ്ങൾ ഉണ്ടാകില്ല. അവൾ ആശ്വസിച്ചു. പക്ഷേ, അവളുടെ ആശങ്കകളധികവും അളഗപ്പനെക്കുറിച്ചായിരുന്നു.

അളഗപ്പൻ എങ്ങനെയുള്ള ആളാണ്? നാല്പതു പെൺകുട്ടികളുടെയും മാനം കവരുമോ? അയാളുടെ ഊരും വിലാസവും അറിയാതെ എന്തിനാണ് വെങ്കപ്പ പവനിയെ അങ്ങോട്ടയക്കാൻ ചാടിപ്പുറപ്പെട്ടത്?

കുറേനേരം ആലോചിച്ചിട്ട് ഒരെത്തുംപിടിയും കിട്ടാതെ അവൾ നിലത്തിരുന്നു. റാഗി ഉരുട്ടി തട്ടിൽവച്ചു. പിന്നെ വെള്ളംവെച്ച പാത്രത്തിലേക്ക് തട്ട് എടുത്തുവച്ച് പാത്രംമൂടി. തീ കത്തിക്കാൻ പവനിയെ ഏല്പിച്ച് പുറത്തിറങ്ങി.

അളഗപ്പയെ യാത്രയാക്കി വെങ്കപ്പ മുറ്റത്തെ പ്ലാസ്റ്റിക് കുടത്തിൽ നിന്നും വെള്ളമെടുത്ത് വിശദമായി കാൽകഴുകി, കൈയും മുഖവും കഴുകി. തോളിലെ തോർത്തെടുത്തു തുടച്ചു.

അയാളപ്പോഴാണ് മുറ്റത്തെ കനകാംബരച്ചെടി ശ്രദ്ധിച്ചത്. നിറയെ പൂത്തിരിക്കുന്നു. മാതളത്തിന് ഒഴിച്ചുകൊടുക്കുന്ന വെള്ളമെല്ലാം കട്ടുകുടിച്ച് പെട്ടെന്ന് വളർന്നിരിക്കുന്നു.

റാഗിമുദ്ദയും കടലക്കറിയും കഴിച്ച് തീരാറായപ്പോൾ വെങ്കപ്പയുടെ മുഖം വിടർന്നു. അയാൾ സ്നേഹവായ്പോടെ രേണുകയെ നോക്കി. അവളാകട്ടെ അരിശം ഭാവിച്ചു.

“എന്തയ്യാ ഇങ്ങനെ നോക്ക്ണത്?”

“ഒന്നുമില്ലമ്മാ. ഞാൻ നിന്റെ പഴയരൂപം ഓർത്തതാ. പഴയ രൂപമെന്ന് പറഞ്ഞാ സുന്ദരി. ഇപ്പോ പേക്കോലം.”

“അയ്യയ്യോ. ഇതാരാപ്പാ. പോ. പോ. പോ... ”

അകത്തുനിന്നും അമ്മയും പവനിയും ഒച്ചവയ്ക്കുന്നു. ഉറപ്പാണ്. കുരങ്ങന്മാർ കയറിവന്ന് ദോശ എടുത്തുകാണും.

ഈയിടെ ഇങ്ങനെയാണ്. എവിടെയും അവ വിലസി നടക്കും. ഹനുമാന്റെ വംശപരമ്പരയായതിനാൽ ആരും ഉപദ്രവിക്കാറില്ല. പക്ഷേ, അവയുടെ അക്രമത്തിന് ഒരു കുറവുമില്ല. അയലിൽ വിരിച്ചിട്ട ഏതു വസ്ത്രവും വാരിയെടുത്തോടും. ഓട്ടിൻപുറത്തുനിന്നും മുരിങ്ങാമരത്തിലേക്ക് ചാടിക്കയറി പൂവും കായും ഇലയും തല്ലിക്കൊഴിക്കും. പിഞ്ചുപപ്പായകടിച്ചു തുപ്പും. ടെറസ്സുള്ള വീടുകളിൽ ടെറസ്സിൽ പടർന്ന മുല്ലവള്ളികളിൽനിന്നും പൂമൊട്ടുകൾ ഇറുത്തിടും. അഥവാ വാതിലെങ്ങാൻ തുറന്നുവെച്ചിട്ടുണ്ടെങ്കിൽ നേരെ അകത്തുകയറി ചോറ്റുകലത്തിൽ കൈയിട്ടുവാരും. വെള്ളം സൂക്ഷിക്കുന്ന ബക്കറ്റ് തുറന്ന് തലയിടും.

രേണുകയും വെങ്കപ്പയും ഒച്ചവച്ച് അവയെ ഓടിക്കാൻ നോക്കും. പവനിയാകട്ടെ, മുത്തിയുടെ നീളൻ വടിയെടുത്ത് അവയെ അടിച്ചോടിക്കാൻ നോക്കും. ഈയിടെയായിട്ട് അവൾക്കൊട്ടും കനിവില്ല. ഹനുമാൻ കോവിലിൽ കൊണ്ടുപോയി അവളെക്കൊണ്ടൊരു നേർച്ച ഇടീക്കണം.

രേണുകയും വെങ്കപ്പയും അകത്തേക്കോടി. അവർ അനുമാനിച്ചതുപോലെ തന്നെ ഇലയോടുകൂടി ദോശയുംകൊണ്ട് അവ കടന്നുകളഞ്ഞു.

പവനി ദേഷ്യംകൊണ്ട് വിറയ്ക്കുന്നു. അമ്മ ദോശ തിന്നുമതിയാവാതെ കുരങ്ങന്മാരെ പ്രാകുകയും കരയുകയും ചെയ്യുന്നു.

“രണ്ടു പട്ടികളെ തീറ്റിപ്പോറ്റിയിട്ടെന്താ കാര്യം? വേണ്ട സമയത്ത് അവറ്റകളെ കാണില്ല.”

പവനി ബ്രൂട്ടിനോടും ബ്രിട്ടിനോടും അവൾക്കുവന്ന കലി മറച്ചുവച്ചില്ല.

“അമ്മാ ഈ കുരങ്ങന്മാരെ എങ്ങനെ ഓടിക്കും?”

“അതിനൊരു വഴിയുമില്ല മോളേ... കേരളത്തിൽ പോയി പാർക്കണം.”

രേണുകയോട് കേരളത്തിൽ നിന്നുവന്ന അദ്ധ്യാപിക പറഞ്ഞതാണൊരിക്കൽ. അവിടെ കുരങ്ങന്മാരേ ഇല്ലത്രേ.

പവനി അത്ഭുതപ്പെട്ടു.

“കുരങ്ങന്മാരില്ലാത്ത സ്ഥലമോ? അവിടെ പാർക്കുന്നത് എന്തുകൊണ്ടും നല്ല രസമായിരിക്കും അല്ലേ, അമ്മേ?”

പക്ഷേ, വെങ്കപ്പ പറയാൻ കൊണ്ടുവന്ന വാചകം ഉപ്പുകൂടാതെ വിഴുങ്ങി.

“കുരങ്ങില്ല. പക്ഷേ, അവിടെ ചെകുത്താന്മാരുണ്ട്. പെണ്ണെന്നു കണ്ടാൽ ചാടിവീഴും. പീഡിപ്പിക്കുന്ന കാലന്മാർ...”

അയാളുടെ ഉറ്റ കൂട്ടുകാരൻ കുറേ വർഷങ്ങൾ അവിടെ ഹോട്ടൽപണി എടുത്തിട്ടുണ്ട്. ഇടയ്ക്കിടെ അയാൾ നാട്ടിൽ വരും. അവൻ കൊണ്ടുവരുന്ന വാർത്തകൾ കേട്ടാൽ മതി, തല പെരുക്കും.

“വല്ലാത്ത നാട്.” എന്നു പുലമ്പിയാണയവൻ വാചകങ്ങൾ മുഴുമിപ്പിക്കുന്നത്.

വെങ്കപ്പ കരുതിയിരുന്നത്. കേരളമെന്നാൽ ‘ദൈവത്തിന്റെ സ്വന്തം നാട്’ എന്നായിരുന്നു. രണ്ടുതവണ അയാൾ ഗുരുസ്വാമിയോടൊപ്പം ശബരിമലയ്ക്ക് പോയിട്ടുണ്ട്. പച്ച പുതച്ച നാടും വൃത്തിയുള്ള മനുഷ്യരും രുചിയുള്ള ഭക്ഷണവും എല്ലാംകണ്ട് അയാൾ ആശ്ചര്യപ്പെട്ടിരുന്നു. തെരുവുകളും കടകളുമൊന്നും ഓടകൾക്കരികിലല്ല, പട്ടികളുടെ കൂട്ടം തെരുവിൽ അധികമില്ല. പ്ലാസ്റ്റിക് ബാഗുകളുടെ കൂമ്പാരമില്ല.

തങ്ങളുടെ ഗ്രാമം എവിടെ കിടക്കുന്നു! പാറക്കൂട്ടങ്ങളും നാറുന്ന ഓടകളും വൃത്തിഹീനരായ മനുഷ്യരും ഒക്കെക്കൂടി ജീവിക്കാൻ പറ്റാത്ത ഒരന്തരീക്ഷം! സ്വന്തം പരിസരം നോക്കി അയാൾ വ്യാകുലപ്പെട്ടു.

“നീ കണ്ടോ? നമ്മുടെ നാട് എങ്ങനെ കേരളമാക്കാം? ഒന്നും നടക്കില്ല.”

അതുകേട്ട് അവൻ ഊറി ചിരിച്ചു. ഹോട്ടലിൽ വരുന്ന പത്രങ്ങൾ വായിക്കുന്നവരിൽനിന്നും അല്പസ്വല്പം മലയാളം അറിയുന്ന അവൻ പലകാര്യങ്ങളും മനസ്സിലാക്കിയിരുന്നു. ഈയിടെയായി അവന് ഉറക്കം കുറവാണ്. കൊച്ചി നഗരംപോലും പെൺകുട്ടികളുടെ അലമുറകൊണ്ട് പ്രകമ്പനംകൊള്ളുന്ന സ്വപ്നങ്ങളാണവന്റെ ഉറക്കം കവരുന്നത്. തനിക്കവിടന്ന് രക്ഷപ്പെടണമെന്ന് വെങ്കപ്പയോടവൻ പറഞ്ഞു. നല്ല ശമ്പളവും താമസവുമുണ്ടെങ്കിലും പതിനഞ്ചു വർഷം കൂടുതലായിരുന്നു. സ്വന്തം കുടുംബത്തെ അങ്ങോട്ട് കൊണ്ടുപോകുന്ന പ്രശ്നമേ ഇല്ലത്രേ.

പെൺകുഞ്ഞുങ്ങൾക്കും വയസ്സിക്കിളവികൾക്കും വരെ രക്ഷയില്ലെന്നും വയസ്സന്മാരും ചെറുപയ്യന്മാരും വരെ ഭ്രാന്തമായ കാമലഹരിക്കടിമപ്പെടാൻ എന്താണ് കാര്യമെന്ന് എത്ര ആലോചിച്ചിട്ടും അവന് ഒരുപിടിയും കിട്ടുന്നില്ലെന്നും പറഞ്ഞു. അവന്റെ എളിയ ബുദ്ധികൊണ്ടവൻ പല കാരണങ്ങളിലും തപ്പിത്തടഞ്ഞ് വീണുകൊണ്ടിരുന്നു. കള്ള്, കഞ്ചാവ്, ധനമോഹം, ഇന്റർനെറ്റ്, മൊബൈൽ... ഒടുക്കം നിർവീര്യമായ പൊലീസിനെയും സർക്കാരിനെയും നീതിന്യായത്തെയും വരെ അവൻ

പഴിചാരി.

എല്ലാം കേട്ടു നടുങ്ങിയ വെങ്കപ്പതന്നെ അവനെ സമാധാനിപ്പിക്കും.

"നീ പണി മതിയാക്കി ഇങ്ങു പോര്. എന്തിനാ അവിടെ തങ്ങി നില്ക്കുന്നത്? നമുക്കിവിടെ തക്കാളിക്കൃഷി കൂട്ടായി ചെയ്യാം. വല്ല്യ സമ്പാദ്യമൊന്നുമില്ലെങ്കിലും സമാധാനത്തോടെ ജീവിക്കാമല്ലോ."

"അല്ല അയ്യാ, കുപ്പായത്തിന്റെ ഫാഷനാണോ ഇനി കാരണം? എന്നാൽ, ചെറിയ കുട്ടികളൊന്നും ശരീരം കാണിച്ച് വിളിക്കുന്നില്ലല്ലോ. അപ്പോൾ മദാമ്മമാർ ഇടുന്നതോ?"

"ശിക്ഷ കൊറഞ്ഞിട്ടാ അല്ലാതെന്താ?"

ഏറെ നേരത്തെ ഓർമ്മകൾ ഉപേക്ഷിച്ച് വെങ്കപ്പ തന്നത്താൻ പറഞ്ഞുകൊണ്ടിരുന്നു.

"കുരങ്ങുതന്നെ ഭേദം. ദോശയല്ലേ പോയുള്ളു."

അയാൾ നേരെ ചൂടിക്കട്ടിലിൽ പോയി കിടന്നു. ഒരു മയക്കത്തിലേക്ക് വഴുതിവീണ അയാളെ ഉണർത്തിയത് രേണുകയുടെ ശബ്ദമാണ്. ഇത്തവണ ചീറി വീശിയ കാറ്റിൽ അവൾ ഉണക്കാനിട്ടിരുന്ന വസ്ത്രങ്ങൾ പറന്ന് തക്കാളിപ്പാടത്ത് വീണു കിടക്കുന്നു.

"പവനീ, ഓടിവാ... നിന്റെ പാവാടയതാ മണ്ണിൽ. എടുത്തുകൊണ്ടു പോ മോളേ."

അവളല്പം മയത്തിലാണ്. വെങ്കപ്പ പ്ലാസ്റ്റിക് ഷീറ്റിന്റെ ഒരറ്റം പൊക്കി നോക്കി. ചെമ്മണ്ണിൽ വീണുകിടക്കുന്ന പാവാടയെടുക്കാൻ പോകുന്ന പവനിയെ നോക്കിനില്ക്കുന്ന തമിഴൻ ചെക്കൻ. അവനെന്തിനാ ഈ അസമയത്ത് വന്നത്? അതും പവനിയോടെന്തോ ചോദിക്കാനാണ് ഭാവം. ഭാഗ്യം രേണുക അവിടെയില്ല.

അയാൾ ചൂടിക്കട്ടിലിൽനിന്നും പെട്ടെന്നെഴുന്നേറ്റു പുറത്തേക്ക് നോക്കി ശബ്ദമുയർത്തി.

"പവനീ, ഇവിടെ വാ."

അവൾ ഓടി വന്നിട്ടും അയാളുടെ രോഷം ശമിച്ചില്ല.

"അകത്തു പോ."

വെങ്കപ്പ തിരിഞ്ഞു തമിഴനോടായി പറഞ്ഞു.

"തക്കാളിക്കിനി മണ്ണു വേണ്ട."

"എന്തയ്യാ, മുഴുവൻ മണ്ണും ഇട്ടില്ലല്ലോ?"

അവൻ അമ്പരപ്പോടെ ചോദിച്ചു.

"വേണ്ട ഞങ്ങൾ തക്കാളിക്കൃഷി നിർത്തി നാട്ടിൽ പോകുന്നു."

"എന്തയ്യാ പെട്ടെന്നിങ്ങനെ തോന്നാൻ? ഞങ്ങൾ നല്ല മണ്ണടിക്കുന്നില്ലേ? പറയുമ്പോഴേക്കും എത്തിക്കുന്നില്ലേ അയ്യാ?"

"അതൊക്കെ ശരിതന്നെ. പക്ഷേ, കൃഷി വേണ്ടെന്നുവച്ചു. ആ, നീ പോ."

അയാൾ ക്രുദ്ധനായി. എന്തോ പറയാൻ തുനിഞ്ഞ തമിഴനെ തീർത്തും അവഗണിച്ചുകൊണ്ട് വെങ്കയ്യ തോർത്തെടുത്ത് ശക്തിയായി കുടഞ്ഞ് അകത്തേക്ക് കയറിപ്പോയി.

തമിഴൻ അല്പം ജാള്യതയോടെ അവിടത്തന്നെ നിന്നശേഷം പതുക്കെ കുന്നുകയറാൻ തുടങ്ങി. ഒടുക്കം ഒരു ബിന്ദുവായി അയാൾ അകലെ മറയുന്നതുംനോക്കി രേണുക ഷെഡ്ഡിന്റെ പുറകിൽ നിന്നിരുന്നു. ഒരു ദീർഘനിശ്വാസം അവളിൽനിന്നും പുറത്തേക്ക് ചിറകടിച്ചു പറന്നു.

പവനിയെയും കൂട്ടി നാളെത്തന്നെ വെങ്കപ്പ മാമ്പഴ ഫാക്ടറിയിലേക്ക് പോകും. പിന്നെ അവളെക്കുറിച്ച് ഭയക്കാനില്ല. തമിഴനെ ഇപ്പോൾ ഓടിച്ചുവിട്ടല്ലോ.

രേണുക അന്ന് ലാഘവത്തോടെ പണികളിലേർപ്പെട്ടു. രാത്രി ഭക്ഷണത്തിനായി ചോറും പരിപ്പുകറിയും തൊട്ടുകൂട്ടാൻ ആവക്കായ് അച്ചാറും പ്രത്യേകമായി ചീരച്ചപ്പും.

അമ്മയ്ക്ക് ചോറ് കൊടുത്തശേഷം പാത്രങ്ങൾ കഴുകി അടുക്കി രേണുക പവനിയുടെ തൊട്ടരികിലായി പായ് നിവർത്തി. വെങ്കപ്പ വരാന്തയിലെ ചൂടിക്കട്ടിലിൽ. ബ്രിട്ടും ബ്രൂട്ടും അയാളുടെ കട്ടിൽക്കീഴിൽ ചുരുണ്ടുകിടന്നു. വലിയ പാറക്കൂട്ടങ്ങളും വിശാലമായ പാടങ്ങളും ഇരുളും കുന്നുകളും തെല്ലും അവരെ അലോസരപ്പെടുത്തിയില്ല. രണ്ടു നായ്ക്കളുടെ സംരക്ഷണത്തിൽ അവർ പേടിക്കാതെ ഉറങ്ങുകയാണ്. രാവിലെ വെങ്കപ്പയുടെ വിലാപം കേട്ടാണ് രേണുക ഉണർന്നത്.

"ഏതു മഹാപാപിയാണോ ഇത് ചെയ്തത്? ഹയ്യോ എനിക്കിത് കാണാൻ വയ്യേ..."

"രേണൂ, പവനീ ഓടിവാ... എന്റമ്മേ, ഏതു ദുഷ്ടനാണീ പണി ചെയ്തത്?"

ബ്രൂട്ടും ബ്രിട്ടും വായിൽനിന്ന് നുരയും പതയും വന്ന് തറയിൽ കിടന്ന് ഊർദ്ധശ്വാസം വലിക്കുന്നു. മരണവെപ്രാളം കാണിക്കുന്നു. അവറ്റകളുടെ അടുത്തായി പച്ചിലയിൽ പച്ചയിറച്ചി. കോഴിത്തലയുമുണ്ട്. വിഷം കലർത്തി കൊന്നതാണ്.

പവനിയെ കെട്ടിപ്പിടിച്ച് രേണുക കരഞ്ഞു. പവനി വെങ്കപ്പയെ പിടിച്ചുകുലുക്കി.

"അപ്പാ ഇത് ആരു ചെയ്തു? ആരായാലും ആ ദുഷ്ടന്റെ തല പൊട്ടിത്തെറിക്കട്ടെ. മിണ്ടാപ്രാണികളല്ലേ കിടക്കുന്നത്? എന്തൊരോമന പട്ടികളായിരുന്നു!..."

മെടഞ്ഞിട്ട മുടി അഴിച്ചിട്ട് നിലത്തു കുന്തിച്ചിരുന്ന് രേണുകയും അലമുറയിടുന്നു. പവനിക്കും സങ്കടം അടക്കാനായില്ല. വിലാപത്തിനിടയിൽ അവൾ ഏറ്റു പറയുന്നുണ്ടായിരുന്നു.

"ഇത്തിരി ചോറിയും ചെള്ളുമുണ്ടെങ്കിലെന്താ പഴഞ്ചോറുകണ്ടാൽ ഏതു പാതിരയ്ക്കും വാലാട്ടി ഓടിവരും. അതുംതിന്ന് ഓടയിലെ വെള്ളവും കുടിച്ച് ദാ ആ പാറപ്പുറത്ത് കിടക്കും. കുരങ്ങന്മാരോ കള്ളന്മാരോ പിന്നെ ഈ വഴിക്കില്ല. ഇന്നലെവരെ ആരെയും കടിച്ചിട്ടില്ലാത്ത ഇവറ്റകളെ എങ്ങനെ വിഷംകൊടുത്തു കൊല്ലാൻ അയാൾക്കു തോന്നി? ആ ദുഷ്ടനെ വെച്ചേക്കരുത്."

"അപ്പോ നിനക്കയാളെ അറിയാമോടീ"

വെങ്കപ്പയുടെ കൂർത്ത നോട്ടത്തിനു മുന്നിൽ അവൾ തെല്ലിട പകച്ചു.

"ഇല്ല അപ്പാ. ഏതോ ഒരാൾ എന്നാ പറയാൻ വന്നത്. അയാൾ എന്നായിപ്പോയി."

രേണുക അത് വിശ്വസിച്ചെങ്കിലും വെങ്കപ്പ ഒട്ടും വിശ്വസിച്ചില്ല. പവനി വിളഞ്ഞവിത്താണ്. അവൾ പറയുന്നതിൽ എന്തെങ്കിലും കാര്യമുണ്ടാവും. പട്ടികളെ തുരത്താൻ ഒരുവൻ നടക്കുന്നുണ്ടായിരുന്നു എന്നതാണ് സത്യം. അയാൾക്ക് തോട്ടം നശിപ്പിക്കാൻ ഭാവമുണ്ടാകും.

നൂറുമേനി വിളയുന്ന തോട്ടമാണ്. പക്ഷേ, വെങ്കപ്പയെ ഒരിക്കലും ഭാഗ്യം കടാക്ഷിക്കാറില്ല. അയാളുടെ തക്കാളി പാകമായി മാർക്കറ്റിലെത്തുമ്പോൾ തക്കാളിയുടെ വില തീരെ കുറഞ്ഞുപോകും. കൃഷി തുടങ്ങുമ്പോൾ കിലോയ്ക്ക് നാല്പത്തഞ്ചു രൂപയാണെങ്കിൽ, കായ് പറിച്ച് വില്പനയ്ക്കെത്തിക്കുമ്പോഴേക്കും കിലോയ്ക്ക് അഞ്ചോ ആറോ രൂപയായി കുറയും. ചിലപ്പോൾ അയാൾക്ക് തോന്നും ഒന്നും പറിക്കേണ്ടെന്ന്. അവ അവിടെത്തന്നെ കിടന്ന് ചീയട്ടെ. തങ്ങളുടെ കഠിനാദ്ധ്വാനത്തിന് തക്ക കൂലി കിട്ടുന്നില്ലെങ്കിൽ പിന്നെന്തു ചെയ്യാൻ?

അപ്പോഴൊക്കെ രേണുക കൂടെ നില്ക്കും. പാടത്ത് തലയ്ക്ക് കൈകൊടുത്ത് കുനിഞ്ഞിരുന്ന് പിറുപിറുക്കുന്ന വെങ്കപ്പയെ രേണുക മയത്തിൽ പറഞ്ഞ് സമാധാനിപ്പിക്കും.

"പോട്ടെ എത്ര കൃഷിക്കാരുടെ കൃഷി നശിക്കുന്നു? മഴകൊണ്ട്, വേനൽകൊണ്ട് കാട്ടുതീകൊണ്ട്, ആനയിറങ്ങി, കള്ളന്മാർ മോഷ്ടിച്ച്, കീടങ്ങൾ വന്ന്, അങ്ങനെയങ്ങനെ... എന്നിട്ടെന്താ പിന്നെയും അവർ കൃഷിയിറക്കും. നമ്മളും അങ്ങനെത്തന്നെ. വില കുറഞ്ഞെന്നല്ലേയുള്ളു. പാടെ നശിച്ചില്ലല്ലോ. നമ്മൾക്കിതേ അറിയൂ. അതുകൊണ്ടിനിയും തക്കാളിത്തൈ നട്ടുവളർത്തും. വരൂ. വന്ന് ആഹാരം കഴിച്ച് നമുക്ക് തക്കാളി പറിക്കാം. മാർക്കറ്റിൽ പോകാം..."

അവളുടെ യുക്തി വെങ്കപ്പയെ തെല്ലൊന്നാശ്വസിപ്പിക്കും. അയാളും സ്വയം സമാധാനിക്കും. കൃഷി നശിച്ചില്ലല്ലോ. വിളവ് കുറഞ്ഞില്ലല്ലോ. മറ്റ് പാടങ്ങളിലെ തക്കാളിയേക്കാൾ മിനുപ്പും മിനുസവുമുള്ളവ അയാളുടെ കൃഷിയിടത്തിലാണ്. ഭാരം താങ്ങാനാവാതെ ചെടികൾ നിലത്തമർന്ന് കിടക്കുന്നു. അയാൾ അഭിമാനത്തോടെ ഓർത്തു. അതങ്ങനെയല്ലാതെ വരുമോ?

മുന്തിയ ഇനം തൈകൾ, ശ്രദ്ധയോടെയുള്ള നിലമൊരുക്കൽ, കൃത്യമായ വളം ചേർക്കൽ, മുടങ്ങാത്ത നന, പുഴുക്കളെയും കീടങ്ങളെയും ഓടിക്കാൻ കെണി, അതിരിൽ പൂച്ചെടികൾ, കയറുകൊണ്ടൊരു താങ്ങ് അതിനയാൾ രേണുകയോടും പവനിയോടും മനസാ നന്ദി പറയുമായിരുന്നു. ഗ്രാമത്തിലെ മറ്റു പെണ്ണുങ്ങളെപ്പോലെ തിണ്ണ നിരങ്ങാനും സൊള്ളാനും പേൻ നോക്കാനും പോകാതെ സദാ അയാളുടെ നിഴലായി കൂടെയുണ്ടാകും രണ്ടുപേരും. അയാൾക്കതിൽ തെല്ലഭിമാനവുമുണ്ടായിരുന്നു.

എന്നാൽ ഇപ്പോഴയാൾ മനസ്സിൽ കരഞ്ഞുകൊണ്ടേയിരുന്നു.

അമ്മയും രേണുകയും പവനിയും കഴിഞ്ഞാൽ അയാളുടെ മനസ്സിൽ ഇടംപിടിച്ചിരുന്നത് ഈ പട്ടികളാണ്. തീരെ കുഞ്ഞുങ്ങളായിരിക്കുമ്പോൾ ചന്തയിൽനിന്നും എടുത്തുകൊണ്ടുവന്നതാണ്. തള്ളപ്പട്ടി എവിടെയോ പോയപ്പോഴാണ് അതു ചെയ്തത്.

തക്കാളിവിറ്റു വരികയായിരുന്നു വെങ്കപ്പ. മോങ്ങുന്ന രണ്ടു പട്ടിക്കുട്ടികളെയും ഒഴിഞ്ഞ കൊട്ടയിലെടുത്തിട്ടു. രേണുകയും പവനിയും മൽസരിച്ചാണവയെ തീറ്റിപ്പോറ്റിയത്. അവരുടെ തെരുവിലെ ഏറ്റവും വലിയവീട്ടിലെ പട്ടികളുടെ പേരുകൾ അയാൾ മോഷ്ടിച്ച് സ്വന്തം പട്ടികൾക്കിട്ടു.

വെങ്കപ്പയുടെ ബ്രിട്ടും ബ്രൂട്ടും സ്വതന്ത്രരായിരുന്നു. ഇഷ്ടംപോലെ തെണ്ടിനടന്നും കിട്ടുന്നതൊക്കെ തിന്നും തുടലിടാൻ സമ്മതിക്കാതെയും അവ ജീവിതം ആസ്വദിച്ചു. വെങ്കപ്പയ്ക്ക് ദേഷ്യം വരുന്ന ഒരേയൊരു കാര്യമേ അവ ചെയ്തുള്ളൂ. ബസ് സ്റ്റോപ്പിനടുത്തുള്ള സഫിയയുടെ കടയിൽനിന്നും വലിച്ചെറിയുന്ന കോഴിത്തലയും മറ്റും തിന്നാൻ ഇവറ്റകൾ അവിടെപ്പോയി വാലാട്ടി നില്ക്കും. ആഴ്ചയിലൊരിക്കൽ അയാൾ മുന്നൂറുഗ്രാം കോഴിയിറച്ചി അവറ്റകൾക്ക് വാങ്ങി കൊടുക്കുന്നുണ്ട്. 'ഒരു കിലോ കോഴിക്ക് 90 രൂപ – 2 മുട്ട ഫ്രീ!!' എന്നെഴുതിയ ഒരു സ്ലേറ്റ് സഫിയയുടെ കടയിൽ തൂങ്ങിക്കിടപ്പുണ്ട്. മുന്നൂറ് ഗ്രാം കോഴിയിറച്ചിക്ക് മുട്ട ഫ്രീ ഇല്ലെന്നറിയാമെങ്കിലും വെങ്കപ്പയ്ക്ക് സഫിയ ഒരെണ്ണം കൊടുക്കും. കാരണം, തക്കാളി ചന്തയിലേക്ക് കൊണ്ടുപോകുമ്പോഴെല്ലാം അവൾക്ക് അയാൾ നാലഞ്ചെണ്ണം ഫ്രീയായി കൊടുക്കും. ഇന്നലെയും തന്റെ സ്വന്തം പട്ടികളെ ആട്ടിയോടിച്ച്, ഇറച്ചിയും മുട്ടയുമായി വെങ്കപ്പ ഷെഡ്ഡിലേക്ക് കയറിവന്നു.

രേണുക സവോള അരിഞ്ഞുകൊണ്ട് വാതില്പടിയിലുണ്ട്. തറയിൽ പ്ലാസ്റ്റിക് പായയിൽ കിടന്ന് പവനി മൊബൈലിൽ ആരോടോ സംസാരിക്കുന്നു. വെങ്കപ്പയുടെ ഉള്ളൊന്നു കാളി. തമിഴനോ അതോ വല്ല കൂട്ടുകാരോ? മൊബൈൽ നോക്കാൻ അയാൾക്കറിയില്ല. ചോദിച്ചാൽ അവൾ സത്യം പറയില്ല. അതിനാൽ പെട്ടെന്നയാൾ ആക്രോശിച്ചു.

"വെള്ളം കൊണ്ടുവാടീ"

ശബ്ദത്തിലെ കനം തിരിച്ചറിഞ്ഞ് പവനി തപ്പിപ്പിടഞ്ഞെഴുന്നേറ്റ് അകത്തേക്കോടി. അവൾ നിലത്തുവെച്ച ഫോണെടുത്ത് വെങ്കയ്യ ചെവിയിൽ ചേർത്തുവച്ചു. ആളനക്കമില്ല. വെള്ളം വേണ്ടാഞ്ഞിട്ടും മൊന്ത ഉയർത്തി അയാളൊരിറക്കു കുടിച്ചു.

"എന്നപ്പാ ക്ഷീണം?"

പവനി ചോദിച്ചു.

"ഒന്നുമില്ല. നീ ഇവിടെയിരി."

പവനി അയാളെ തൊട്ടിരുന്നു.

വെങ്കപ്പ അവളുടെ മുടിയിൽ തഴുകി. പിന്നെ കല്ലുകൾ പൊഴിഞ്ഞുപോയ മുടിപ്പിന്നും അതിൽ കൊരുത്തിട്ട മുല്ല മാലയും തഴുകി. രേണുക ഇറച്ചിപ്പൊതിയും മുട്ടയുമായി അകത്തേക്ക് കയറിപ്പോയി. ഇറ

ച്ചി പട്ടികൾക്കും മുട്ട പവനിക്കും. അതിന്നലെയായിരുന്നു. പിന്നീടവർ ശാന്തമായുറങ്ങി എഴുന്നേറ്റപ്പോഴിതാ പട്ടികൾ രണ്ടും ചത്തു കിടക്കുന്നു. മനുഷ്യനാണ് മരിച്ചതെങ്കിൽ പൊലീസിൽ പരാതിപ്പെടാം. ഇത് രണ്ടു പട്ടികൾ. എന്നാലും മനുഷ്യരെക്കാൾ സ്നേഹവും നന്ദിയും ഉപകാരവു മുള്ളവ.

രേണുകയും പവനിയും കരച്ചിൽ നിർത്തിയപ്പോൾ വെങ്കപ്പ പതം പറയാൻ തുടങ്ങി. കട്ടിലിൽ കിടന്ന കിടപ്പിലായ അമ്മയ്ക്കൊന്ന് എത്തിനോക്കാൻ പറ്റാത്ത വിഷമം അവർ പറഞ്ഞുതീർത്തു.

“എന്നയ്യാ ഇത്? മിണ്ടാപ്രാണികളെ കൊന്നതാരപ്പാ. ശപിക്കപ്പെ ട്ടവൻ. അവന്റെ തല തെറിച്ചുപോട്ടെ.”

ഇപ്പോൾ വെങ്കപ്പയ്ക്ക് ഒരു കാര്യം മനസ്സിലായി. ഈ താല്ക്കാലിക ഷെഡ്ഡിൽനിന്നും പോകണം. തക്കാളിപോലത്തെ പവനിയെ എങ്ങനെ സംരക്ഷിക്കും? അയാൾക്ക് ചൂടിക്കട്ടിലിൽ കിടന്ന് ശ്വാസംമുട്ടി. ദുഷ്ടന്മാർ അവളെ തട്ടിക്കൊണ്ടുപോയി പീഡിപ്പിക്കുന്നതാലോചിച്ച് അയാളുടെ സിരകളിൽ തീ പടർന്നു.

അയാളെ ഉണർത്താതെ രേണുക പുറത്തിറങ്ങി. പവനിയെ ഒരു നോക്ക് കാണാനോ വെങ്കപ്പയെ സോപ്പിടാനോ എന്തോ ലോറിക്കാരൻ തമിഴൻ ദൂരെ മരച്ചുവട്ടിലിരിക്കുന്നു. അവൾ അവനെ കൈ കാട്ടി വി ളിച്ചു. വിളി കാത്തിരുന്നവണ്ണം അവൻ വേഗത്തിൽ നടന്നുവന്നു.

പട്ടികൾ ചത്തതും വെങ്കപ്പ തലചുറ്റി കിടക്കുന്നതും അവൾ അവനോട് പറഞ്ഞു. അയാളെ ഉണർത്താതെ തന്നെ അവൻ ആ ചത്ത പട്ടികളെ കയറിട്ടുവലിച്ച് ദൂരെ എത്തിച്ചു. തുറിച്ച കണ്ണുകളുമായി അവ കുന്നിൻചരുവിലെ പൊട്ടക്കുഴിയിലേക്ക് വീഴുമ്പോൾ തമിഴനുപോലും ദുഃഖം തോന്നി. നനഞ്ഞ കണ്ണുകളോടെ അവൻ രേണുകയോട് പറഞ്ഞു.

“അമ്മാ അയ്യ ഉണർന്നാൽ ഞാൻ വന്നകാര്യം പറയണ്ട. എന്നെ വഴക്കുപറഞ്ഞ് ഓടിച്ചതാ”

“ശരി. നീ പോ...”

രേണുക അവനെ പറഞ്ഞയച്ച് അകത്തുകയറി പണികളിൽ മുഴുകി. പവനി ഫോൺ കുത്തിക്കൊണ്ടിരുന്നു. കട്ടിലിൽ കിടന്ന് അമ്മ ശേഷിച്ച ഉറക്കം തുടർന്നു...

വെങ്കപ്പ അപ്പോഴും തീ പിടിച്ച സിരകളുമായി ഉറക്കത്തിൽത്തന്നെ യായിരുന്നു. അയാൾ തക്കാളിപ്പാടത്തിലൂടെ നടക്കയും കീടങ്ങളെ പിടി ക്കയും ചെരിഞ്ഞ ചെടികളെ നൂലുകെട്ടി നിവർത്തുകയും ചന്തയിൽ പോവുകയും മറ്റുമായിരുന്നു. എന്നാൽ മറ്റുള്ളവരെ അയാൾ മറന്നുപോയി. അയാൾ ഭൂമിയിലില്ലായിരുന്നല്ലോ.

ആണി

ആണി ഒരു സാധാരണ ആണിയായിരുന്നു. അതിന് ആരുംതന്നെ ഒട്ടും പ്രാധാന്യം കൊടുത്തിരുന്നില്ല. പക്ഷേ, പൊടുന്നനെയാണ് അതിന് ഗൃഹനാഥനോളം അന്തസ്സ് കൈവന്നത്. അതങ്ങനെതന്നെ. ഗൃഹനാഥ നാകട്ടെ, അയാൾ വീട്ടിലുള്ളപ്പോഴൊക്കെയും ആണിയുടെ കീഴെയാണ് തനിക്ക് സ്ഥാനം കല്പിച്ചിരുന്നതുപോലും!

അയാൾ തന്റെ ചെറിയ കുടുംബവുമായി ആ വാടകവീട്ടിലേക്ക് താമസം തുടങ്ങാൻ വരുന്നതിനുമുമ്പേ ആ ആണി അവിടെയുണ്ടായി രുന്നു. ഒരു രാത്രിയിലാണ് അവർ അവിടെ എത്തിയത്. മുറിയുടെ മൊത്തം രൂപം കിട്ടാനായി തീപ്പെട്ടിക്കോലുകൾ ഒന്നിനുപുറകെ ഒന്നായി അവർക്ക് ഉരച്ചുകളയേണ്ടിവന്നു. ആ ജാലകത്തിന്മേൽ തട്ടിക്കൂട്ടിയുണ്ടാക്കിയ ഒരു വിളക്ക്, ഒരു മഷിക്കുപ്പിയിൽ മൂടിക്ക് തുളയിട്ട്, തിരിയിട്ട ഒന്ന് അവരെ കാത്തിരിപ്പുണ്ടായിരുന്നു. അതിലേക്ക് വെട്ടം പകർന്നപ്പോൾ, മുറി ഭാഗി കമായി വെളിച്ചത്തിലായി. നേരെ എതിർവശത്തെ ഭിത്തിയിലേക്കുവീണ വെളിച്ചത്തിൽ ആണിയുടെ വലിയ നിഴൽ പതിഞ്ഞു.

അയാളുടെ ഭാര്യയാകട്ടെ, പെട്ടികൾ അകത്തേക്കെടുത്ത് വയ്ക്കുന്ന തിരക്കിൽ അവളുടെ തല ആണിയിൽ തട്ടിയവേദനകൊണ്ട് ഒരു കര ച്ചിലിലെത്തി.

“ആരാണിവിടെ ആണി തറച്ചത്?”

കോപവും വേദനയും അവളെക്കൊണ്ട് പറയിച്ചു.

“നാളെ രാവിലെതന്നെ ഞാനിത് പിഴുതുകളയും.”

പതിവിൻപടി അവൾ ഒരുപാടുനേരം ആണിയെക്കുറിച്ച് സംസാ രിച്ചുകൊണ്ടിരുന്നു. ആ ക്രൂരകൃത്യം ചെയ്തവന്റെ അച്ഛനെയും മുത്ത ച്ഛനെയും വരെ അവൾ ശപിച്ചു. ഒടുക്കം രണ്ടാമത്തെ ആലോചനയിൽ

അവൾ തന്റെ ആദ്യ അഭിപ്രായങ്ങൾ ഒന്നടങ്കം പിൻവലിച്ച്, അവിടെ ഒടുക്കം താമസിച്ചവരെ, പ്രത്യേകിച്ച് ഗൃഹനാഥനെ, ഓർത്തെടുത്തു. ആ ആണി പ്രധാന വാതിലിന്റെ ഇടതുവശത്തായി തറച്ച അയാളെ നിശിതമായി വിമർശിക്കാൻ തുടങ്ങി.

പൊടുന്നനെ അവളെ ഭർത്താവ് തിരുത്തി.

"ഇവിടെ അവസാനം താമസിച്ചത് ഒരു വിധവയും അവരുടെ നാല് ആൺമക്കളുമായിരുന്നു..."

"എന്നാൽ ഒട്ടും സംശയിക്കണ്ട. ആ മൂത്ത മകൻ തന്നെ. അവന് ഇരുപത്തഞ്ചോ ഇരുപത്താറോ വയസ്സുകാണും. തീർച്ചയായും അവൻ തന്നെ. ആലോചനയില്ലാത്ത വിഡ്ഢികൾ."

"അമ്മാ എനിക്കുറക്കം വരുന്നു..."

നാലു വയസ്സുകാരി കുഞ്ഞുമോൾ അച്ഛന്റെ പിടിവിട്ട് അമ്മയുടെ അടുത്തെത്തി.

"ക്ഷമിക്കൂ മോളേ. നമുക്ക് ആദ്യം ഇതൊക്കെ ഒന്ന് ശരിയാക്കി വയ്ക്കാം. എന്നിട്ട് എന്തെങ്കിലും കഴിക്കാം. നമ്മുടെ കൈയിൽ ബിസ്കറ്റും പഴവുമുണ്ടല്ലോ."

അവൾ കുഞ്ഞിനെ സമാധാനിപ്പിച്ചു.

ഉടമസ്ഥനേല്പിച്ച ആരോ വന്ന് വീടിന്റെ തറയൊക്കെ വൃത്തിയാക്കിയിരുന്നു. അയാൾ കിടക്ക വിരിച്ചിട്ടിരുന്നു. കൂടാതെ രണ്ടു കുടം നിറയെ കുടിവെള്ളവും വെച്ചിരുന്നു. എല്ലാം വെടിപ്പായി ചെയ്തിരിക്കുന്നു.

ഗൃഹനാഥൻ തന്റെ ഷർട്ടൂരി ഒരു മുണ്ടുടുത്ത് ഉന്മേഷവാനായി. ഊരിയ ഷർട്ട് തൂക്കാൻ ഒരു സ്റ്റാന്റോ കൊളുത്തോ തപ്പി. അങ്ങനെ ഒന്ന് അവിടെ എവിടെയും ഇല്ലായിരുന്നു.

"തല്ക്കാലം നിങ്ങൾക്കത് ആ ആണിയിൽ തൂക്കിക്കൂടേ?"

അയാളുടെ ഭാര്യ ഒരു പോംവഴി നിർദ്ദേശിച്ചു.

"അതൊരു നല്ല ആശയമാണല്ലോ."

അയാൾ അതുപോലെ ചെയ്തു. പിറ്റേ ദിവസം മുതൽ ഊരിയിടുന്ന അയാളുടെ വസ്ത്രങ്ങൾ ആണി ഒന്നിനുമീതെ ഒന്നായി ഏറ്റുവാങ്ങി സൂക്ഷിച്ചു. പിന്നീട് ചിലപ്പോൾ വസ്ത്രങ്ങൾക്ക് പകരം, അയാളുടെ മകളുടെ സ്കൂൾ ബാഗോ, ഒരു കുടയോ ഒരെഴുത്തോ ആണിയിൽ തൂങ്ങിക്കിടന്നു, അവയുടെ പ്രാധാന്യമനുസരിച്ച്. പലപ്പോഴും അയാൾ ആ ആണി അവിടെ തറച്ചവനെ മനസ്സുകൊണ്ട് അഭിനന്ദിക്കുകയും ചെയ്തു.

അയാളുടെ അഭിപ്രായത്തിൽ അവനൊരു ബുദ്ധിമാൻ തന്നെ. ഒരാണിയുടെ ഉപയോഗങ്ങൾ മുൻകൂട്ടി കാണാൻ കഴിഞ്ഞ ജീനിയസ്. ഒരു ദിവസം, ഒരല്പം ധൈര്യം സംഭരിച്ച് അയാൾ ഭാര്യയോട് ആണിയെക്കുറിച്ച് സംസാരിച്ചു. തുറന്ന മനസ്സോടെ ചിരിച്ചുകൊണ്ടവൾ പറഞ്ഞു.

"ഞാൻ നിങ്ങളോട് പറയണമെന്ന് വിചാരിച്ചിരിക്കുകയായിരുന്നു. നമ്മൾ എത്രയും പെട്ടെന്ന് വസ്ത്രങ്ങൾ അഴിച്ചു തൂക്കുന്ന ഒരു സ്റ്റാന്റും അലക്കിയ തുണികൾ വയ്ക്കാൻ ഒരു അലമാരയും വാങ്ങണം.

ആണിയിൽ വസ്ത്രങ്ങൾ തൂക്കിയിടുന്നത് അന്തസ്സില്ലാത്ത പണിയാണ്."

അയാൾ പൂർണ്ണമായ മൗനം പാലിച്ചു. പിറ്റേന്നുതന്നെ സ്റ്റാന്റും അലമാരയും വീട്ടിലെത്തി. എന്നിട്ടും നഴ്സറി ബാഗ് ആണിയിൽത്തന്നെ തൂങ്ങിക്കിടന്നു. മകൾ വലുതാവുന്തോറും ഓരോ കൊല്ലവും അവളുടെ ബാഗുകൾ വലുതായിക്കൊണ്ടിരുന്നു എന്നുമാത്രം. ഒരുപാട് പുസ്തകങ്ങൾ കുത്തിനിറച്ച അവ ഗർഭിണികളെപ്പോലെ തോന്നിച്ചു. അച്ഛന് പലപ്പോഴും ഭയംതോന്നി– ആ ആണിയെങ്ങാനും പറിഞ്ഞുപോരുമോ? അത്രയ്ക്ക് ഭാരമാണത് വഹിക്കുന്നത്!

എന്തായാലും അങ്ങനെ സംഭവിച്ചില്ല.

സ്കൂൾ പഠനം കഴിഞ്ഞ മകൾ തനിക്ക് സ്വന്തമായി ഒരു മേശവേണമെന്ന ആവശ്യമുന്നയിച്ചു. അങ്ങനെ മേശയുടെ ഒരു കോണിൽ അവളുടെ ബാഗും സ്ഥാനം പിടിച്ചു.

ആണി ചുവരിൽത്തന്നെ നിലകൊണ്ടു. കറന്റുപോകുന്ന അവസരത്തിൽ, അയാളുടെ ഭാര്യ ഒരു വിളക്ക് ആ ആണിയിൽ തൂക്കും. അവരുടെ ഉയർച്ച താഴ്ചകൾക്കൊക്കെയും ആണി ഒരു മൂകസാക്ഷിയായി. അയാളുടെ മകൾ അയൽപട്ടണത്തിലെ ഒരു സ്കൂൾ മാസ്റ്ററെ വിവാഹം കഴിച്ചപ്പോൾ, രണ്ടുപേരുടെയും കല്യാണമാലകൾ ഭംഗിയായി സൂക്ഷിക്കേണ്ട ബാദ്ധ്യതയും ആണിക്കായിരുന്നു. പിന്നീട് വാടിയ മാലകൾ കഴുത്തിലിട്ട് വരനും വധുവും പടിയിറങ്ങിയപ്പോൾ ആണിക്ക് പുതിയൊരു പണികിട്ടി. ഒരു ലോഹവളയത്തിൽ കൊരുത്തിട്ട ഒരുകൂട്ടം താക്കോലുകൾ ആണിയിൽ തൂങ്ങിക്കിടന്നു. അതിൽ ഉപയോഗിക്കുന്നവയും ഉപയോഗശൂന്യമായവയും ഉണ്ടായിരുന്നു. തുടക്കത്തിൽ വീടിന്റെ താക്കോൽ മാത്രമായിരുന്നു വളയത്തിൽ, ഷെൽഫിന്റെ താക്കോലും മേശയുടെ താക്കോലും അലമാരയുടെയും കബോഡിന്റെയും ഒടുക്കം സ്കൂട്ടറിന്റെയും അതിനോടൊപ്പം ചേർന്ന് ആണിയുടെ മെലിഞ്ഞ കഴുത്തിന് അധികഭാരം ചാർത്തിക്കൊടുത്തു. പഴയ ചുമരിനും ആണിയെ ചുമക്കാനുള്ള ആരോഗ്യം പഴയതുപോലെ ഇല്ലായിരുന്നു. പതിയെ ആണി തറച്ച ദ്വാരം വലുതായിക്കൊണ്ടിരുന്നെങ്കിലും അതാരും കണ്ടില്ല.

ഒരു ദിവസം രണ്ടു കുഞ്ഞനുറുമ്പുകൾ ഒരു പല്ലിയിൽനിന്നും രക്ഷപ്പെടാനുള്ള തത്രപ്പാടിൽ ആ ദ്വാരത്തിൽ കയറിയൊളിച്ചു. പല്ലിയാകട്ടെ, ഉറുമ്പുകൾ പുറത്തിറങ്ങുന്നതും കാത്ത് മേൽക്കൂരയിൽ പതുങ്ങിയിരുന്നു. എന്നാൽ ഉറുമ്പുകൾ, മാളം സുഖകരമാണെന്ന് കണ്ട് അവിടെ സ്ഥിരവാസമാക്കി. മുകളിലിരുന്ന് പല്ലി എല്ലാം നിരീക്ഷിച്ചുകൊണ്ടിരുന്നു. ഉറുമ്പുകൾ രണ്ട് കൂലിയുറുമ്പുകളുടെ സഹായത്തോടെ മാളം വലുതാക്കിക്കൊണ്ടിരിക്കയായിരുന്നു എന്ന് പല്ലി മനസ്സിലാക്കി.

ഊണും ഉറക്കവുമില്ലാതെ ഒരേ സ്ഥാനത്തുതന്നെ ദിവസങ്ങളോളം കുത്തിയിരുന്ന് പല്ലി തളർന്നു. ഒരു ദിവസം ബാലൻസ് തെറ്റി അത് താഴേക്ക് പതിച്ചു. അതൊരു ഭയങ്കര പതനമായിരുന്നു! ഭാഗ്യവശാൽ കൃത്യസമയത്ത് മുറി മുറിച്ചുകടന്ന അമ്മ ആ പല്ലിയെ നിലത്ത് വീഴാതെതാങ്ങി.

അങ്ങനെയാണ് പല്ലി നിലത്തു വീഴുന്നതിനു പകരം അവരുടെ തലയിൽ വീണത്. രക്ഷപ്പെടാനുള്ള തിടുക്കത്തിൽ പല്ലി അവരുടെ തലയിൽനിന്നും തോളിലേക്ക് ഊർന്നിറങ്ങുകയും അവിടെനിന്ന് ഇഴഞ്ഞുപോകുകയും ചെയ്തു.

തന്റെ തലയിൽ വീണതെന്താണെന്ന് തിരിച്ചറിഞ്ഞ അവർ പെട്ടെന്ന് നിലവിളിക്കുകയും ഈ വീഴ്ചയോടനുബന്ധിച്ച എല്ലാ ദുശ്ശകുനങ്ങളും ഓർക്കുകയും ചെയ്തു. തുടർന്നുള്ള ദിവസങ്ങളിൽ എന്തെങ്കിലും ദുരന്തം സംഭവിക്കുമെന്ന് ഉറപ്പിച്ച് അതിനായി കാത്തിരുന്നു. ഒന്നും സംഭവിക്കാതിരുന്നതിനാൽ ക്രമേണ അവരത് മറന്നുപോയി.

രണ്ടു വർഷങ്ങൾക്കുശേഷം, ഒരാക്സിഡന്റിൽ പെട്ട് ഗൃഹനാഥന് ജീവൻ നഷ്ടപ്പെട്ടു. അതിനുശേഷം സ്കൂട്ടർ താക്കോലിന്റെ ഭാരം ആണിയിൽനിന്നും മാറ്റപ്പെട്ടു. അടുത്ത പതിനാലു ദിവസം ആണി പലതിനും മൂകസാക്ഷിയായി. ചടങ്ങുപ്രകാരം നടത്തിയ ഗൃഹനാഥന്റെ സംസ്കാരം, അമ്മയുടെയും മകളുടെയും വിലാപം, ബന്ധുജനങ്ങളുടെ നിലയ്ക്കാത്ത പ്രവാഹം എന്നിവയൊക്കെ കാണുന്നുണ്ടെങ്കിലും ആണിക്ക് കൃത്യമായൊന്നും മനസ്സിലായില്ല. ഗൃഹജീവിതത്തിന്റെ ആവർത്തനരീതിയിൽ പെട്ടെന്നൊരു വിരാമം വരാൻ കാരണം അച്ഛന്റെ അഭാവം മാത്രമാണെന്ന് ആ ആണിക്ക് തോന്നി.

എന്നാൽ, ഏതാനും ദിവസങ്ങൾക്കകം വീട് പഴയ രീതിയിലെത്തി. കാരണം മകളും അദ്ധ്യാപകനായ ഭർത്താവും വിധവയായ അമ്മയോടൊപ്പം സ്ഥിരതാമസമാക്കി. മരുമകൻ വാടകവീട് ഉടമസ്ഥനിൽനിന്ന് വിലയ്ക്ക് വാങ്ങി. പിന്നീട് വീടിന്റെ മുഖച്ഛായ തന്നെ മാറ്റി. പൂമുഖവും സ്വീകരണമുറിയും പുതുക്കിപ്പണിതു. അവരുടെ ബെഡ്റൂം വലുതാക്കി.

ആണിയിൽ തൂക്കിയിരുന്ന എല്ലാ താക്കോലുകളും അവിടെനിന്നും എടുത്തുമാറ്റിയ മരുമകൻ അവയൊക്കെ ഷെൽഫിൽ വെച്ച് പൂട്ടി. അമ്മായിയച്ഛന്റെ ചിരിക്കുന്ന ഫോട്ടോ അയാൾ വലുതാക്കി ഫ്രെയിം ചെയ്തുകൊണ്ടുവന്നു. ന്യൂസ് പേപ്പർ പൊതി അഴിക്കുന്നതിനിടയിൽ അയാൾ അമ്മായിയമ്മയോട് ചോദിച്ചു.

"അമ്മേ നമ്മളിതെവിടെ തൂക്കും?"

വെളുത്ത സാരിയുടുത്ത് വാതില്ക്കൽ നിന്നിരുന്ന അവർ കുറച്ചുനേരം ആലോചിച്ച് ഒരു നിർദ്ദേശം വച്ചു.

"മോനേ അവിടെ അതാ ഒരാണി. അവിടെ തൂക്കാം. അപ്പോൾ ഓരോരുത്തർക്കും തോന്നും അച്ഛൻ തന്നെയാണ് നോക്കുന്നതെന്ന്. അച്ഛന് എല്ലാവരെയും കണ്ടുകൊണ്ടിരിക്കാമല്ലോ."

മരുമകൻ ഫോട്ടോ അവിടെത്തന്നെ തൂക്കിയിട്ടു. അയാൾ അമ്മയോടന്വേഷിച്ചു.

"നന്നായിട്ടില്ലേ?"

"നീ അച്ഛനെ ഓർക്കുന്നതുതന്നെ സന്തോഷം."

അതുംപറഞ്ഞ് അമ്മായിയമ്മ അവരുടെ ചെറിയ മുറിയിലേക്ക് ഉൾവ

ലിഞ്ഞു. ഭർത്താവിനെക്കുറിച്ച് ഓർമ്മിച്ച് കണ്ണുനിറയുമെന്ന് അവർക്കെല്ലാം അറിയാമായിരുന്നു. അമ്മയുടെ ഏകാന്തതയിൽ, തന്റെ ജീവിത പങ്കാളിയൊന്നിച്ച് ചെലവഴിച്ച ദിനങ്ങൾ ഓർമ്മിച്ചു. അവരുടെ ഭർത്താവാകട്ടെ, ഇമ പൂട്ടാതെ ഫോട്ടോയിലിരുന്ന് അവരെത്തന്നെ നോക്കിക്കൊണ്ടിരുന്നു. അവരുടെ വിഭവങ്ങളെപ്പോലെ തന്നെ അവരുടെ സാരിയും നിറം കെട്ടതായിക്കൊണ്ടിരുന്നു. തന്റെ ചെറിയ മുറിയുടെ വിസ്തൃതിയിൽ അവർ സ്വയം തളച്ചിടാൻ ശ്രമിച്ചു. പുറത്ത്, ജാലകത്തിന്നരികിൽവന്ന് സൂര്യനും ചന്ദ്രനും അവരെ അന്വേഷിച്ചു. മഴയും കാറ്റുമാകട്ടെ, അവരുടെ ജാലകപ്പാളിയിൽ മുട്ടിവിളിച്ചുകൊണ്ടേയിരുന്നു. അവരുടെ റോസാച്ചെടി കരിഞ്ഞുപോയി.

ഉറുമ്പിൻ കോളണിയെ പേടിച്ച് പല്ലി ഒരു ഇരുണ്ട മൂലയിൽത്തന്നെ ഒളിച്ചിരുന്നു. ആരും അതിനെ കണ്ടില്ലെങ്കിലും അതെല്ലാം കാണുന്നുണ്ടായിരുന്നു. അച്ഛന്റെ ഫോട്ടോയുടെ പിന്നാമ്പുറം തണുപ്പുള്ള ഒരിടമായിരുന്നു പല്ലിയെ സംബന്ധിച്ചിടത്തോളം. അവിടെയായിരുന്നു അതിന്റെ ഒളിച്ചുകളി. ആ ഉറുമ്പുകളാകട്ടെ അപ്പോഴേക്കും ആണിപ്പൊത്തിലൂടെ, അടുക്കള ഷെൽഫിലേക്ക് ഒരു ഇടനാഴി തന്നെ തുരന്നുണ്ടാക്കി. ആ കുറുക്കുവഴിയിലൂടെ അവ അകത്തേക്കും പുറത്തേക്കുമായി സദാ സഞ്ചരിച്ചുകൊണ്ടിരുന്നു. എടുത്താൽ പൊങ്ങാത്ത ധാന്യമണികൾ കൂലിക്കാരെവച്ച് പൊടിച്ച് പൊത്തുകളിൽ അവ സൂക്ഷിച്ചുവച്ചു. അടുക്കളമാലിന്യത്തിൽനിന്നും ചിലപ്പോൾ ഒരു പാറ്റച്ചിറകോ, കാലോ അവ കൊണ്ടുവരുമായിരുന്നു. അന്നൊരു സദ്യതന്നെയാണവയ്ക്ക്. അന്ന് അമ്മ അടുക്കള വൃത്തിയാക്കുകയും ഭക്ഷണമെന്തെങ്കിലും പാകം ചെയ്തിരിക്കുകയുമാവാം. സ്വന്തം കൈകളിൽ അച്ഛന്റെ ഫോട്ടോയുമായി പതിയെപ്പതിയെ ആണി താഴോട്ടൂർന്നിറങ്ങാൻ തുടങ്ങി. താണുതാണ് അത് തറയിൽ വീണു. ഫോട്ടോയുടെ കണ്ണാടി പൊട്ടിത്തകർന്നു. നാലു വശങ്ങളിലെയും ഫ്രെയിം ബന്ധംവിട്ടു. പല്ലി അപ്രതീക്ഷിതമായി കടുത്ത വെട്ടത്തിലേക്ക് എടുത്തെറിയപ്പെട്ടു. അതിന്റെ വെപ്രാളത്തിൽ അത് സൂത്രക്കാരി കാക്കയുടെ വായിലേക്കുതന്നെ നേരെ കയറി. അന്നു രാത്രി ഉറക്കത്തിൽ അമ്മ മരിച്ചു.

യാത്ര

നാൽക്കവലയിൽ നില്ക്കുമ്പോഴായിരുന്നു അവൾക്ക് ഇടതു നെഞ്ചിൽ ഒരു ചെറിയ വേദന തോന്നിയത്.

"ഇതൊരു ഹാർട്ട് അറ്റാക്കിന്റെ തുടക്കമാണ്."

അവൾ ഉറപ്പിച്ചു. ഉടൻതന്നെ അവൾ തന്റെ കുടുംബത്തെ ഓർത്തു. കുട്ടികൾ, ബാങ്ക് ബാലൻസ്, അന്ന് വരാതിരുന്ന വേലക്കാരി, പാതിവെന്തിരിക്കുന്ന ഉച്ചഭക്ഷണം, വാഷിങ് മെഷീനിൽ പാട്ടുകേട്ട് തിരിഞ്ഞുകൊണ്ടിരിക്കുന്ന വസ്ത്രങ്ങൾ, വളർത്തുമൃഗങ്ങൾ, വൈകുന്നേരത്തെ ദാഹജലം കാത്തിരിക്കുന്ന ചെടികൾ, എന്തിനേറെ അവളുടെ വീടിനോട് ചേർന്നുനില്ക്കുന്ന മരത്തിൽ തൂങ്ങിക്കിടന്ന് വീട്ടുകാരെയും നാട്ടുകാരെയും ഭീഷണിയുടെ മുൾമുനയിൽ നിർത്തിക്കൊണ്ടിരിക്കുന്ന ആ തേനീച്ചക്കൂട് വരെ അവളുടെ സ്മൃതിമണ്ഡലത്തിലൂടെ നിമിഷനേരംകൊണ്ട് കടന്നുപോയി. കൂടാതെ അവളുടെ ഓർമ്മയിലേക്ക് അവളുടെ സമ്മതം കൂടാതെ കയറിവന്ന സഹപാഠികൾ, അദ്ധ്യാപകർ, സഹപ്രവർത്തകർ എന്നിവരും. എല്ലാത്തിൽനിന്നും രക്ഷപ്പെടാനുള്ള തിരക്കിൽ അവളൊരു പുൽമേട്ടിലൂടെ ഓടിക്കൊണ്ടിരിക്കുന്ന ഒരു തീവണ്ടിയിലിരുന്ന് വിദൂരവും അപരിചിതവുമായ ഏതോ ദേശത്തേക്ക് പോയ്ക്കൊണ്ടിരിക്കയുമായിരുന്നു...

ഇതെല്ലാം സംഭവിച്ചത് അവളുടെ വീഴ്ചയ്ക്ക് അഞ്ചുമിനിറ്റ് മുമ്പായിരുന്നു.

അപ്രതീക്ഷിതമായി ഒരു വീഴ്ച. അവൾ ബസ്സ്റ്റോപ്പിലേക്കായി നാൽക്കവലയിൽ എത്തിയതായിരുന്നു. അവിടെനിന്നാണവൾ നീല ബസ് പിടിച്ച് മാർക്കറ്റിലേക്കും ചുമന്ന ബസ് പിടിച്ച് കുട്ടികളുടെ സ്കൂൾ മീറ്റിങ്ങിനും പോയിരുന്നത്. വീഴ്ചയുടെ സമയത്ത് ഏതാനും ആണു

ങ്ങൾ ഉയരം കുറഞ്ഞ ഒരു ബെഞ്ചിലിരുന്ന് ഏതോ പ്രാദേശിക സംഭവ ത്തെക്കുറിച്ച് ഉറക്കെയുറക്കെ സംസാരിക്കുന്നതായും അവൾ കേട്ടിരുന്നു— അപരിചിതയായ ഒരു സ്ത്രീ ആകസ്മികമായി തങ്ങൾക്ക് മുന്നിൽ വന്നു വീണപ്പോൾ അവർ ഒരു നിമിഷം സ്തബ്ധരായിപ്പോയി. അതിന്റെ ഗൗരവം പൂർണ്ണമായും ഉൾക്കൊണ്ട് അവർ എഴുന്നേറ്റു. സമീപത്തുള്ള കടക്കാരെയും തെരുവ് കച്ചവടക്കാരെയും ഓട്ടോഡ്രൈവർമാരെയും കാൽ നടയാത്രികരെയും സഹായത്തിനു വിളിച്ചു. വന്നുകൂടിയവർ വലയം സൃഷ്ടിച്ച് അഭിപ്രായപ്രകടനങ്ങൾ നടത്തി. ഹോസ്പിറ്റലിൽ കൊണ്ടു പോകണമെന്നൊരാൾ. എന്നാൽ അതാരാണെന്നറിഞ്ഞിട്ടുമതി എന്ന് ഒരു മുതിർന്ന സ്ത്രീ. വേറെ ചിലർ ഒരു കുപ്പിവെള്ളം വാങ്ങിച്ച് അവരുടെ മുഖത്ത് തളിച്ച് ബോധത്തിലേക്കുണർത്താൻ ശ്രമിക്കുന്നു. വലയത്തിന്റെ വ്യാപ്തികൂടുകയും റോഡിൽ ചെറുതായി ഗതാഗത തടസ്സമുണ്ടാകുകയും ചെയ്തു. ആരോ ഒരു കടലാസ് വിശറിയാക്കി അവരെ വീശിക്കൊണ്ടി രുന്നു.

"ചേട്ടാ എന്റെ ഓട്ടോയിൽ വേണേൽ കൊണ്ടുപോകാം."

ഓട്ടോ ഡ്രൈവർ റെഡിയായിക്കഴിഞ്ഞു.

"വേണ്ട. ടാക്സി വിളിച്ചിട്ടുണ്ട്."

കടക്കാരൻ അറിയിച്ചു.

ബുദ്ധിമതിയാണെന്ന് തോന്നുംവിധം വൃദ്ധ എല്ലാവരോടുമായി പറഞ്ഞു.

''വിഡ്ഢിത്തം കാട്ടരുത്. അതാരാണെന്നു വച്ചാ നിങ്ങൾ കൊണ്ടുപോകുന്നത്? ആദ്യം അവർ ആരാണെന്നറിയട്ടെ."

"അവരുടെ ബന്ധുക്കളെ അറിയിക്കേണ്ടേ? എങ്ങനെ?"

"അതത്ര എളുപ്പമല്ല."

പക്ഷേ, വൃദ്ധ ഒരു പോംവഴി നിർദ്ദേശിച്ചു.

"നമുക്കിവളുടെ വാനിറ്റി ബാഗൊന്ന് പരിശോധിച്ചാലോ? ആരാ ണെന്ന് ഒരു തുമ്പുകിട്ടും"

"അതല്ല ആർക്കെങ്കിലും ഈ മുഖം പരിചയമുണ്ടോ എന്ന് നോക്കൂ. എങ്കിൽ കാര്യം എളുപ്പമായിക്കഴിഞ്ഞു."

അത് പറഞ്ഞത് ബ്രൗൺ ഷർട്ടിട്ട ഒരു മദ്ധ്യവയസ്കനായിരുന്നു. ആരും അയാളെ ഗൗനിക്കുന്നില്ലെന്നുകണ്ട് അയാൾ സ്വയം കുനിഞ്ഞു നിന്ന് അവരെ സസൂക്ഷ്മം നിരീക്ഷിച്ചു. അവളുടെ മുടി ഉടനടി ഡൈ ചെയ്യേണ്ടതാണെന്നും അവൾ വിളറിയിരിക്കുന്നെന്നും കണ്ട് അയാൾ തലയുയർത്തി. ആ വാനിറ്റി ബാഗ്, പതിവിലധികം സാധനങ്ങൾ കുത്തി നിറച്ച്, വീർത്തുന്തിയിരുന്നു. ജീൻസിന് വലിയ കുഴപ്പമില്ല, പക്ഷേ, ടോപ്പ് പഴയതാണ്. മടമ്പുന്തിയ ചെരുപ്പ് പറയുന്നു അവൾ ഏതോ ജോലി ചെയ്യു ന്നവളാണെന്ന്. മോതിരവിരലിൽ വിവാഹമോതിരം കണ്ടതോടെ അയാൾ തൃപ്തനായി.

ആ പ്രായംചെന്ന സ്ത്രീ, ബാഗ് തുറന്ന് കണ്ണടയെടുത്ത് മൂക്കിൽ

കയറ്റിവച്ചു. അവളുടെ ബാഗ് കൈയിലെടുത്ത് മൊബൈലിന് വേണ്ടി തപ്പി. മൊബൈലിൽ കോൺടാക്റ്റ്സ് കണ്ടെത്തി. ഓരോന്നായി വായിക്കാൻ തുടങ്ങി. വേറൊരു സ്ത്രീ ബാഗിൽനിന്നും ഏതാനും കടലാസു കഷണങ്ങൾ എടുത്ത് തിരിച്ചും മറിച്ചും നോക്കി പറഞ്ഞു.

"ഓ ഈ കടലാസ് എന്തോ രാഷ്ട്രീയ നോട്ടീസുകളാണ്. രാഷ്ട്രീയക്കാരിയാണെന്ന് തോന്നുന്നു."

"അതത്ര കാര്യമാക്കാനില്ല. പെണ്ണുങ്ങൾ രാഷ്ട്രീയത്തിൽ ഇറങ്ങിയാലും നേതാവാകാനൊന്നും പോകുന്നില്ല."

"അതായത് ചെമ്മീനിനെക്കുറിച്ചുള്ള ആ പഴഞ്ചൊല്ലുതന്നെ."

ആരോ കമന്റടിച്ചു.

"അതെന്താ?"

ഉദ്വേഗംപൂണ്ട മറ്റൊരാൾ അക്ഷമനായി.

"ഓ അതോ... കേട്ടിട്ടില്ലേ? ചെമ്മീൻ ചാട്യാ മുട്ടോളം, പിന്നെച്ചാട്യാ ചട്ടീല്."

സംഘർഷഭരിതമായ ആ സമയത്തും ഏതോ ഒരുവൻ അടക്കിച്ചിരിച്ചു.

"നല്ല തമാശ."

മുതിർന്ന സ്ത്രീ അയാളെ രൂക്ഷമായി നോക്കി അവന്റെ വായടപ്പിച്ചു.

"നമുക്ക് ഈ ഫോൺ നമ്പറുകളിൽനിന്നും എന്തെങ്കിലുമൊരു സൂചന കിട്ടാതിരിക്കില്ല."

കട്ടിക്കണ്ണടവെച്ച ഒരു ചെറുപ്പക്കാരൻ പെട്ടെന്നവരുടെ കൈയിൽനിന്നും ആ ഫോൺ തട്ടിപ്പറിക്കുകയും കോൺടാക്ട് തുറന്നുനോക്കുകയും ചെയ്തു.

വല്ലാത്ത ചെറുക്കൻ. ഒരു മര്യാദയുമില്ല. അല്ലെങ്കിലവൻ ഫോൺ തട്ടിപ്പറിക്കുന്നതിനുമുമ്പ് എന്റെ സമ്മതം ചോദിക്കുമായിരുന്നില്ലേ എന്ന ചിന്തയോടെ അവനെ നോക്കി. ഉടൻതന്നെ, വാനിറ്റി ബാഗ് എവിടെയാണെന്നവർ തിരഞ്ഞു. ഒരുവൻ ബാഗ് തുറന്ന് തിരക്കിട്ട് അതിനകത്തെ വസ്തുക്കൾ പരിശോധിക്കുന്നു.

"ഛെ! താ. ഒരു സ്ത്രീയുടെ ബാഗ് തുറക്കുന്നതും പരിശോധിക്കുന്നതും നല്ല കാര്യമല്ല. നിനക്കെന്താ വട്ടാണോ?"

വൃത്തികെട്ടവൻ എന്ന് പറയാനുദ്ദേശിച്ചെങ്കിലും അവർ വട്ടിൽ കാര്യം ഒതുക്കി. അവനെ പരിഹസിച്ചുകൊണ്ടവർ ചെറുപ്പക്കാരനോട് സ്വരം താഴ്ത്തി പറഞ്ഞു.

"നീ അതിൽ കാണുന്നതൊക്കെ ഒന്നുറക്കെ വായിക്ക്."

"ശരി. ഞാൻ വായിക്കുന്നു അമ്മേ... പക്ഷേ, ഒരു പ്രശ്നം. ബന്ധുക്കളെന്ന് തോന്നുന്നവരുടെ നമ്പറുകളൊന്നും കാണുന്നില്ല."

"എന്നാൽ കാണുന്നത് വായിക്കൂ. വേഗം."

അവന്റെ മുഖം ചുവന്നു.

"അടുക്കള, പ്ലമ്പർ, ഇലക്ട്രീഷ്യൻ, ഫ്രിഡ്ജ് റിപ്പയർ, ഡ്രൈവർ, മേസൺ, പെയിന്റർ, ടെയ്‌ലർ, ഡോക്ടർ, പോസ്റ്റോഫീസ്, ചിക്കൻ സ്റ്റാൾ, ടാക്സ് പ്രാക്ടീഷണർ, മിൽക്ക് ബൂത്ത്, പൊലീസ്, ഗ്യാസ്, ആംബുലൻസ്, വക്കീൽ, മെയ്ഡ്, ബാങ്ക്, ബ്യൂട്ടി പാർലർ, ഹെഡ്‌മിസ്ട്രസ്..."

അവന്റെ ലിസ്റ്റ് തീർന്നിരുന്നില്ല. അതിനുമുമ്പേ ആളുകൾ അടക്കിച്ചിരിച്ചുകൊണ്ടിരുന്നു. ആ വൃദ്ധയുടെ ഒറ്റ നോട്ടം മതിയായിരുന്നു അവരുടെ ചിരി നില്ക്കാൻ.

"ഇതൊക്കെ ഒരു ഗൃഹനാഥയ്ക്ക് അത്യാവശ്യം വേണ്ട നമ്പറുകളാണ്. ഇതിലിത്ര ചിരിക്കാനില്ല... നിങ്ങളൊക്കെ സൂക്ഷിക്കേണ്ട നമ്പറുകളാ സ്ത്രീകൾ സൂക്ഷിക്കുന്നത്."

അവർക്ക് അവളോട് അനുകമ്പ തോന്നി. എത്രമാത്രം കഷ്ടപ്പെടുന്നു അവൾ. ഈ പറഞ്ഞ നമ്പറുകാരെ എത്രതവണ വിളിച്ചാലാണ് ഒന്നുവന്നുകിട്ടുക!

"നീ സ്വയം വായിച്ചുനോക്കി ഏതെങ്കിലും വ്യക്തികളുടെ നമ്പറുണ്ടോ എന്ന് പറയൂ."

ഇനി എന്തു ചെയ്യണം എന്നവർ തിരക്കിട്ടാലോചിച്ചു. ആരാണെന്നറിയാനുള്ള വഴികൾ അടഞ്ഞ സ്ഥിതിക്കിനി ആശുപത്രി തന്നെ.

കുറേ നേരമായി ടാക്സി കാത്തുകിടക്കുന്നു. അക്ഷമനായ ഡ്രൈവർ മൂന്നാമത്തെ സിഗരറ്റും വലിച്ചുതീർത്തിരിക്കുന്നു.

"എന്നാലിനി ഒന്നും നോക്കാനില്ല. അവരെ എത്രയും വേഗം ഹോസ്പിറ്റലിൽ എത്തിക്കൂ. അവർക്ക് ഏറ്റവും നല്ല ശുശ്രൂഷ തന്നെ കിട്ടണം."

ചെറുപ്പക്കാരനും ബ്രൗൺ ഷർട്ടിട്ട മനുഷ്യനും കൂടെ വീണുകിടക്കുന്ന സ്ത്രീയെ താങ്ങിയെടുത്ത് ഡ്രൈവറുടെ സഹായത്തോടെ കാറിന്റെ പിൻസീറ്റിൽ കിടത്തി. അവളാകട്ടെ ഒരു മരക്കഷണം കണക്കെ നിശ്ചലയായിരുന്നു പുതു ജീവന്റെ നാമ്പുകളില്ലാത്ത ഒരുണക്ക മരം.

അവളുടെ കാലുകൾ ശ്രദ്ധാപൂർവ്വം നീക്കി ചെറുപ്പക്കാരൻ വൃദ്ധയെ ക്ഷണിച്ചു.

"അമ്മ പിന്നിൽ കയറിക്കോളൂ. ഞാൻ മുമ്പിലിരിക്കാം."

തന്റെ കട്ടിക്കണ്ണട ഒരു കൈകൊണ്ട് ശരിയാക്കി കാറിന്റെ പിൻവാതിൽ തുറന്നുപിടിച്ച് അവൻ നിന്നു. എന്നാൽ അവന്റെ ക്ഷണം നിരസിച്ച് വൃദ്ധ പറഞ്ഞു.

"ഇല്ല. ഞാൻ വരുന്നില്ല. എനിക്കുടനെ വീട്ടിലെത്തേണ്ടതുണ്ട്. എന്നെ മാർക്കറ്റിലേക്കയച്ചതാണ്. ഞാൻ ചെന്നിട്ടുവേണം ഊണൊരുക്കാൻ..."

അവർ പറഞ്ഞുതീർത്ത ഉടൻ വലിയ വലയം തീർത്തിരുന്നവർ ഓരോരുത്തരായി പിരിഞ്ഞുപോകാൻ തുടങ്ങി. ഏതാനും നിമിഷങ്ങൾക്കുള്ളിൽ, ചെറുപ്പക്കാരനും ബ്രൗൺ ഷർട്ടിട്ട മനുഷ്യനും ഡ്രൈവറും മാത്രമായി ആൾക്കൂട്ടം ചുരുങ്ങി. നിരാശയോടെ ചെറുപ്പക്കാരൻ പറഞ്ഞു.

"പ്ലീസ്. ആരെങ്കിലും എന്റെ കൂടെ വരൂ. പ്ലീസ്..."

അവൻ ബ്രൗൺ കോട്ടിട്ട മനുഷ്യന്റെ നേരെ പ്രതീക്ഷയോടെ നോക്കി.

"അവരെ ഇങ്ങനെ ഇട്ടിട്ടുപോകുന്നത് മോശമല്ലേ, ഇത് നിങ്ങളുടെയോ എന്റയോ അമ്മയ്ക്കും സംഭവിക്കാവുന്നതല്ലേ?... നിങ്ങൾ എന്തൊരുതരം മനുഷ്യരാണ്?"

നിസ്സഹായതയുടെ ചങ്ങല അവനെ ഞെരുക്കിക്കൊണ്ടിരുന്നു.

ബ്രൗൺ ഷർട്ടിട്ട മനുഷ്യൻ അവന്റെ തോളിൽ അമർത്തിപ്പിടിച്ച് അവനോട് പറഞ്ഞു.

"ആരും വരില്ല. ആശുപത്രികളിൽ ഒരുപാട് വിവരങ്ങൾ കൊടുക്കേണ്ടിവരും. ഇത്തരം കാര്യങ്ങളെക്കുറിച്ചറിയാതെയാണ് നീ ഇങ്ങനെ പറയുന്നത്. അത്തരം നൂലാമാലകളൊക്കെ അറിയുന്നതുകൊണ്ടാണ് അവർ പോയത്."

"എന്ത് നൂലാമാലകൾ?"

"നീ രോഗിയെക്കുറിച്ച് മുഴുവൻ വിവരങ്ങളും കൊടുക്കണം. ഞാനുദ്ദേശിച്ചത്, അവളുടെ പേര്. അഡ്രസ്, വയസ്സ്, അസുഖം, വിവാഹിതയാണോ, ബന്ധം വിട്ടതാണോ, കോൺടാക്ട് നമ്പർ തുടങ്ങിയവ. നിനക്കതിന് പറ്റുമോ?"

ചെറുപ്പക്കാരനെ ഒരു വിഷമസന്ധിയിലാക്കിക്കൊണ്ട് ബ്രൗൺ ഷർട്ടുകാരൻ പറഞ്ഞുതീർന്നതും പാതയോരത്തുകൂടെ നടന്നുനീങ്ങി. ഏതാനും സെക്കന്റുകൾ അയാളെത്തന്നെ നോക്കിനിന്ന അവന്റെ മനസ്സിലൂടെ കടന്നുപോയതെന്താണെന്ന് പറയാതെ തന്നെ ഊഹിക്കാം.

പെട്ടന്നവൻ തിരിഞ്ഞ് ഡ്രൈവറോടായി പറഞ്ഞു.

"നമുക്ക് സിറ്റി ഹോസ്പിറ്റലിലേക്ക് പോകാം."

കാർ നഗരത്തിന്റെ വടക്കുഭാഗം ലക്ഷ്യമാക്കി കുതിച്ചു.

ഒരു നിമിഷം അവൻ തന്റെ അമ്മയെക്കുറിച്ചോർത്തു. ഭർത്താവിനാൽ ഉപേക്ഷിക്കപ്പെട്ടശേഷം എത്ര പാടുപെട്ടാണ് അവരവനെ വളർത്തിയത്. സ്വന്തം കുടുംബം, കുട്ടികൾ, ബാങ്ക് ബാലൻസ്, വീട്ടുജോലിക്കാർ, ഉച്ചഭക്ഷണം എന്നിവയെല്ലാം അവരുടെ തലയിൽ ഭാരം കയറ്റിക്കൊണ്ടിരിക്കുന്നു എന്നവർ എപ്പോഴും പിറുപിറുക്കും.

അപ്പോൾ ഡ്രൈവർ അവനെ നോക്കി ചിരിച്ചു. അതിന്റെ അർത്ഥം പേഴ്സിന് കനമുണ്ടോ എന്നാണ് എന്നവൻ തിരിച്ചറിഞ്ഞു. അർത്ഥഗർഭമായൊന്നു മൂളാനേ അവന് കഴിഞ്ഞുള്ളു.

ചരിത്രത്തിൽ ഇല്ലാത്തവർ

പലപ്പോഴും ഭക്ഷണത്തിൽ കൈവയ്ക്കുമ്പോഴാണ് നടുക്കുന്ന ശബ്ദത്തിൽ ഹോണടിച്ചുകൊണ്ട് ആറടിക്കാരനായ പഞ്ചാബിയുടെ കാർ ഗേറ്റിനപ്പുറം വന്നുനില്ക്കുക. രാത്രി ഡ്യൂട്ടി കഴിഞ്ഞ് നട്ടപ്പാതിരയ്ക്കാണ് അയാൾ വരിക. സെക്യൂരിറ്റി ജീവനക്കാരനായതിനാൽ പാത്രം അടച്ചുവെച്ച് കൈകഴുകാൻ പോലും മിനക്കെടാതെ തൊപ്പിവച്ച്, വടി കക്ഷത്തിൽ തിരുകി, ഓടിച്ചെന്ന് ഗെയ്റ്റ് ഒരു പാളി മലർക്കെ തുറന്ന്, മറുകണ്ടം ചാടി മറ്റേ പാളിയും തുറന്ന് മലർത്തിയിട്ട് അയാൾ ഒരരുകിലേക്ക് മാറി നിന്നു. ആ ഇരുണ്ട കാറിലേക്ക് നോക്കി അതിവിനയത്തോടെ സല്യൂട്ടടിച്ച് ആ കാർ കടന്നുപോകുന്നതുവരെ അയാൾ ഒരേ നില്പ് നിന്നു. ഒരു ചെറിയ ഹംപ് ചാടിക്കടന്ന് കാറിന്റെ സഞ്ചാരം മന്ദഗതിയിലാകുന്നതുവരെ നോക്കിനിന്ന അയാൾ സ്വയം പുച്ഛിച്ചു. എന്തൊരു ജോലി. പാതിരാത്രിയിലും തൊപ്പിയും ലാത്തിയും സല്യൂട്ടും. അർത്ഥമില്ലാത്ത എന്തെല്ലാം അഭ്യാസങ്ങൾ. ആർക്കുവേണ്ടിയാണീ സല്യൂട്ടും അതിവിനയവും? ആർക്കും വേണ്ടിയല്ലാതെയും എന്തൊക്കെ കോപ്രായങ്ങൾ.

അപ്പോഴൊക്കെയും അയാൾ എടുത്തുവച്ച പാത്രത്തിലെ തണുത്ത ചപ്പാത്തിയും അതിനേക്കാൾ തണുത്ത സബ്ജിയും അയാളെയും കാത്തിരിക്കുകയായിരുന്നു. അതെത്ര തണുത്താലും അയാൾ കഴിക്കുക തന്നെ ചെയ്യും. എന്തെന്നാൽ, ക്ഷീണിതയായ ഭാര്യയുടെ നീണ്ട വിരലുകൾകൊണ്ട് മർദ്ദിച്ചുകുഴച്ച് പരത്തി കനലിൽ ചുട്ടെടുക്കുന്ന ഫുൽക്കയും ആലു പറാത്തയും അയാൾ ഉപേക്ഷിക്കില്ല. ഏതവസ്ഥയിലും ആ ഭക്ഷണം അതീവ രുചിയുള്ളതായേ അയാൾക്കനുഭവപ്പെട്ടിരുന്നുള്ളു. കാരണം, അതിൽ കണ്ണീരുപ്പും നോവിന്റെ മയവും ഉണ്ടായിരുന്നു. ഒരു കഷണം ആലുവെടുത്ത് വായിലേക്കിട്ടപ്പോഴാണ് രണ്ടാമത്തെ ഹോൺ.

രണ്ടുമണിക്ക് വരുന്ന സാറാണ്. വലിയ ദേഷ്യക്കാരൻ. ഏതു പാതിരയ്ക്കായാലും കാറിന്റെ ചില്ല് താഴ്ത്തി അതിരൂക്ഷമായി അയാളെ നോക്കിയിരിക്കും. കൃത്യമായ അർത്ഥവും അയാൾക്കറിയാം. 'നീ എന്തെടുക്കുവാ? നേരത്തെ ഗെയ്റ്റിനരികിലേക്കെത്തിക്കൂടേ? യൂസ്‌ലസ്സുകൾ.' അർത്ഥഗർഭമായ നോട്ടം നേരിടാൻ കഴിയാതെ അയാൾ കുനിഞ്ഞ് ഭൂമിയിലേക്ക് നോക്കാറാണ് പതിവ്. ഭൂമിയുടെ ആർദ്രതയ്ക്ക് ആക്കംകൂട്ടാനായി അയാൾ പലപ്പോഴും കണ്ണീരു വീഴ്ത്താറുമുണ്ട്. അതൊരു സ്വകാര്യദുഃഖം പങ്കുവയ്ക്കലാണ്. അയാളങ്ങനെ നോക്കി പേടിപ്പിക്കുന്നവനാണെങ്കിലും അയാളുടെ കാർ ഒരു മന്ദഹാസം പൊഴിച്ച് ആശ്വസിപ്പിക്കാറുണ്ട് എന്നയാൾ ഓർത്തു. അതൊരു സാധാരണ കാറാണല്ലോ.

ഇനി ഇടവേളയാണ്. തികച്ചും ഇരുപതുമിനിറ്റ് കിട്ടും. അതിനാൽ പെട്ടെന്ന് ഭക്ഷണം കഴിച്ച്, കൈകഴുകി, തന്റെ ഒറ്റമുറിയുടെ മൂലയ്ക്കുള്ള ടോയ്‌ലറ്റിലേക്ക് ഓടിക്കയറി, ഓടിയിറങ്ങി ബാക്കിവന്ന രണ്ടുമിനിറ്റുകൊണ്ട് സുലഭമായി വെള്ളം കുടിച്ച് അയാൾ തയ്യാറായിരുന്നു.

ഒരു പഴയ പ്ലാസ്റ്റിക് കസേരയിൽ, കൊതുകിന്റെ മൂളിപ്പാട്ടും തോണ്ടലും അനുഭവിച്ചുകൊണ്ട് ആ ഇരുളിലും തണുപ്പിലും അന്യസംസ്ഥാനക്കാരനായ അയാൾ കൂനിപ്പിടിച്ചിരുന്നു.

രണ്ടേ ഇരുപതിന് മൂന്നാമത്തെ ഹോൺ മുഴങ്ങി. സുന്ദരനായ ചെറുപ്പക്കാരൻ. കമ്പ്യൂട്ടർ എഞ്ചിനീയർ അവിവാഹിതൻ. രണ്ടുനിലയുള്ള വലിയൊരു വീട് വാടകയ്ക്കെടുത്ത് എല്ലാ മുറികളിലും ലൈറ്റും ഫാനുമിട്ട് ഓഫീസിൽ പോവുകയും തിരിച്ചുവരികയും ചെയ്യുന്ന ന്യൂജൻ.

പലപ്പോഴും സെക്യൂരിറ്റി ഓർമ്മിപ്പിക്കും.

"സാബ്, ലൈറ്റ് ഓഫ് ചെയ്തില്ല. പകൽ മുഴുവൻ ലൈറ്റ് ഓണായിരുന്നു."

"അതോ ഞാൻ ഓഫാക്കാറില്ല. അതിനൊക്കെ എവിടെ നേരം? ഓർക്കാറുമില്ല."

ഇനി ഓഫീസില്ലാത്ത ദിവസം: രാവിലെ മുതൽ സിറ്റൗട്ടിലിട്ട കസേരയിലിരുന്ന് വാട്സ് ആപ്പിലൂടെയും ഫേസ്ബുക്കിലൂടെയും ഗൂഗിളിലൂടെയും തപ്പിത്തടഞ്ഞ് തലയുയർത്താതെ വൈകുന്നേരമാക്കും. എന്നാലെന്താ, ആർക്കും ഒരു പ്രശ്നവുമില്ല. സന്തോഷവാൻ.

ഗെയ്റ്റിൽ കാർ നിർത്തി, ചില്ലു താഴ്ത്തി അയാൾ ആ നട്ടപ്പാതിരയ്ക്കും എന്തെങ്കിലും കുശലം ചോദിച്ചേ പോകൂ. അയാളുടെ ഈ സുന്ദരമായ പെരുമാറ്റത്തിൽ സെക്യൂരിറ്റി അത്ഭുതപ്പെട്ടിരുന്നു.

ഇന്നും പതിവു തെറ്റിയില്ല.

"ഹായ് ബയ്യാ കൈസാ ഹേ?"

"അച്ഛാ സാബ്."

ധൃതിയിൽ ചില്ലുതാഴ്ത്തി കാർ മുന്നോട്ടെടുത്തു പോകുന്നതു കണ്ടാൽ ഒരു സ്കൂൾ കുട്ടി ഒതുക്കത്തോടെ നടന്നുപോകുകയാണെന്നേ

തോന്നു.

സെക്യൂരിറ്റി പലപ്പോഴും സ്വയം ചോദിച്ചുകൊണ്ടിരുന്നു. ഈ രാത്രി ഇത്ര വൈകുവോളം ഇവരൊക്കെ എന്തു ചെയ്യുകയായിരിക്കും? ഉറക്കമില്ല എന്നതുപോട്ടെ, വന്നുകയറുമ്പോൾ ഉറങ്ങുന്നവരെ ഉണർത്തുകകൂടി ചെയ്യുന്നുണ്ടല്ലോ. ഇതൊക്കെ പുതുമനിറഞ്ഞ കാര്യങ്ങളാണല്ലോ.

അയാളുടെ സ്വന്തം ഗ്രാമത്തിൽ എല്ലാവരും രാവിലെ കൃഷിപ്പണിക്ക് പോകുകയും ഉച്ചകഴിഞ്ഞാൽ തിരിച്ചെത്തുകയുമാണ് പതിവ്. വൈകുന്നേരങ്ങളിൽ ഗ്രാമപഞ്ചായത്തിന് മുന്നിലെ ആൽത്തറയിലിരുന്ന് വർത്തമാനം പറയുകയോ ചീട്ടുകളിക്കുകയോ എന്തെങ്കിലും ചെയ്യും. പെണ്ണുങ്ങൾ കൂട്ടമായി നിറമുള്ള പ്ലാസ്റ്റിക് കുടങ്ങളുമെടുത്ത് കലപില കൂട്ടി വെള്ളം കൊണ്ടുവരുന്ന കാഴ്ച രാവിലെ മുതൽ വൈകുന്നേരംവരെ കാണാം. മനുഷ്യർക്ക് കുളിയും നനയും നിത്യവുമില്ല. കുടിക്കാൻ വെള്ളമില്ലാത്തിടത്ത് ശുചിത്വത്തിനെന്തു പ്രസക്തി? ഇവിടെ വന്നിട്ടാണ് അയാൾക്കിങ്ങനെ ഇഷ്ടംപോലെ വെള്ളം കാണാൻ കഴിഞ്ഞതുതന്നെ.

ധൻബാദ് എക്സ്പ്രസിൽ കള്ളവണ്ടി കയറിവന്ന കൂട്ടുകാരൻ തിരിച്ചെത്തിയപ്പോൾ അയാളോട് പല കഥകളും പറഞ്ഞു. ആവേശത്തോടെ ഒരുനാൾ ധൻബാദ് എക്സ്പ്രസിൽ ഉന്തിയും തള്ളിയും കയറിപ്പറ്റി മൂന്നുനാൾ ആളൊഴിഞ്ഞ ബർത്തിലും സീറ്റുകൾക്കടിയിലും നടവഴിയിലുമൊക്കെ ഇരുന്നും കിടന്നും വന്നതാണ് ദൈവത്തിന്റെ സ്വന്തം നാട്ടിലേക്ക്. പലതരം ജോലികൾ. പല പട്ടണങ്ങൾ. ഭക്ഷണങ്ങൾ. ഏകദേശം ഭാഷയിൽ പിടിച്ചുനില്ക്കാമെന്നായപ്പോഴാണ് കളിക്കൂട്ടുകാരിയെ കൂടെ കൂട്ടിയത്. അംബാദേവിക്കും സമ്മതമായിരുന്നു. ഒരുവിധം അല്ലലില്ലാതെ മൂന്നു കുഞ്ഞുങ്ങളുമായി ഒരു വാടകമുറിയിൽ ഒതുങ്ങിക്കൂടുമ്പോഴൊക്കെ അയാൾ അമ്മയെയും അച്ഛനെയും അനിയനെയും ഓർത്ത് ദുഃഖിച്ചുകൊണ്ടിരുന്നു.

തന്റെ ഓർമ്മകളുടെ തണലുപറ്റിയിരുന്ന് താനറിയാതെ തന്നെ കുത്തിക്കൊണ്ടിരുന്ന ഒരു വലിയ കൊതുക്. ഇരുട്ടത്ത് കൊടുത്ത അടി ഏറ്റിട്ടുണ്ട്. അല്ലെങ്കിൽ ആ മൂളിപ്പാട്ട് നിലച്ചതെങ്ങനെ?

ഇപ്പോൾ സമയം നാലുമണി. ഒന്നും രണ്ടും മൂന്നും ഹോണടിച്ചുകൊണ്ട് വലിയൊരു കാർ ഗെയ്റ്റിന് പുറത്ത് മഞ്ഞവെട്ടം പരത്തി. മയക്കത്തിൽനിന്നും ഞെട്ടിയുണർന്ന് അയാൾ ഓടിച്ചെന്ന് ഗെയ്റ്റ് മലർക്കെത്തുറന്നു. ഈ വില്ലകളുടെ ഏമ്മാനാണ്. ശരിയായ ഉടമസ്ഥൻ. ധനികൻ. അയാൾ എന്തിന് പോകുന്നെന്നോ എവിടെ പോകുന്നെന്നോ ആർക്കും കൃത്യമായി അറിയില്ല. ആകക്കൂടെ അറിയുന്നത് അയാളൊരു വലിയ ബിസിനസുകാരനാണെന്നു മാത്രം. ഒരിത്തിരി ഉറങ്ങിപ്പോയതിന്റെ ജാള്യത അയാളുടെ മുഖത്ത് പറ്റിപ്പിടിച്ചിരുന്നു. ജാള്യതയും മുഖത്ത് പേറി ഒരു കോമാളിയെപ്പോലെ അയാൾ ഏറെനേരം സല്യൂട്ടടിച്ചുനിന്നു.

ഇനിയുള്ള ഒരു മണിക്കൂർ നേരം വില്ലകൾക്കിടയിലൂടെ റോന്തു ചുറ്റാനുള്ളതാണ്. വില്ലകളുടെ ഇടയിലൂടെ ഒരു വിസിലും ലാത്തിയു

മായി ഉറങ്ങുന്നവരെ ശല്യപ്പെടുത്തി നടക്കാൻ അയാൾക്ക് ഇഷ്ടമില്ല. പക്ഷേ, എന്തു ചെയ്യാൻ? ഒന്നുകിൽ ഗെയ്റ്റിൽ ലാത്തികൊണ്ട് തട്ടിയോ അല്ലെങ്കിൽ വിസിലടിച്ച് ഞെട്ടിച്ചോ താൻ ഡ്യൂട്ടിയിൽ ആണെന്ന് അയാൾ സർവ്വരെയും അറിയിച്ചുകൊണ്ടിരുന്നു.

തിരികെ വന്ന് കസേരയിൽ ഇരിക്കേണ്ട താമസം, കാറുകൾ വന്നുകൊണ്ടേയിരുന്നു. ഇനി നേരം വെളുക്കുന്നതുവരെ ഇത് തുടരും. രണ്ടു രാത്രികൾ കഴിഞ്ഞാൽ ഒരു പകൽ ഡ്യൂട്ടിയാണെന്ന സമാധാനത്തിൽ അയാൾ ഉറക്കത്തെ ആട്ടിപ്പായിച്ചുകൊണ്ടിരുന്നു. പകൽ ഡ്യൂട്ടി കഴിഞ്ഞാൽ രാത്രിയിൽ ഒരു മുഴുവൻ ഉറക്കം ഒറ്റയടിക്ക് കിട്ടും. പക്ഷേ, രാത്രി ഡ്യൂട്ടി അങ്ങനെയാണോ? ഉറങ്ങാൻ പോയിട്ട്, ഭക്ഷണം നേരാംവണ്ണം കഴിക്കാൻപോലും സമയം കിട്ടുന്നില്ല. ടോയ്‌ലറ്റിൽ കയറുമ്പോഴായിരിക്കും ഞെട്ടിക്കുന്ന ഒരു ഹോൺ. തുടരെത്തുടരെ ഹോണടിക്കുന്ന അക്ഷമനായ ഒരു ചെറുപ്പക്കാരൻ വരാനുണ്ട്. തൊണ്ടയിലെത്തിയ ഭക്ഷണം വിഴുങ്ങാൻ പോലും സാവകാശം തരാതെ–

മനുഷ്യരുടെ വിചിത്ര സ്വഭാവങ്ങളെക്കുറിച്ചോർത്ത് ആ തണുപ്പിലും ഇരുട്ടിൽ നോക്കി അയാളിരുന്നു.

അംബാദേവി തട്ടിവിളിച്ചപ്പോഴാണറിയുന്നത്, അയാൾക്ക് മുന്നിലെ ഭക്ഷണം തണുത്തുപോയിരിക്കുന്നു. മുട്ടിലിഴയുന്ന ഇളയകുട്ടി ശങ്കർ പാൽപ്പല്ലുകൾ കാണിച്ച് അയാളെ നോക്കി ചിരിക്കുന്നു. അംബാദേവി അയാൾക്ക് മുന്നിലിരുന്ന് കാൽമുട്ടിൽ കൈകുത്തി മുടിയിൽ വിരലോടിച്ച് അയാളോട് പരിഭവിച്ചു.

"നാട്ടിൽ പോകാമെന്ന് പറഞ്ഞിട്ടെത്രയായി? കഴിഞ്ഞ ദീപാവലിക്കും പോയില്ല. ഇത്തവണ എന്തായാലും പോകണം."

"പോകുന്നതത്ര എളുപ്പമല്ലെന്ന് എത്ര തവണ നിന്നോട് പറഞ്ഞു കഴിഞ്ഞു? പണ്ടത്തെപ്പോലെ കള്ളവണ്ടി പറ്റില്ല. ലീവ് കിട്ടണം. അതിന് പകരക്കാരനെ കൊടുക്കണം. പിന്നെ നല്ല വസ്ത്രങ്ങൾ, സമ്മാനങ്ങൾ. ഇതിനൊക്കെ പണവും വേണം."

ഇടയ്ക്കൊന്ന് നിർത്തി അയാൾ തുടർന്നു.

"നാട്ടിലെ ബന്ധുക്കൾക്ക് ചില്ലറ കൊടുക്കണം. ഗൾഫുകാരെ സ്വീകരിക്കുമ്പോലെയല്ലേ അവർ നമ്മളെ സ്വീകരിക്കാൻ വരുന്നത്. അതുകൊണ്ട് നീയൊരു കാര്യംചെയ്യ്. നീയും ചെറിയ കുട്ടിയും ടീക്കാബാബുവും കുടുംബവും പോകുമ്പോൾ കൂടെ പൊയ്ക്കോ. മറ്റു രണ്ടാളും സ്കൂൾ ഉള്ളതുകൊണ്ട് വന്നില്ല എന്ന് പറഞ്ഞാൽ മതി."

അംബ അത്ഭുതപ്പെട്ടു. രണ്ടുദിവസത്തെ തീവണ്ടി യാത്ര. ഇതുവരെ തനിച്ച് തീവണ്ടിയിൽ പോകാത്ത താൻ രണ്ടുകുട്ടികളെ ഇവിടെ വച്ചിട്ട് പോകാനോ? ഫൂലാൻ രണ്ടിലും കിരൺ നാലിലും പഠിക്കുന്നു. സർക്കാർ സ്കൂളിലായതിനാൽ ഒറിയയെക്കാൾ നന്നായി അവർ മലയാളം പറയും. കണ്ടാലും മലയാളിക്കുട്ടികളാണെന്നേ തോന്നൂ. വൃത്തിയും വെടിപ്പുമായേ അവളവരെ നടത്തൂ. ചെമ്പിച്ച മുടി എണ്ണയിട്ട് ചീകിയൊതുക്കിയേ അവരെ

കാണു. ഇവിടെ വന്നതു നന്നായെന്ന് അവൾ പലതവണ അയാളോട് പറഞ്ഞിട്ടുണ്ട്.

അവരുടെ ഗ്രാമത്തിൽ പാഠശാല പോയിട്ട് ഒരു പൊതു കക്കൂസുപോലുമില്ല. വഴിയോരത്തെ പൊന്തക്കാടുകളിലാണ് സർവ്വരും സർവ്വകാര്യങ്ങളും നടത്തുന്നത്. നിത്യക്കുളിയും നനയുമില്ല. എന്തെങ്കിലും ഉടുക്കണം. എന്തെങ്കിലും കഴിക്കണം. പണക്കാരുടെ മതിലിനോട് ചേർന്ന് കൂരകെട്ടും. അതും നിരനിരയായി. താഴെ ഓവുചാലാണോ ചപ്പുചവറുകൂനയാണോ എന്നൊന്നും ആരും ശ്രദ്ധിക്കാറില്ല. രണ്ടു മുളയും ഏതാനും കമ്പുകളും ചേർത്തുകെട്ടി ഒരു ടാർപോളിൻ വച്ചുകെട്ടിയാൽ വീടായി. ഇടയ്ക്കിടെ പൊലിസ് വന്ന് എല്ലാം പറിച്ചെറിഞ്ഞ് ക്ലീൻസിറ്റി എന്നൊരു ഫ്ളക്സ് വയ്ക്കും. മാസങ്ങൾക്കുശേഷം അതേ സ്ഥലത്ത് വീണ്ടും കുടിലുകൾ ഉയരും. ഓടിപ്പോയ മനുഷ്യർ കിടപ്പാടം നിന്നിടത്ത് വീണ്ടും കൂരകെട്ടി ഉയർത്തും. ക്ലീൻസിറ്റി ഫ്ളെക്സുകൾ ഏതെങ്കിലുമൊക്കെ മേൽക്കൂരയിൽ കിടപ്പുണ്ടാവും. അതല്ലാത്ത ജീവിതം ഉണ്ടെന്ന് രാംദേവ് പറയുമ്പോഴാണ് അംബയും അമ്മയും അച്ഛനും അറിയുന്നതുതന്നെ. അയാൾ തന്റെ സെക്യൂരിറ്റി ജോലിയെക്കുറിച്ചും അതിൽ നിന്നും കിട്ടുന്ന തുച്ഛമായ വരുമാനവും അതിനേക്കാളേറെ മറ്റു പണികൾ മുഖേന കിട്ടുന്നതും കൂട്ടി പറയുന്നതുകേട്ട് അംബയുടെ അച്ഛൻ അത്ഭുതപ്പെട്ടു. അദ്ധ്വാനമില്ലാതെയും ജീവിതം മുന്നോട്ട് നീക്കുന്ന ഈ അത്ഭുതവിദ്യ അയാൾ ആദ്യമായിട്ട് കേൾക്കുകയായിരുന്നു. പൊടുന്നനെ അയാൾ ചോദിച്ചു.

"അപ്പോൾ നീ എപ്പോഴുറങ്ങും?"

"രാവിലെ ഏഴുമണിക്ക് പുതിയ ആൾവരും. എനിക്ക് വീട്ടിൽ പോയി പകൽ മുഴുവൻ ഉറങ്ങാമല്ലോ. വൈകുന്നേരം ഞാൻ ചെന്നാലേ അയാൾക്ക് പോകാനാവൂ."

അവരെ കാര്യങ്ങൾ ബോദ്ധ്യപ്പെടുത്താൻ അധികം മെനക്കെടേണ്ടിവന്നില്ല. രാംദേവിന്റെ അച്ഛനും അംബയുടെ അച്ഛനും കൂടി തീയതി ഉറപ്പിച്ചു. ഗ്രാമത്തിലെ ചെറിയ ക്ഷേത്രത്തിലെ പൂജാരി പൂജിച്ചുകൊടുത്ത മഞ്ഞച്ചരടിൽ കോർത്ത താലി അംബാദേവിയുടെ കഴുത്തിൽ കെട്ടി അയാൾ നവവരനായി. രണ്ടുനാൾ കഴിഞ്ഞ്, രണ്ടു തുണിക്കെട്ടുകളുമായി അവർ ഒരുമിച്ച് ധൻബാദ് എക്സ്പ്രസിൽ കയറി.

വാടകമുറി ഒരു വീടിനോട് ചേർന്നായിരുന്നു. അതുതന്നെ തരപ്പെടുത്താൻ രാംദേവ് ബുദ്ധിമുട്ടിയതിന് കണക്കില്ല. ഊരുംപേരുമില്ലാത്തവർ, റേഷൻ കാർഡോ ആധാർ കാർഡോ ഇല്ലാത്തവർ. ഡ്രൈവിങ് ലൈസൻസും പാസ്പോർട്ടും ചോദിക്കാത്തതു ഭാഗ്യം!

ഒരു പഴയ കട്ടിലും ഫാനും ഒരു കസേരയും ഉടമസ്ഥൻ ഉപേക്ഷിച്ചത് ആ മുറിയിലുണ്ടായിരുന്നു. ഒന്നുരണ്ട് ആണികൾകൊണ്ട് രാംദേവ് കസേരയുടെ കാലുറപ്പിച്ചു. ഒരു പായും തലയിണയും വാങ്ങി. ആദ്യമായൊരു ഫാനിന്റെ കാറ്റേറ്റുറങ്ങി. പിന്നെപ്പിന്നെ അയാൾ പോലും നിനയ്ക്കാതെ

ആ വീട്ടിലേക്ക് സാധനങ്ങൾ ഒന്നൊന്നായി കടന്നുവന്നു. വില്ലകൾക്ക് പുറത്തുവയ്ക്കുന്ന പഴയ സാധനങ്ങളെടുക്കാൻ ആക്രിയെ വിളിക്കുന്നതിനു മുമ്പായി തനിക്ക് വേണ്ടതൊക്കെ അയാളെടുക്കും. അങ്ങനെ കിട്ടിയതാണ് രണ്ട് ഫോം തലയിണകൾ. ഒരു കമ്പിളിപ്പുതപ്പ്. ഒരു പഴയ കാർപ്പറ്റ്, നരച്ച ബക്കറ്റ് എന്നിവ.

ക്രമേണ അയാൾ പലതും ചോദിച്ചുവാങ്ങാനും പഠിച്ചു. മാനാഭിമാന പ്രശ്നങ്ങൾ അയാൾക്ക് ഒട്ടുമില്ലായിരുന്നു. അംബാദേവിക്കായി ആറു സാരികളും രണ്ട് മാക്സികളും നാലാം നമ്പർ വീട്ടുകാരി തന്നിട്ടിപ്പോൾ ഒരാഴ്ച ആയതേയുള്ളു. ഒരു സാരിയാണയാൾ ചോദിച്ചത്.

രണ്ടു സാരികൾ അവൾ അമ്മയ്ക്കും അമ്മായിയമ്മയ്ക്കുമായി പൊതിഞ്ഞുവച്ചിരിക്കയാണ്. പകൽ ഡ്യൂട്ടിയില്ലാത്ത ദിവസം അയാൾ ഫൂലാനെയും കിരണിനെയും കൂട്ടി വില്ലകളിൽ ചെല്ലും. കാറുകൾ കഴുകിയും തോട്ടം വെട്ടിയൊതുക്കിയും മാറാല തൂത്തും അയാളിത്തിരി കാശൊപ്പിക്കുമ്പോൾ, മക്കൾ കുട്ടികളുടെ പാർക്കിൽ കളിക്കുകയും ചിലപ്പോൾ വിലകുറഞ്ഞ പന്തുരുട്ടുകയുമാവും. വില്ലകളിലെ കുഞ്ഞുങ്ങൾ അത്ഭുതജീവികളെന്നപോലെ അവരെ നോക്കിനില്ക്കും. എങ്കിലും ചില കൊച്ചമ്മമാർ മിഠായിയോ മധുരപലഹാരങ്ങളോ തന്റെ മക്കൾക്ക് കൊടുക്കുമ്പോൾ അയാളുടെ ഉള്ളം സന്തോഷംകൊണ്ട് നിറയും. അന്നേരമയാൾ ഓർക്കും ഇപ്പോൾ നാട്ടിലായിരുന്നെങ്കിൽ അവർക്ക് കളിക്കാനെവിടെ സ്ഥലം? ഒരിത്തിരി ശുദ്ധവായുവും ശുദ്ധജലവും എത്രപേർ പങ്കുവയ്ക്കണം!

ജീവിതം ഇവിടെ സുരക്ഷിതമാണെന്ന് ദിവസത്തിൽ മൂന്നുതവണയെങ്കിലും അയാൾ സ്വയം വിശ്വസിപ്പിക്കും. അയാളും അംബാദേവിയും വഴക്കുകൂടുമെങ്കിലും ഒരു കാര്യത്തിൽ എപ്പോഴും യോജിപ്പാണ്. 'ഇത്തിരി സ്ഥലം വാങ്ങി ഇവിടെ കൂടണം.' അതായിരുന്നു അവരുടെ മോഹം. അങ്ങനെ മോഹിക്കുന്നതിൽ കാര്യമുണ്ട്.

അയാളുടെ അച്ഛൻ വർഷങ്ങളായി വരണ്ട ഭൂമി കിളച്ചും നിലമൊരുക്കിയും വിത്തെറിഞ്ഞും കളപറിച്ചും വിളവെടുത്തും ഒന്നും നേടാനായില്ല, ഇടയ്ക്കിടെ തലപ്പാവും വെച്ച് നഗരത്തിൽ കർഷകറാലിക്കു പോകുന്നതൊഴിച്ചാൽ, അയാൾക്ക് മറ്റെവിടെയും പോകാനില്ലായിരുന്നു. പാവങ്ങൾ. അമ്മയാകട്ടെ, ഗ്രാമംവിട്ട് എങ്ങോട്ടും പോയിട്ടില്ല. അവരെ ഇങ്ങോട്ടു കൂട്ടാൻ ഹൃദയം കൊതിക്കുന്നുണ്ടെങ്കിലും വിവേകം അയാളെ വിലക്കിക്കൊണ്ടിരുന്നു.

ഭാഷ അറിയില്ല, ഭക്ഷണം പിടിക്കില്ല. ഉറ്റവരും ഉടയവരുമില്ല. അല്ലെങ്കിലും വലിയ മരങ്ങൾ ആരും പറിച്ചുനടാറില്ലല്ലോ. വേരുപിടിക്കില്ല.

"ഹേ, രാംദേവ്. നിങ്ങളെന്തു ചെയ്യുന്നു. ഡ്യൂട്ടിസമയത്ത് ഇരുന്നുറങ്ങുന്നോ? "

പിന്നെയും ആരോ ആക്രോശം മുഴക്കുന്നു.

'യൂസ്‌ലസ്... സ്റ്റുപ്പിഡ്...' എന്നീ അറിയാവുന്ന രണ്ട് ഇംഗ്ലീഷ് വാക്കു

കൾ പെറുക്കിയെടുത്തെങ്കിലും ഒന്നുതിരിഞ്ഞു നോക്കാൻ അയാൾക്കായില്ല. ആരോ പുറകിൽ നിന്നയാളുടെ മുടി കുത്തിപ്പിടിച്ചിരിക്കുന്നു. രാംദേവിന് കസേരയിൽ നിന്നെഴുന്നേല്ക്കാൻ പോലുമായില്ല. അതിനു മുമ്പേ ആജാനുബാഹുവായ ആരോ ഒരാൾ കസേരയോടെ അയാളെ എടുത്തെറിയുകയായിരുന്നു. അയാൾക്ക് പ്രതിരോധിക്കാൻ കഴിയും മുമ്പേ തലയ്ക്കുപുറകിൽ ശക്തമായ ഒരടി വീണു. പിടഞ്ഞു താഴെവീഴുമ്പോൾ രാംദേവിന്റെ കണ്ണുകളിൽ ഇരുട്ടും ഇരുട്ടിന്റെ കടും നീലക്കുത്തുകളും മാത്രം.

പിന്നീട് കുത്തുകളും മാഞ്ഞ് വെറും കറുപ്പുമാത്രം...

ഇന്നത്തെ പേപ്പറിന്റെ ചരമക്കോളത്തിൽ ഒരു കുഞ്ഞുവാർത്ത ചുരുണ്ടു കിടന്നു.

അടിയേറ്റ സെക്യൂരിറ്റി ജീവനക്കാരൻ മരിച്ചു.

അജ്ഞാതരുടെ അടിയേറ്റ സെക്യൂരിറ്റി ജീവനക്കാരൻ മരിച്ചു. ഒഡീഷക്കാരനായ രാംദേവ് മിശ്ര (43) ആരുടെയോ മർദ്ദനമേറ്റ്, തലയിൽ രക്തം കട്ടപിടിച്ച് മെഡിക്കൽ കോളേജാശുപത്രിയിൽ വച്ച് ഇന്നു രാവിലെ മരിച്ചു. കഴിഞ്ഞ അഞ്ചുവർഷമായി 'ബീച്ച് വ്യൂ' അപ്പാർട്ട്മെന്റിൽ സെക്യൂരിറ്റി ജോലി ചെയ്യുകയായിരുന്നു. ഭാര്യ അംബാദേവി (29). മക്കൾ കിരൺ (9), ഫുലാൻ (7), ശങ്കർ (എട്ടുമാസം).

മാപ്പുസാക്ഷി

ഒരു മാപ്പുസാക്ഷിയുടെ ദുരവസ്ഥ നിങ്ങൾ എപ്പോഴെങ്കിലും അനുഭവിച്ചിട്ടുണ്ടെങ്കിൽ മാത്രമേ നിങ്ങൾക്കത് പൂർണ്ണമായും മനസ്സിലാവൂ. ഞാനും അനുഭവിച്ചിട്ടില്ല. പക്ഷേ, ഗോപാലനെന്ന മാപ്പുസാക്ഷിയുടെ കഥ അറിഞ്ഞ അന്നുമുതൽ എനിക്കെന്തോ, നെഞ്ചിൻകൂട് തകർക്കാൻ ആരോ ഒരു വലിയ കല്ലെടുത്ത് എന്റെ നെഞ്ചിൽ വെച്ചിട്ടുണ്ടെന്ന് തോന്നുന്നു.

ചെമ്പിച്ച തലമുടിയും താടിരോമങ്ങളും പൊടിയടിഞ്ഞ ടീഷർട്ടും തേഞ്ഞുതേഞ്ഞ് തീരാറായ വള്ളിച്ചെരുപ്പുമായി രണ്ടുപൊലീസുകാരോടൊപ്പം എവിടെയെല്ലാം എത്രകാലം അവൻ നടന്നു മടുത്തിരിക്കുന്നു. അങ്ങനെ നടന്നിട്ടാവണം അവന്റെ കാൽ മടമ്പിലെ തൊലി നേർരേഖകൾ പോലെ താഴെനിന്നും മുകളിലേക്ക് വിണ്ടുകീറിയിരിക്കുന്നത്. നടത്തത്തിന്റെ തോതനുസരിച്ച് ആ മുറിവുകൾ വിടരുകയും കൂമ്പുകയും ചെയ്യുന്നതിനാലായിരിക്കാം അവൻ ഇടയ്ക്കിടെ കണ്ണുകൾ ഇറുകെ അടയ്ക്കുകയും മുഖത്തെ പേശികൾ ചുളിക്കുകയും ചെയ്യുന്നതെന്ന് എനിക്കുറപ്പാണ്.

ഗോപാലന് ഇടവേളകൾ അനുവദിക്കാറുള്ള ഏമാന്മാർക്ക് നല്ലതു വരട്ടെ. അവന്റെ വായിൽ നിന്നുതന്നെ പൊടിപ്പും തൊങ്ങലുമില്ലാതെ ആ കഥ കേൾക്കണമെങ്കിൽ അവൻ തന്നെ കഥ പറഞ്ഞോട്ടെ.

അനുഭവങ്ങളുടെ പൊടിപിടിച്ച അടുക്കുകൾക്ക് പഴയ കടലാസിന്റെ മണമുണ്ട്. അതിൽനിന്നും ഒരടുക്ക് വലിച്ചെടുത്ത് അവൻ തുടങ്ങുകയാണ്.

“എന്റെ ബാല്യവും കൗമാരവും പ്രണയം പൂത്ത യൗവനവും അവിടെ നില്ക്കട്ടെ. അതൊക്കെ എല്ലാവർക്കും ഉള്ളതല്ലേ.”

ഭൂമിയുടെയും ജീവിതത്തിന്റെയും അച്ചുതണ്ട് തന്റെ ജന്മദേശമായ മലഞ്ചരിവാണെന്ന് ഗോപാലൻ നിശ്ചയിച്ചു. ആ അച്ചുതണ്ടിൽനിന്നും അവനെ അകലേക്കകലേക്ക് ആട്ടിപ്പായിച്ചത് വികസനം സ്വപ്നം കണ്ട്, തലയ്ക്ക് മത്തുപിടിച്ച ആരോ ആണ്.

ദേശപരിശോധന ആദ്യം അണക്കെട്ടിനായിരുന്നു. അവനെ കൂട്ടുവിളിച്ചാണ് പരിശോധനാ സംഘം വെള്ളച്ചാട്ടവും മലഞ്ചരിവും അളന്നു തിട്ടപ്പെടുത്തിയത്. ഡാം വന്നാൽ കാലിമേയ്ക്കൽ നിർത്തി ഡാം സൈറ്റിന്റെ പണിയെടുക്കാം എന്ന മോഹന സ്വപ്നം താലോലിച്ചു നടന്ന യുവാക്കൾക്കിടയിലേക്ക് തമ്പായി എന്ന ചെറുപ്പക്കാരൻ പൊടുന്നനെ, ഞെട്ടറ്റുവീണ പഴംപോലെ പ്രത്യക്ഷപ്പെട്ടു. അയാളോടും ഗോപാലൻ പറഞ്ഞു.

"മന്ത്രി പറഞ്ഞത് കേൾക്കണോ? ഡാമില്ലാതെ എങ്ങനെ നിങ്ങൾക്ക് വൈദ്യുതി കിട്ടും മക്കളേ?"

മന്ത്രിയിൽ അവർക്ക് ഉറച്ച വിശ്വാസമായിരുന്നു. അദ്ദേഹം പറയുന്നതിലും കാര്യമില്ലേ? വലിയൊരു വെള്ളച്ചാട്ടം അവർക്കുള്ളപ്പോൾ അവരെന്തിന് മണ്ണെണ്ണ വിളക്കും കത്തിച്ച് കൂരയിൽ തപ്പിത്തടയണം? പക്ഷേ, തമ്പായിക്ക് വേറെ ആശയങ്ങളായിരുന്നു. അയാൾ ഡാമിനെതിരാണ്.

"ഗോപാലാ, നീ വെളിച്ചം കണ്ട് ജീവിക്കുമ്പോൾ നീയോർത്തോ, നിന്റെ കൂടെ ജീവിച്ച മാക്രിയും കാട്ടുകോഴിയും ഊളനും ഉപ്പനും കാട്ടാടുകളും പോത്തുകളും ആനകളും വെള്ളമില്ലാതെ മേലേക്കാട്ടിൽ അലഞ്ഞുതിരിയും."

"അത് ശരിയാണ്!"

"ഒടുക്കം സ്ഥലമെടുക്കുമ്പോൾ നീയും, നിന്റപ്പനും അമ്മയും ഇവിടം വിട്ടുപോകേണ്ടിവരും. നിന്റെ കൂട്ടുകാരും കുടുംബങ്ങളും; എല്ലാവരെയും ഒഴിപ്പിക്കാതെ ഡാം പണിയാൻ പറ്റില്ല."

അത് അതിനേക്കാൾ ശരിയാണ്!!

കാട്ടാനകൾ വഴിതെറ്റി ദേശീയപാതയിൽനിന്നും നടന്നും കാഴ്ചകൾ കാണുന്നതുപോലെ ഗോപാലനും അവന്റെ ദേശവാസികളും ഊരും പേരുമറിയാത്ത നഗരങ്ങളിൽ അലഞ്ഞുതിരിഞ്ഞു നടക്കും, നിശ്ചയം. അതിനെക്കുറിച്ചൊക്കെ പഠിച്ചിട്ടുവരാമെന്ന വ്യവസ്ഥയിൽ തമ്പായി അപ്രത്യക്ഷനായി.

"ഗോപാലാ, തമ്പായി ഒരു വിപ്ലവകാരിയാ. നീ അവനെ ഒഴിവാക്കിക്കോ..."

മിക്കവരും ഗോപാലനെ വിലക്കിയത്രേ. വിപ്ലവം എന്നാൽ ചോര ചിന്തുന്ന പരിപാടി മാത്രമല്ലെന്നും നമുക്ക് വേണ്ടാത്തതിനെ എതിർക്കുകയും തോല്പിക്കുകയും മനോധൈര്യത്താൽ കീഴടക്കി വേറൊന്നായി മാറ്റിത്തീർക്കുകയും ചെയ്യുന്ന പണിയാണെന്നുമുള്ള ചിന്ത ക്രമേണ അവന്റെ ബോധമണ്ഡലത്തിലേക്ക് കയറിവന്നു. തമ്പായി കയറ്റിവിട്ടതാ

ണെന്നും പറയാം.

നിലാവുദിക്കുന്ന സന്ധ്യകളിൽ ആൽത്തറയിൽ, ഗോപാലനെയും മറ്റു നിരുപദ്രവജീവികളെയും ഇക്കാര്യം ബോദ്ധ്യപ്പെടുത്താൻ തമ്പായി, നന്നേ പണിപ്പെട്ടു. തമ്പായിക്ക് കരുത്തായത്, മേധാപട്ക്കറുടെ വാക്കുകളായിരുന്നു. പെട്ടെന്ന് ഒരുദിവസം അവരുടെകൂടെ പോകാൻ തമ്പായിക്കും ഗോപാലനും മറ്റു സഹജീവികൾക്കും അഭിവാഞ്ജയുണ്ടായി.

"നടക്കില്ല മക്കളേ. അവരങ്ങ് വടക്ക് ദേശത്താണ്. നർമ്മദാ നദിക്കര രക്ഷിക്കാനുള്ള ശ്രമത്തിലാണ്."

തമ്പായിയുടെ നേതൃത്വത്തിൽ ഒന്നുരണ്ട് ജാഥകൾ നടത്തി, നിവേദനം കൊടുത്ത്, ഉപവാസം കിടന്ന് ഡാമിനെ അവർ തുരത്തി.

വീണ്ടും വികസനം നാലുവരിപ്പാതയായി, മറ്റൊരിടിത്തീയായി, ദേശത്തുവന്നുവീണു.

ഗോപാലൻ തമ്പായിയെ കണ്ടുപിടിക്കാൻ പലവഴി നോക്കി. അവരുടെ നേതാവില്ലാതെ അവരെന്തു ചെയ്യും?

വേറെ ഏതോ ഭാഷപറയുന്നവരുടെ കൂടെയാണത്രേ തമ്പായി ഇപ്പോൾ. ഒരിക്കൽ അരിയും ഉപ്പും മുളകും ചോദിച്ചുകൊണ്ട് തമിഴ് സംസാരിച്ച് അവർ ഗോപാലന്റെ വീട്ടിലും വന്നിരുന്നു. അവരെ കണ്ടയുടൻ എല്ലാവരും കൂരയ്ക്കകത്തേക്ക് ഓടിക്കയറുകയും ചെറ്റവാതിൽ അടയ്ക്കുകയും ചെയ്തു. മുറ്റത്ത് നിന്നിരുന്ന കോഴിയെപ്പിടിച്ച് അകത്തേക്കോടുന്നതിനിടയിൽ ആരോ വിളിച്ചു പറഞ്ഞു.

"തമ്പായി വിട്ടതാവും."

ഗോപാലനത് ഒരിക്കലും വിശ്വസിച്ചില്ല. വിശ്വസിക്കുകയുമില്ല. തമ്പായി വേറൊരു ലെവൽ മനുഷ്യനാണ്. അയാളുടെ വിപ്ലവം വേറെയാണ്.

തമ്പായിയെ പെട്ടെന്നൊരു ദിവസം കാണാതായി. നിന്ന നില്പിൽ മേലോട്ട് പോകുന്ന ഒരു ജാലവിദ്യ ഗോപാലന്, ഇടയ്ക്കിടെ നാട്ടിൽ വരുന്ന ഒരു ഫ്രീക്കൻ കുട്ടൻ മൊബൈലിൽ കാണിച്ചുകൊടുത്തിട്ടുണ്ട്. തമ്പായിയും ഏതോ ഒരു ജാലവിദ്യയിലൂടെ അപ്രത്യക്ഷനായതായി ഗോപാലനും കോളനിക്കാരും വിശ്വസിച്ചു. ഒന്നുരണ്ട് പൊലീസ് ജീപ്പുകൾ രാത്രിതോറും ചിന്നംവിളിച്ചുകൊണ്ട് ഓടിക്കൊണ്ടിരിക്കുന്നു. കുഞ്ഞുങ്ങളെ ശരീരത്തോട് ചേർത്തുപിടിച്ച് അമ്മമാർ അടക്കം പറഞ്ഞു.

"നമ്മളും നിരീക്ഷണത്തിലാണ്."

"ഊം."

അച്ഛന്മാർ ഒന്നു മൂളുകയല്ലാതെ ഒരു ശബ്ദവും പുറത്തെടുത്തില്ല. ആൽത്തറയിൽ ഇപ്പോൾ ആളനക്കമില്ല. റാന്തൽ വെട്ടമില്ല. അരണ്ട വെളിച്ചത്തിൽ ഗോപാലൻ ഒരു ശിലയായി. സംശയങ്ങളുടെ ഭാണ്ഡം തുറക്കാൻ തിരക്കായി. സ്വന്തം സംശയങ്ങളിൽ കാലുടക്കി വീണ്, തപ്പിത്തടഞ്ഞെഴുന്നേല്ക്കുമ്പോൾ അവൻ വിങ്ങിപ്പൊട്ടി. ഈ സംശയങ്ങൾ പങ്കുവയ്ക്കാൻ പോലും ഒരാളില്ലല്ലോ. തമ്പായിയുണ്ടായിരുന്നെങ്കിൽ എല്ലാ

ചോദ്യങ്ങൾക്കും ഉത്തരങ്ങളുണ്ടാകുമായിരുന്നു.

ഇളംനിലാവ് നിഴൽവിരിച്ച കിണറ്റുകരയിൽനിന്നും കുളിച്ചുകയറി വന്ന ഗോപാലൻ പതിവില്ലാതെ ചാവടിയിലിരുന്ന് വിറച്ചു.

"പാതിരയ്ക്ക് തണുത്ത വെള്ളത്തിൽ കുളിച്ചതുകൊണ്ടാവും."

അയാളുടെ ഭാര്യ അയാളുടെ അമ്മയുടെ കാതിൽ അടക്കം പറഞ്ഞു.

"മന്ത്രിച്ചുകെട്ടാൻ പറഞ്ഞാ കേക്കൂല."

അമ്മ നടുമുറിയിലെ കട്ടിലിലിരുന്ന്, തോടയിട്ട് ഭാരംകൂടിയ തന്റെ ഇടതുകാതും വലതുകാതും ആട്ടിക്കൊണ്ടിരുന്നു. വാതിലിലൂടെ നോക്കിയ ഗോപാലന്, അത് തമ്പായിയാണെന്നും അയാൾ കട്ടിലിലിരുന്ന് തലയാട്ടുകയാണെന്നും തോന്നി. നോക്കിക്കൊണ്ടിരിക്കെ ഗോപാലന്റെ വിറ കൂടിക്കൂടിവന്നു. അയാൾ തറയിൽ വീഴുന്നതും കാലിട്ടടിക്കുന്നതും കണ്ട ഭാര്യ ഉച്ചത്തിൽ കൂകി വിളിച്ചു.

"ആരെങ്കിലും ഓടിവരണേ... ഓറിതാ വീണു പോയീനൂ..."

ഇരുട്ടിൽനിന്നും ചൂട്ടുകളോ ടോർച്ചുകളോ കാണാഞ്ഞ്, അവൾ തന്നെ കഷ്ടപ്പെട്ട് അയാളെ വലിച്ചിഴച്ച് ഇളംതിണ്ണയിൽനിന്നും കോലായിലേക്ക് കയറ്റിക്കിടത്തി. ഉറക്കെ അലറിവിളിക്കാൻ ഗോപാലന്റെ മക്കൾ റെഡിയായി. പൊന്തക്കാട്ടിൽനിന്നും നിലാവ് കാത്തുകിടന്നിരുന്ന കുറുക്കന്മാരും കൂടെക്കൂടിയപ്പോൾ അയൽക്കാർ മൊത്തം ഉണർന്ന് ഓടിയെത്തി. ഗോപാലനെ കിടന്നകിടപ്പിൽ നിന്നെടുത്ത്, ഒട്ടും ചെരിക്കാതെ ജീപ്പിൽ കയറ്റിക്കിടത്തുമ്പോൾ അവന് ബോധം വന്നു. തലതിരിച്ച് നോക്കിയ അവൻ വീണ്ടും കണ്ടത് തമ്പായിയെ. ഒരു മാവിൻചില്ലയിൽ കിടന്നാടുന്ന തമ്പായിയെ ഒരു നോക്കുകൂടെ കണ്ട് അവൻ കണ്ണുകൾ ഇറുക്കിയടച്ചു.

മൂന്നാംദിവസം വീട്ടിലെത്തിയ ഉടൻ ഗോപാലൻ നടുമുറിയിൽ അമ്മയുടെ കട്ടിലിൽ ഇരുന്ന് അമ്മയുടെ തോട തൊട്ടുനോക്കി. നരച്ച മുടിയിഴകളിൽ തഴുകി അത് തമ്പായിയല്ല എന്നുറപ്പിച്ചു. തമ്പായിക്ക് കഴുത്തറ്റം നീണ്ട മുടിയും മുഷിഞ്ഞ ജുബ്ബയുമായിരുന്നു. അമ്മയ്ക്ക് വെളുത്തമുണ്ടും പുള്ളി ബ്ലൗസുമായിരുന്നു. ഒരു കുന്നിക്കുരുവോളം മുടിയും. അത് തമ്പായി അല്ലെന്ന് ഉറപ്പുവരുത്തിയശേഷം അവൻ ഭക്ഷണം കഴിച്ചു. ഭാര്യയോടല്പം സംസാരിച്ചു. കുട്ടികളെ ലാളിച്ചു. പിന്നെ സ്വപ്നങ്ങളില്ലാതെ ഉറങ്ങി.

നേരം വെളുത്തതും ഗോപാലന് പൊലീസ് സ്റ്റേഷനിൽ എത്തണമായിരുന്നു. പൊലീസുകാർ അയൽപക്കത്ത് പറഞ്ഞേല്പിച്ചതാണ്. എന്തിന് ഏതിന് എന്നൊന്നും ആരായാൻ മെനക്കെടാതെ അയാൾ പൊലീസ് സ്റ്റേഷനിലേക്ക് കയറിച്ചെന്നു. ഗോപാലനെ കണ്ടമാത്രയിൽ ഒരു പൊലീസുകാരൻ തന്റെ ലാത്തി മേശമേൽ മുട്ടി ശബ്ദമുണ്ടാക്കി.

"വരുന്നുണ്ട്! സാർ ചോദിക്കണം."

ആരോ പറഞ്ഞു.

"നീയാണോ തമ്പായിയെ അവസാനമായി കണ്ടത്?"

"ആണോ?"

ഗോപാലൻ ഓർമ്മകളിൽ തപ്പിത്തടഞ്ഞു വീണു.

"ആണെന്നു തോന്നുന്നു മാസങ്ങൾക്കു മുമ്പ്."

അങ്ങാടിയിലെ പീടികയിൽനിന്ന് ചായ കുടിച്ചിറങ്ങുമ്പോൾ, അകലെയായി അതിവേഗത്തിൽ നീങ്ങുന്ന തമ്പായിയുടെ ഒപ്പമെത്താൻ താൻ ഓടിയതായി ഓർക്കുന്നു. പക്ഷേ, അയാളുടെ അമർത്തിച്ചവിട്ടിയുള്ള തിരക്കിട്ട നടത്തത്തിന്റെ ഒപ്പമെത്താൻ ഗോപാലന് കഴിഞ്ഞില്ല. കരമ്പനകൾ അതിരിട്ട വരമ്പിലൂടെ മൺപാത ലക്ഷ്യമാക്കി അതിവേഗം നടന്നുപോകുന്ന അയാൾ പൊടുന്നനെ കാഴ്ചയിൽനിന്നും മറഞ്ഞു—അത്രയും ഓർമ്മയിൽനിന്നും ചികഞ്ഞെടുത്ത് ഗോപാലൻ അയാൾക്ക് മൊഴികൊടുത്തു.

"പിന്നെ കണ്ടിട്ടേയില്ലേ?"

സംശയം വിടാതെ ചോദിച്ചു.

"ഇല്ല സാർ. പിന്നെ കണ്ടിട്ടേയില്ല."

അല്പം അയവുള്ള മുഖഭാവത്തോടെ നിന്ന പൊലീസുകാരന്റെ നേരെ തിരിഞ്ഞ് കൈകൂപ്പി ഗോപാലൻ പറഞ്ഞു.

"ഞാനെന്തറിയുന്നു സാറേ. പണിക്കുപോകും; വരും. നാലാളുകൂടുന്നിടത്ത് വായും പൊളിച്ചുനിന്ന് അവര് പറയുന്നത് കേൾക്കും. ചിലതൊക്കെ മനസ്സിലാവും. അധികവും മനസ്സിലാവില്ല. കേട്ടതെല്ലാം ഭാര്യയോട് പറയും. ചെവിക്ക് പതമുള്ള അമ്മ ഒച്ചയിടും. 'പോയി കെടക്കെടാ. നേരം പാതിരയായി' എന്നും പറഞ്ഞ്. തമ്പായി വലിയ വലിയ കാര്യങ്ങൾ പറയുന്ന ആളായതോണ്ട് ഒന്നും മനസ്സിലാവാറില്ല."

ഇതൊരു പൊട്ടൻതന്നെ. രണ്ടുപൊലീസുകാരും മുഖാമുഖംനോക്കി ചിരിച്ചു.

"പോ... പോ... നിന്നോടൊന്നും ചോദിച്ചിട്ട് കാര്യമില്ല."

തിരിച്ചു നടക്കുമ്പോൾ ഈ കൂടിക്കാഴ്ച ദിവസേന വേണ്ടിവരുമെന്നയാൾ ഓർത്തില്ല. തമ്പായി പറഞ്ഞ കാര്യങ്ങൾ ഓർത്തോർത്ത് അന്ന് രാത്രി മുഴുവൻ അവൻ ഉറങ്ങാതെ തിരിഞ്ഞും മറിഞ്ഞും കിടന്നു. തമ്പായി വരച്ചിട്ട ഭൂപടം അവന്റെ നാടായിരുന്നു. ഗ്രാമത്തെ നടുവെ മുറിക്കുന്ന ദേശീയപാത, കുന്നിടിച്ചിടിച്ച് മാനംമുട്ടി ഒറ്റപ്പെട്ടു നില്ക്കുന്ന വീടുകൾ, മണലൂറ്റിയൂറ്റി മരിച്ചുപോയ പുഴ, കാട് കൈയേറുന്ന മനുഷ്യർ, നാട്ടിലലയുന്ന മൃഗങ്ങൾ, എല്ലാം അടയാളപ്പെടുത്തിയ ഭൂപടം അവന്റെ കിടക്കയ്ക്കടിയിൽ അവന്റെ ഭാരംകൊണ്ട് ഞെരിഞ്ഞമർന്നു.

തമ്പായി അവനൊരു തുറന്ന പുസ്തകമോ വർത്തമാനപത്രമോ ഒക്കെ ആയിരുന്നു. അയാളെത്ര അനായാസമായിട്ടാണ് വിഷയങ്ങളിൽനിന്നും വിഷയങ്ങളിലേക്ക് ചാഞ്ചാടിപ്പോയിരുന്നത്. ഗോപാലനറിയുന്ന ശാസ്ത്രബോധവും ചരിത്രപാഠങ്ങളും സംസ്കാരവും ഭാഷാശുദ്ധിയും തമ്പായി സമ്മാനിച്ചതാണ്. അതിനാണവൻ അയാൾക്ക് കൂട്ടുപോയിരുന്നത്. ആ തമ്പായിയെ തപ്പിയാണിപ്പോൾ പൊലീസ് നടക്കുന്നത്. അയാൾ ഭയങ്കരനായ വിപ്ലവകാരിയാണെന്ന് മുദ്രചാർത്തിയത് എന്തിനാണെന്ന്

ഗോപാലനറിയില്ല. തമ്പായിയുടെ കൂടിയിരുപ്പുകളിലേക്ക് അറിയാതെ ചെന്നുകയറുകയായിരുന്നു നാട്ടിലെ മിക്ക യുവാക്കളും ദേശസ്നേഹികളും മനുഷ്യസ്നേഹികളും.

എന്തൊക്കെ ചോദ്യങ്ങൾ അയാളോട് ചോദിച്ച് ഉത്തരംകിട്ടാൻ ഗോപാലൻ സൂക്ഷിച്ചുവച്ചിട്ടുണ്ടെന്നോ! മതപരമായ ചോദ്യങ്ങൾ ആരോടും ചോദിക്കരുതെന്നും തമ്പായി അവനെ വിലക്കിയിരുന്നു. കാരണം, മതഭ്രാന്തന്മാരാണെവിടെയും. മതനിന്ദ ആരോപിച്ച് അവർ ആരെയും മതത്തിൽനിന്നും പുറത്താക്കും. വീട് ചുട്ടെരിക്കും. അമ്മയെയും ഭാര്യയെയും വരെ.

മതം വേണ്ടെന്ന് ഗോപാലൻ തീരുമാനിച്ചു. ജനിക്കുംമുമ്പേ ആരോ കഴുത്തിൽ കെട്ടിത്തൂക്കിയ അമ്മിക്കുഴ പോലെയാണ് മതം. ഒന്നു വലിച്ചൂരിക്കളയാൻ ശ്രമിക്കുമ്പോഴൊക്കെ കൂടുതൽ മുറുകുന്ന ഒരു കുരുക്ക്. യുക്തിവാദിയായ തമ്പായിയെ കാണുമ്പോൾ ഒരു കൈ സഹായം ചോദിക്കാനിരിക്കയായിരുന്നു അവൻ. അയാളെപ്പോലെ കൈവീശി നടക്കാനെന്തു വഴി എന്നാരായണം.

അപ്പോഴാണ് തമ്പായി അപ്രത്യക്ഷനായത്. ദേശക്കാർ ചാർത്തിത്തന്ന ഒരു പൊട്ടൻ പരിവേഷം പലപ്പോഴും ഗോപാലനെ സഹായിച്ചു. ഇപ്പോഴും ഗോപാലൻ രഹസ്യമായി അതംഗീകരിച്ചിരുന്നെങ്കിലും, അയാളുടെ ഭാര്യയ്ക്ക് അതിഷ്ടപ്പെട്ടില്ല. തന്റെ ഭർത്താവിനെ പൊട്ടൻ എന്ന് വിളിച്ചാൽ അവൾ കയർക്കും; വഴക്കടിക്കും. ഒടുക്കം ഗോപാലൻതന്നെ അവളെപ്പിടിച്ച് അകത്തേക്ക് കൊണ്ടുപോകും.

ഏറെനേരം ആലോചിച്ചിരുന്ന് വിയർത്തുകുളിച്ച് ഗോപാലൻ വീട്ടിൽ വന്നുകയറി. ഉടനെ ഷർട്ടഴിച്ച് ഇറയത്തെ അയയിലിട്ടു. മലയിറങ്ങി വന്ന ഒരു ചെറുകാറ്റ് അയാളെ തൊട്ടുതലോടി കടന്നുപോയി.

എവിടെനിന്നോ തമ്പായിയുടെ പ്രസംഗം ഒഴുകി വരുന്നുണ്ടെന്ന് ഗോപാലന് തോന്നി. അത്രയ്ക്കും വ്യക്തമായി അയാൾ ഇതിന് മുമ്പിതു കേട്ടിട്ടില്ല.

"നമ്മൾ ഒരു കാരണവശാലും ആയുധമെടുക്കരുത്. ശത്രുക്കളെ സൃഷ്ടിക്കരുത്."

നിങ്ങൾ യുദ്ധം കൊണ്ടുലഞ്ഞ നാടുകൾ കണ്ടിട്ടുണ്ടോ? യുദ്ധം വിതയ്ക്കുന്ന ഭയാനകമായ ദാരിദ്ര്യം കണ്ടിട്ടുണ്ടോ? അമ്മ, കുഞ്ഞുങ്ങളെയുമെടുത്ത്, മരിച്ചുവീണ ഭർത്താവിന്റെ ശവത്തിൽ തട്ടിത്തടഞ്ഞ് പലായനം ചെയ്യുന്നത് കണ്ടിട്ടുണ്ടോ, ചിരിക്കാൻ മറന്ന പിഞ്ചുകുഞ്ഞുങ്ങൾ തോക്കുകളേന്തിപ്പോകുന്നത് കണ്ടിട്ടുണ്ടോ? വെള്ളവും വറ്റും തപ്പി നടക്കുന്നവരെ അറിയുമോ? ഇല്ല. ഇല്ല."

ദുഃഖം ഒരഗ്നിഗോളമായി തൊണ്ടയിൽ തടഞ്ഞുനില്ക്കയാണ്. ഇറക്കാനും തുപ്പാനും വയ്യാത്ത അവസ്ഥ. എല്ലാത്തിനും കാരണം സാമ്പത്തിക ഉച്ചനീചത്വം എന്ന് തമ്പായി ആവർത്തിക്കുന്നതിന്റെ താളത്തിൽ കട്ടിലിൽ കിടന്നിടത്തുനിന്നും അനങ്ങാതെ ഗോപാലൻ ഉറക്ക

ത്തിലേക്ക് വഴുതിയിറങ്ങി.

തമ്പായിയുടെ വാക്കുകളും കേട്ട് നടക്കുന്നതിനിടയിലാണ് ബൂട്ടിട്ട കാലുകൾ വാതിൽ ചവിട്ടിത്തുറന്ന് കട്ടിലിന്നരികിൽ വന്നുനിന്നത്. കട്ടിലിൽ കിടന്ന ഗോപാലനെ ഒരു പൂച്ചക്കുഞ്ഞിനെ എന്നവണ്ണം അയാൾ പിടിച്ചുയർത്തി. ഇതു സ്വപ്നമല്ല ആപത്തിന്റെ തുടക്കമാണ് എന്നറിഞ്ഞ ഗോപാലൻ നിന്നുവിറച്ചു.

"സാർ, എനിക്കറിയില്ല സാർ. അയാളുടെ വാക്കുകൾ കേട്ടിട്ടുണ്ടെന്നല്ലാതെ, അയാളെവിടെനിന്നു വന്നെന്നും എങ്ങോട്ടു പോയെന്നും എനിക്കറിയില്ല സാർ..."

"നീ പേടിക്കണ്ട. നിന്നെ ഞങ്ങൾ മാപ്പുസാക്ഷിയാക്കിക്കോളാം. നീ ഞങ്ങളോട് സഹകരിച്ചാൽ മതി."

ജീപ്പിലേക്ക് തള്ളിക്കയറ്റുമ്പോൾ പൊലീസുകാർ അവനോട് അടക്കം പറഞ്ഞു. പിന്നെ ഉറക്കെ വേറെയും പറഞ്ഞു.

"എന്ത് കാഴ്ച കാണാൻ നില്ക്കുന്നു? പോയിനെടാ."

ഗോപാലന്റെ അയൽപക്കവും ബന്ധുക്കളും ചിതറിപ്പോകുമ്പോൾ അവന്റെ തൊണ്ടയിൽ ഗദ്ഗദം വഴിമുട്ടി. താൻ അന്യനാവുന്നു എന്ന തോന്നൽ അവനിൽ നിരാശയുളവാക്കി. ഇറയത്തിരുന്നു കരയുന്ന മക്കളും ഭാര്യയും അമ്മയും ഒരു ഫ്രെയ്മിൽ തൂങ്ങുന്ന ചിത്രംപോലെ അവൻ മനസ്സിൽ പതിച്ചുവച്ചു. അവരെ ഇനി കാണുമെന്നെന്താ ഉറപ്പ്!

എല്ലാം കാണുന്ന അമ്മയും എല്ലാം കേൾക്കുന്ന ഭാര്യയും നിശ്ശബ്ദരായിരുന്നു. ഭയം, ഫണംവിടർത്തിയാടുന്ന ഒരു പാമ്പുപോലെ അവരുടെ കണ്ണിൽ ഉണ്ടെന്ന് അവനുറപ്പായിരുന്നു.

തമ്പായി എവിടെയാണുള്ളത്? അവനോടൊപ്പം രാവേറെച്ചെല്ലുന്നതുവരെ ആൽത്തറയിൽ തമ്പായിയെ കേട്ടുകൊണ്ടിരുന്ന ഒരാളെയും കാണുന്നില്ലല്ലോ. വഴിനീളെ അവന്റെ കണ്ണുകൾ പരതി. ഒരാളെങ്കിലും കാട്ടുനായ്ക്കക്കോളനിയും കഴിഞ്ഞുള്ള വളവിലാണ് രാക്കമ്മയെ കണ്ടത്. പൊലീസിന്റെ കൂടെപ്പോകുന്ന ഗോപാലനെ കണ്ടതും അവൾ അടുത്തു കണ്ട അയനിമരത്തിൽ അമർത്തിപ്പിടിച്ചുനിന്നു. സ്വതവേ കുശലം പറയുന്ന അവളുടെ നാക്കിറങ്ങിപ്പോയോ? പൊലീസിനെ നാട്ടുകാർക്കൊക്കെ ഭയമാണ്. കഴിഞ്ഞ മഴക്കാലത്ത് കോളറ പടർന്നുപിടിച്ചപ്പോഴാണവർ ഇതുവഴി വന്നത്. ഡോക്ടർമാർക്ക് വഴി കാണിക്കാൻ, വന്നാൽത്തന്നെ ജനങ്ങളെ അവർ അടുപ്പിക്കില്ല. ചോദ്യം ചെയ്യലും ഭേദ്യം ചെയ്യലും എത്രകണ്ടു സഹിക്കും? അവളെ കണ്ട ഉടൻ ഗോപാലൻ തന്റെ സത്യാവസ്ഥയ്ക്ക് ഒരു താങ്ങാവട്ടെ എന്നു കരുതി ഉറക്കെ ചോദിച്ചു.

"രാക്കമ്മോ, നീ തമ്പായിക്ക് അരിയും മുളകും കൊടുത്തോ?"

"ഉം... പരിപ്പും ചോയിച്ചിരുന്നു..."

ഗോപാലൻ ഉള്ളാലെ ചിരിച്ചു.

ഇതുമതി. താൻ മാത്രമല്ല തമ്പായിയുടെ പരിചയക്കാരൻ എന്നിവരറിയട്ടെ.

അങ്ങാടിയിലെ ഓലമേഞ്ഞ കടയിലേക്ക് കയറി പൊലീസുകാർ ഓരോ പഴം ഇരിഞ്ഞുതിന്നു. ഗോപാലൻ തന്റെ വരണ്ട തൊണ്ടയെക്കുറിച്ചോർത്തു. ഇന്ന് ഇത്രനേരമായിട്ടും ജലപാനമുണ്ടായിട്ടില്ലല്ലോ.

"താൻ തമ്പായി എന്നൊരാളെ അറിയുമോ?"

കടക്കാരൻ വേവലാതിയോടെ പറഞ്ഞു.

"ഇല്ല സാറേ... അങ്ങനൊരാൾ ഇവിടെയില്ല. ഉണ്ടെങ്കിൽത്തന്നെ എന്റെ കടേൽ വന്ന്ട്ട്ണ്ടോ, ഓർമ്മയില്ല."

"ഭക്ഷണം, പണം, അങ്ങനെ എന്തെങ്കിലും ചോദിച്ച് ആരെങ്കിലും"

"ഇല്ല സാറേ."

അതു പറയുമ്പോൾ അയാളുടെ ചുണ്ടുകൾ വരണ്ടുണങ്ങി ഒരു വശത്തേക്ക് കോടിപ്പോയി.

ആ ദിവസം മുഴുവൻ അലച്ചിലായിരുന്നു. പൊലീസുകാർ കൃത്യസമയത്ത് ഡ്യൂട്ടി മാറുകയും ഏമാന്മാർക്ക് സല്യൂട്ടടിക്കുകയും ചെയ്തു. അവർ സമയാസമയം ഭക്ഷണം കഴിക്കുമ്പോൾ ഗോപാലനും വാങ്ങിക്കൊടുത്തു.

പിറ്റേന്ന് ഭക്ഷണവും വെള്ളവും ത്യജിച്ചുകൊണ്ട് ഒരു ത്യാഗിയുടെ വാശിയോടെ അവൻ പൊലീസുകാരോടൊപ്പം കാടും മേടും പുഴയും കടന്ന് പുൽമേടിലെത്തിയപ്പോൾ നേരം നന്നായി ഇരുണ്ടിരുന്നു. ആകാശത്തിന്റെ കോണിൽ ഒരമ്പിളി ഉയരുന്നു. പരന്നൊഴുകിയ നിലാവ് തെളിഞ്ഞ്, പുൽമേട്ടിലെത്തുന്നതുവരെ അവനൊന്നും കണ്ടില്ല. പിന്നെ ഒരുണങ്ങിയ മരവും അതിലെ ചില്ലകളും ചില്ലകളിൽ കിടന്നാടുന്ന ഒരു മനുഷ്യരൂപവും വ്യക്തമായി.

"എടാ, ഇതാണോ തമ്പായി?"

നേർത്ത കാറ്റിൽ ആടിക്കൊണ്ടിരുന്ന ചില്ലകളിലേക്കും പിന്നെ മനുഷ്യരൂപത്തിലേക്കും ടോർച്ചടിച്ച് പൊലീസുകാരൻ ഗോപാലന്റെ തോളിൽ കൈ അമർത്തി.

മുഖം കാണുന്നില്ല. നല്ല ഇരുട്ടിൽ, അഥവാ കണ്ടാൽത്തന്നെ തിരിച്ചറിയാനാകില്ല. അത് തമ്പായി അല്ലെന്ന് വിശ്വസിക്കാനായിരുന്നു ഗോപാലന് തിടുക്കം. തമ്പായി മരിക്കാൻ വന്നവനല്ല. പക്ഷേ, താനും ഇതുപോലെ ഒരു അനുഭവത്തിൽ പെടുമോ എന്ന ഭയംകൊണ്ട് അവൻ തലയാട്ടി. പിന്നെ നീട്ടി മുളി.

"ഊം..."

അത് മതിയായിരുന്നു അവർക്കും. ഒരു മാപ്പുസാക്ഷിയുടെ ഒരു മൂളൽ. അതിന്റെ ബലത്തിൽ അന്വേഷണങ്ങൾക്ക് അടിവരയിടാം.

"വാ പോകാം."

തിരിച്ച് മലയിറങ്ങുമ്പോൾ, അത് തമ്പായി അല്ലെന്നും തൂങ്ങിച്ചത്ത ആരോ ആണെന്നും വിശ്വസിക്കാൻ ഏറെ പരിശ്രമിച്ചു ഗോപാലൻ. ഒന്നുകൂടെ ഉറപ്പിക്കാനായി അവന് തിരിഞ്ഞു നടക്കണമെന്ന് തോന്നി.

"സാർ, ഞാനൊന്നുകൂടെ പോയി നോക്കട്ടെ സാർ."

അവരൊന്നും മിണ്ടിയില്ല.

ഗോപാലൻ ഓടി മലകയറി. ശരിക്കും ആ രൂപം കണ്ട അവൻ ഞെട്ടി. നല്ല നറുനിലാവിൽ മരവും തമ്പായിയും മാത്രം. പച്ചമണ്ണിൽ ചടഞ്ഞിരുന്ന് ഗോപാലൻ നിലവിളിച്ചുകൊണ്ടിരുന്നു. ഏറെനേരം കഴിഞ്ഞ് മലയിറങ്ങുമ്പോൾ തമ്പായി അവനെ നോക്കി ചിരിച്ചു. അതോടെ അവൻ ഓടിയിറങ്ങി. പൊലീസുകാരെ അന്വേഷിച്ചു.

അവരെപ്പഴേ പോയിരുന്നു. ന്യൂസ് റൂമിലിരുന്ന റിപ്പോർട്ടർക്ക് തൃപ്തികരമായ ന്യൂസ് കൊടുത്ത് അവർ വീട്ടിലെത്തിയിരുന്നു. റിപ്പോർട്ടർ ഭാവനാ വിലാസം മുഴുവൻ പുറത്തെടുത്ത് അവസാന വാചകം എഴുതിച്ചേർത്തു.

“മാവോവാദിയെ ഉന്മൂലനം ചെയ്തു.”

അയാൾക്ക് ഗോപാലനെ അറിയില്ല. അവനെ മാപ്പുസാക്ഷിയാക്കിയ പൊലീസുകാരെ അറിയില്ല. തമ്പായിയെയോ വികസനപരിപാടിയോ അറിയില്ലായിരുന്നു...

വീടുകൾ വിരുന്നുപോകുമ്പോൾ

വീടുകൾ പൊതുവെ വിരുന്നുപോകാൻ മടിയുള്ള കൂട്ടത്തിലാണ്. നിന്നിടത്തുനിന്ന് ഒന്നനങ്ങാൻ പോലുമാകാതെ അവയ്ക്കെങ്ങനെ പോകുന്ന കാര്യം ചിന്തിക്കാൻ പറ്റും. അല്ലെങ്കിലും വീടുകളെ കുടിയിരുത്തി സൽക്കരിക്കാൻ ആർക്കാണ് നേരം? എന്നിട്ടും തൊട്ടുരുമ്മി നില്ക്കുന്ന ആ മൂന്നു വീടുകളും പെട്ടെന്നൊരു ദിവസം വിരുന്നുപോകുന്നു എന്നറിഞ്ഞപ്പോൾ സരസ്വതിയമ്മയ്ക്ക് മനസ്സിൽ നൊമ്പരം. ആരോടും ഒന്നും പങ്കുവെക്കാനാവാതെ സരസ്വതി നിലയത്തിന്റെ നടുമുറ്റത്തെ അരത്തിണ്ണയിലിരുന്ന് വീടിനെ നോക്കി അവർ ചോദിച്ചു.

"എന്നെ കൂടെ കൂട്ടാതെ നിങ്ങൾക്ക് പോകാനൊക്കുമോ?"

മതിലിന്നപ്പുറം സുഹറത്താത്ത തന്റെ കൈ മൂവാണ്ടൻ മാവിലൂന്നി, നടുനിവർത്തി, അതേ ചോദ്യം ചോദിക്കുകയായിരുന്നു.

"ന്നാലും ജ്ജ് അങ്ങനങ്ങ് പോയാലോ? എത്തറ കാലം കൂടെ നിന്ന പൊര്യാ!"

മൂന്നാമത്തെ വീട്ടിൽനിന്നും പരിവേദനങ്ങൾ ഉയരുന്നില്ല. പതംപറയണ്ട മേരിച്ചേടത്തി കട്ടിലിൽ കയറി കിടപ്പാണ്. വീട് തങ്ങളെ വിട്ടുപോകുന്നു എന്നതു കേട്ടതുമുതലേ അവർക്ക് ഇരിക്കാനുള്ള ശക്തിപോലും ചോർന്നുപോയതുപോലെ.

എന്നിട്ടും, വിരുന്നുപോകുന്ന വീട്ടിൽനിന്നും ചില പൊതിക്കെട്ടുകൾ തയ്യാറാക്കാൻ സരസ്വതിയമ്മ മറന്നില്ല. വീടാണെങ്കിലും വെറും കൈയോടെ വിരുന്നുപോകുന്നതെങ്ങനെ? പത്തമ്പതു വർഷം കൂടെനിന്നവൾക്കായി എന്തൊക്കെ പൊതിഞ്ഞുകെട്ടണം എന്ന വേവലാതിയാണവർക്ക്.

ഉണ്ണിമാങ്ങാ അച്ചാർ. മൂത്ത ഒരു പൂവൻകുല. ഇത്തിരി ചക്കവരട്ടി.

ഒരു കൂട മാമ്പഴം.

ഒരു ഫ്ളാറ്റിനെ കാണാനാണത്രെ യാത്ര. ഫ്ളാറ്റ് എന്നു പറഞ്ഞാൽ തന്നെ എന്താണ്? നിന്ന നില്പിൽ തലച്ചുമടുമായി നില്ക്കുന്ന ബഹുനിലക്കെട്ടിടം. അനങ്ങാൻ പോയിട്ട്, ഒന്നു നേരാംവണ്ണം ശ്വസിക്കാൻ കഴിയുമോ അതിന്? ഒന്നുറക്കെ കരയാനെങ്കിലും! ജീവനുണ്ടോ ആവോ? വികാരവിചാരങ്ങളില്ല. ആഗ്രഹങ്ങളും സ്വപ്നങ്ങളുമില്ല. എന്തിനേറെ, പിഴുതെറിയാൻ സ്വന്തമായൊരു പുൽക്കൊടിപോലുമില്ലാത്ത ദുരവസ്ഥ.

അതോർക്കുമ്പോൾ വിരുന്നുപോകുന്ന വീടുകൾ ഭാഗ്യവതികളാണ്. അപ്പുറത്തുനിന്നും മാമ്പഴം. ഇപ്പുറത്തുനിന്നും ചക്ക. ഇത്തിരി മുരിങ്ങയില. കുറച്ചു കറിവേപ്പില. കൂട്ടാൻ വെക്കാനൊരു പപ്പായ. രണ്ടു തേങ്ങ. കൊണ്ടും കൊടുത്തും അടുത്തും പിണങ്ങിയും അരനൂറ്റാണ്ടോളം കഴിഞ്ഞവർ ഇപ്പോൾ പെട്ടെന്നൊരു വിരുന്നുപോക്ക് എന്തിനാണെന്ന് നാട്ടുകാർ അത്ഭുതപ്പെട്ടു.

"സരസ്വതീ, അത്രയൊന്നും കെട്ടിപ്പൊതിയേണ്ട."

ശേഖരമേനോൻ സരസ്വതിയെ വിലക്കി. അയാളൊന്നും എടുത്തു വയ്ക്കുകയുമില്ല; വയ്ക്കുന്നവരെ വിലക്കുകയും ചെയ്യും.

"നിങ്ങൾ അപ്പുറത്തെങ്ങാനും ചെന്നിരിക്കുന്നുണ്ടോ?"

സരസ്വതിയുടെ സ്വരം കനത്തു. കൂടുതൽ കനക്കുന്നതിനു മുമ്പേ അയാൾ സ്ഥലംവിട്ടു.

"ഞാനെടുത്തുവെക്കുന്നതല്ല. വീട് തരുന്നതല്ലേ?"

അവർ പൊതി ഭദ്രമാക്കി കെട്ടിപ്പൊതിഞ്ഞ് ബാഗിൽവച്ച കുപ്പികളാണ്. പൊട്ടാതെ നോക്കണം.

അവരുടെ ഉത്സാഹം കണ്ട് വീടിന് കൂടുതൽ സന്തോഷമായി. എത്ര നാൾ കൊതിച്ചതാണ് ഈ യാത്ര. മച്ചും ചുമരും വിണ്ടുകീറി വീഴാറായി. ഇനിയും ഇവിടെത്തന്നെ എങ്ങനെ നില്ക്കും? പോകാതെ തരമില്ല. പോകുന്നതിനുമുന്നേ എല്ലാടവും ഒന്നുകൂടെ കാണാൻ വീടിന് തിടുക്കമായി.

ഓരോ മുറിയിലും കയറിയിറങ്ങാൻ തന്നെ ഒരുപാട് സമയമെടുത്തു. കാരണം, ഓരോന്നിനും പറയാൻ ഒരുപാട് കഥയും കഥയില്ലായ്മയുമുണ്ടല്ലോ. തെക്കേമുറിയും വടക്കേമുറിയും വളരെ സ്വകാര്യ സ്വഭാവക്കാരാണ്. ഒച്ചയും ബഹളവുമില്ല. അടുക്കും ചിട്ടയും വേണ്ടുവോളം. അവർ തമ്മിൽ ഒരു ശണ്ഠയോ, പിണക്കമോ കേട്ടറിവില്ല. ഇരട്ടപെറ്റ സഹോദരങ്ങൾ അകന്നു താമസിക്കുംപോലെ അവയങ്ങനെ പരസ്പരം നോക്കിക്കൊണ്ടു നില്ക്കും. ഒന്നു വാസന്തി വരുമ്പോൾ താമസിക്കും. മറ്റൊന്നിൽ വിമല. രണ്ടുപേരും ഗോദ്റേജ് പൂട്ടിട്ട് പൂട്ടിയാണ് കൽക്കത്തയ്ക്കും പൂനയ്ക്കും പോകുക. വഴക്കടിക്കാത്ത ആ രണ്ടു പെണ്ണുങ്ങൾ മരുമക്കളാണെന്ന കാര്യം വീടിനെ എപ്പോഴും അതിശയിപ്പിച്ചിരുന്നു.

നടുമുറി അങ്ങനെയല്ല അതാരുടേയും സ്വകാര്യ സ്വത്തല്ല. അതിന് താഴില്ല. എന്തിന്, ഓടാമ്പൽ പോലുമില്ല. ആളുകൾ കയറിവരികയും നീണ്ട സോഫയിലിരുന്ന് സൊള്ളുകയും ടീപ്പോയിമേൽ വെച്ച ചായ കുടി

ക്കുകയും പ്ലെയ്റ്റിലെ കായവറുത്തതും മിക്സ്ചറും കൊറിക്കുകയും ചെയ്യുന്ന ഇടമല്ലേ. അതിന്റേതായ ഒരഹങ്കാരം ആ മുറിക്കുണ്ടായിരുന്നു. അവിടെ ആളൊഴിഞ്ഞ നേരമില്ലാത്തതിനാൽ ആകെ എത്രപേർ അവിടെ വന്ന് ഇരുന്നെന്നും ചായ കുടിച്ചെന്നുമുള്ള കണക്കൊന്നും വീടിനറിയില്ല. നടുമുറിക്ക് അഹങ്കരിക്കാൻ മറ്റൊരു കാരണം കൂടിയുണ്ട്. ഏത് പൊതു ചടങ്ങിനും നടുമുറി തന്നെ.

അമ്മുവിന്റെ ചോറൂണ് തൊട്ട് ഒരുപാട് കുഞ്ഞുരുളകൾ അവിടെവച്ച് ഉരുട്ടിയിട്ടുണ്ട്. അച്ചാച്ചന്റെ പിറന്നാൾ, അമ്മൂമ്മയുടെ ഷഷ്ഠി തുടങ്ങി എന്തെല്ലാം. വീടുവിട്ടുപോകുന്നവരെ വെള്ള പുതച്ച് കിടത്തിയിരുന്നതും ഇവിടെത്തന്നെ. ചിരിക്കും കരച്ചിലിനും സാക്ഷിയായി ഒരു മൂലയ്ക്കായി നിലവിളക്ക് എരിഞ്ഞുനില്ക്കും. നടുമുറി എല്ലാവരുടേതും ആയിരുന്നെങ്കിലും അതിനാരും അവകാശം പറഞ്ഞെത്തിയില്ല. പക്ഷേ, വീടിന് ഒരു മുറിയും ഉപേക്ഷിക്കാനാവില്ല. ഒരു യാത്രപോകുമ്പോൾ എല്ലാവരും വേണ്ടേ?

ഏതോ ഒരപ്പൂപ്പൻ പാതിവഴിയിൽ പണിനിർത്തിവെച്ച, അടിപ്പലകയില്ലാത്ത ഗോവണി പ്രതീക്ഷയോടെ നോക്കിനില്ക്കുന്നു. കൂടെ വരുന്നെങ്കിൽ കൂട്ടാം എന്ന മട്ടിൽ വീട് ഗോവണിയെ സാന്ത്വനിപ്പിച്ചു. അടിപ്പലകയില്ലാത്തതിനാൽ കുഞ്ഞുങ്ങളാരും ഗോവണി കയറാറില്ല എന്ന തീരാ ദുഃഖവും പേറി എത്ര കാലമായി അവൾ അവിടെ നില്ക്കുന്നു!

അടുക്കളയ്ക്കു വരണമെങ്കിൽ ഇടനാഴി ഇല്ലാതെ പറ്റില്ല. ഇടനാഴിയിലൂടെ നടന്നാലല്ലേ അടുക്കളയിൽ എത്താനാകൂ. എത്ര കാൽപ്പെരുമാറ്റങ്ങളും അടക്കം പറച്ചിലുകളും പ്രേമരംഗങ്ങളും അവിടെ നടന്നിരിക്കുന്നു. വയസ്സായവർ വേച്ച് നടക്കുമ്പോൾ അവരെത്തിക്കിത്തിരക്കി നൂണുകയറി വരുന്ന കുഞ്ഞുങ്ങൾ. അടുക്കളത്തളത്തിലെ ആ വലിയ മേശമേൽ സ്ഥാനം പിടിക്കാനുള്ള തിടുക്കമാണവർക്ക്! വന്ന ഉടൻ അവർ അലുമിനിയ ഡബ്ബയിൽനിന്നും പപ്പടം തട്ടിയെടുക്കും. അതു കാണുമ്പോൾ അടുക്കളച്ചുമരുകൾ അക്ഷമരാകും.

"അമ്മമ്മയ്ക്ക് പപ്പടം ഒരെണ്ണമെങ്കിലും വയ്ക്കൂട്ടോ."

ആരു കേൾക്കാൻ!

മുഖം കഴുകി തിരിഞ്ഞുനടക്കുമ്പോൾ അമ്മമ്മ അടുക്കളയോട് രഹസ്യം പറയും.

"ഊണ് നന്നായിരിക്ക്ണൂ ട്ടോ."

ധാരാളം വെച്ചുവിളമ്പിയതിന്റെ തരിപ്പുശേഷിച്ച വിരലുകൾ വായുവിൽ ചുഴറ്റി ദീർഘനിശ്വാസമുതിർക്കും.

"വയ്യാണ്ടായാലെന്താ ചെയ്യ്വാ?"

അവർക്ക് അടുക്കള സിംഹാസനം നഷ്ടപ്പെട്ടത് ഉൾക്കൊള്ളാൻ തന്നെ ഒരുപാട് കാലമെടുത്തു.

മങ്ങിയ കൃഷ്ണമണികളിൽ ഒരുരൂപവും പതിയാത്തതിന്റെ നോവോടെ സുഹറത്താത്ത കൈക്കസേരയിലിരുന്ന് പുറത്തേക്ക് നോക്കി.

ചുവരിൽ ജലീല് തൂക്കിയിട്ട വലിയൊരു ക്ലോക്കുണ്ട്. അതിൽ സമയമെത്രയായെന്ന് നോക്കിയാലും അവർക്ക് ഒന്നും കാണില്ല. വഴിപോക്കരായ കോളേജ് കുട്ടികളും അദ്ധ്യാപകരും ബദ്ധപ്പെട്ടോടുമ്പോൾ സമയം നോക്കുന്നത് സുഹറത്താത്തയുടെ ചുവരിലെ വലിയ ക്ലോക്കിലാണ്. അന്നൊക്കെ സുഹറത്താത്തയ്ക്ക് കുറച്ചുകൂടെ കണ്ണു തെളിച്ചമുണ്ടായിരുന്നു.

'സുഹറാ മൻസിൽ' കെട്ടിപ്പൊക്കിയ എളാപ്പ ഗൾഫിൽ കിടന്ന് ചോര തുപ്പി മരിച്ച കഥ എളാമ്മ പറഞ്ഞാണ് എല്ലാ തലമുറയിലുമുള്ള കുട്ടികൾ അറിയുന്നത്. അതങ്ങനെയാണ്. സുഹറത്താത്തയ്ക്ക് ആനയുടെയും മുയലിന്റെയും കഥകളറിയില്ല. ആകെ അറിയുന്നത് വല്യുപ്പയുടെയും എളാപ്പയുടെയും ദുരിതകഥകൾ. എല്ലാവരും ഒരുമിച്ചു കഴിയുന്ന പഴയ സങ്കല്പത്തിനുവേണ്ടിയാണ് ഗൾഫിൽനിന്നും എളാപ്പ വല്യുപ്പയ്ക്ക് കത്തെഴുതിയിരുന്നത്.

"ഞാനയക്കുന്ന കായി മുയ്മനും ചെലവാക്കണ്ട. പൊരപ്പണി തീരണ്ടേ?"

ആ വാചകം എല്ലാ കത്തിലുമുണ്ടാകും. എളാപ്പാന്റെ പ്രത്യേക സ്റ്റൈലിൽ അതിന് ചുകന്നമഷി കൊണ്ടൊരു അടിവരയും! മക്കളോരോരുത്തരും ജനിച്ച് വീഴുമ്പോൾ എളാപ്പ വരും. കണ്ടിട്ട് നാലുനാൾ തങ്ങി തിരിച്ചുപോകും. ഓരോ വരവിലും എളാമ്മയോട് ബിരിയാണി വെക്കാൻ പറയും. ചെറിയ പെരുന്നാളിന് മയിലാഞ്ചിച്ചോപ്പുള്ള കൈകൊണ്ട് പ്രത്യേകം തയ്യാറാക്കുന്ന ബിരിയാണി വലിയ പിഞ്ഞാണത്തിലാക്കി സൈനബയുടെ കൈയിൽ സരസ്വതീ നിലയത്തിലേക്കും ജയിംസ് വില്ലയിലേക്കും കൊടുത്തയച്ചിട്ടേ എളാമ്മ മക്കൾക്കും മരുമക്കൾക്കും ബസ്സി എടുത്തുവയ്ക്കൂ. പടാപ്പുറങ്ങൾ ആളനക്കം കുറഞ്ഞ് വെറുതെകിടക്കുന്നു. സൈനൂന്റെ അറയിലും ശബ്ദമില്ല. മൊഴിചൊല്ലിയതു മുതൽ അവളുടെ ചിരി നിലച്ചതല്ലേ. വലിയകം ഒരു മ്യൂസിയംപോലെ, അറബിക്കഥയിലെ ചിത്രംപോലെ, തോന്നിച്ചു. നിറം മങ്ങിയ കുഷ്യനുകളും കത്താതെ തുരുമ്പിച്ച് ചങ്ങലയിൽ കിടന്നാടുന്ന ശരറാന്തലുകളും പാടാത്ത പാട്ടുപെട്ടിയും... ഒന്നും സുഹറത്താത്ത എടുത്തുകളയില്ല. എളാപ്പാന്റെ ഓർമ്മ ചിതലരിച്ചതെങ്കിലും അവിടെ കിടക്കട്ടെ.

കോലായിലും നിസ്കാരമുറിയിലും മാത്രമാണ് സുഹറത്താത്ത സമയം കഴിക്കുന്നത്. ഭക്ഷണം കഴിക്കാൻ നേരമാകുമ്പോൾ സൈനുവന്നു ചോദിക്കും.

"മ്മാ ചോറ് ബെയ്ക്കണ്ടേ? മണി എത്തര്യായീന്നറ്യോ?"

അപ്പോൾ ഒന്നും ഉരിയാടാതെ, വെറുതെ ചിരിച്ചുകൊണ്ട് സുഹറത്താത്ത സൈനുവിന്റെ കൈ പിടിച്ചു നടക്കും.

ആ സുഹറത്താത്തയുടെ വീടും വിരുന്നുപോകാനുള്ള ഒരുക്കത്തിലാണ്. പഠിപ്പുര പൊളിച്ച് മൂത്തവൻ വീടുപണിതപ്പോൾ, കാച്ചിക്കും തട്ടത്തിനും തല്ലുകൂടുന്നതുപോലെയല്ലെ പെൺമക്കൾ ഭൂമിക്കുവേണ്ടി

തർക്കിച്ചത്. കൂടെ അവരുടെ പണക്കാരായ മാപ്പിളമാരും. ഒടുക്കം ഖബർ സ്ഥാനിൽ വിശ്രമിക്കാൻ എളാമ്മയും പോയി. കെട്ടിയോൻ ഇല്ലാത്ത സൈനുവും മക്കളും അലമുറയിട്ടിട്ടൊന്നും വീടിന്റെ യാത്ര മുടക്കാനായില്ല.

ആനിക്കെടുക്കാൻ ഒരു സ്യൂട്ട്കേസ് മാത്രമേയുള്ളൂ.

ജാലകവിരികൾ അഴിച്ചെടുക്കുമ്പോഴാണ് ആനി ഒരു തേനീച്ചക്കൂട് കണ്ടെത്തിയത്. ഇത്രനാളും ഇതിവിടെ ഉണ്ടായിരുന്നോ?

"അത് തേനീച്ചയല്ലെടീ മോളെ. കടന്നലാ. മാറിനിക്ക്."

മേരിച്ചേടത്തി ആനിയെ പിടിച്ച് പുറകോട്ടു തള്ളി. കടന്നലെങ്കിൽ കടന്നൽ. വീടിനൊപ്പം കൂട്ടുപോകാൻ ഒരാളായല്ലോ.

"മേരിച്ചേടത്തി ഇവിടെ കുറിഞ്ഞിപ്പൂച്ച വിറകുപുരയിൽ പെറ്റുകിടക്കുന്നു. നാലുമക്കളുമായി അതെവിടെപ്പോകും?"

ജാലകത്തിനപ്പുറത്തുനിന്നും ആമിന വിളിച്ചുപറഞ്ഞു.

വീട്ടിൽ വളർത്തുന്നതല്ലെങ്കിലും ഭക്ഷണസമയത്ത് കൃത്യമായി ഹാജരാകുന്ന പൂച്ചയെ ഓർത്ത് സുഹറാമൻസിൽ വേവലാതിപൂണ്ടു. വീടിന് ദേഷ്യമാണ് തോന്നിയത്. ഈ യാത്രയ്ക്കിറങ്ങാൻ നേരത്ത് എന്തു കാത്തിരിക്കയാണ് പൂച്ച.

സുഹറാമൻസിലിൽ പണ്ടൊക്കെ ചിരിയുടെ പൂരമായിരുന്നു. എന്നും ഒപ്പനയും മയിലാഞ്ചിയും ഗസലും ബിരിയാണിയും അങ്ങനെയങ്ങനെ. വല്ലുമ്മയും വല്ലുപ്പയും മക്കളും മരുമക്കളും പേരക്കിടാങ്ങളുമായി ഒരു കല്യാണത്തിന്റെ തിക്കും തിരക്കും. ക്രമേണ ചിരികൾ നിലച്ചു. വീടുകൾ നാലഞ്ചായി ഉയർന്നു. തറവാട് സാമ്പത്തികമായും ശോഷിച്ചു. എങ്ങോട്ടും പോകാനില്ലാത്ത സുഹറത്താത്തയും സൈനുവും മക്കളുമായി വീട് നിശ്ശബ്ദമായി.

വീട് ഇന്ന് യാത്രയാകുന്നതിന് മുന്നോടിയായി മേരിച്ചേടത്തി രാവിലെതന്നെ കുർബ്ബാനയ്ക്കുപോയി. പള്ളിയിൽ ആളുകൾ തിക്കിത്തിരക്കിയതിനാൽ അവർക്ക് വല്ലാത്ത ചൂടനുഭവപ്പെട്ടു. കുന്തിരിക്കപ്പുകയും കൂടിയായപ്പോൾ അവരങ്ങനെ വെന്തുരുകി. എല്ലാത്തിനും മീതെ അച്ചനും സഹായിയും കൊയർസംഘവും മൈക്കിലൂടെ ശബ്ദകോലാഹലങ്ങളുടെ ഘോഷയാത്ര തുടങ്ങി. പള്ളി പിരിഞ്ഞ് തിടുക്കത്തിൽ വീട്ടിലെത്തി, കവണി അഴിച്ച് അയയിലേക്കിട്ടു. അവർ കട്ടിലിലേക്കു വീണു. വീട് അവിടെത്തന്നെ നിവർന്നു നില്പുണ്ടായിരുന്നെങ്കിലും എന്തെന്നില്ലാത്ത ഒരു പരവേശം.

"മോളീ, ഇത്തിരി തണുത്ത വെള്ളം കൊണ്ടുവാ..."

പക്ഷേ, മോളി എത്രയോ വർഷങ്ങൾക്കു മുമ്പേ ചിട്ടിക്കാരൻ ജോസഫിന്റെ കൂടെ ഒളിച്ചോടിയതാണെന്ന തിരിച്ചറിവുണ്ടായ അവർ വാചകം പെട്ടെന്ന് തിരുത്തി.

"ആനി ഇത്തിരി തണുത്ത വെള്ളം."

ജയിംസ് തനിക്കായി തന്നിട്ടുപോയ കുരുന്നായിരുന്നു ആനി. അവളിപ്പോൾ വളർന്നു വലുതായി ജോലിക്കാരിയായി. ആനി വെള്ളം നീട്ടി.

"അമ്മച്ചി, വെള്ളം കുടിക്ക്."

ഒറ്റക്കുതിപ്പിന് വെള്ളം വാങ്ങി കുടിച്ച് അവർ എഴുന്നേറ്റു ജാലകത്തിലൂടെ പുറത്തേക്ക് നോക്കി. അവരുടെ ആട്ടിൻകുട്ടികൾ പറമ്പിലാകെ ഓടിത്തുള്ളി നടക്കുന്നു. പാവം. അവയ്ക്കെന്തറിയാം. അവരുടെ ആട്ടിൻ കൂടും എടുത്ത് ആ മനോഹരഭവനം വിരുന്നുപോകയാണെന്നവർ അറിഞ്ഞിട്ടില്ല.

വീടിന്റെ യാത്രയെക്കുറിച്ചറിഞ്ഞതു മുതൽ അവർ വീട്ടുപേരെഴുതിത്തൂക്കിയ പലകയിൽ തൊട്ടും തടവിയും ഒരേ നില്പായിരുന്നു. പോകുന്നതിനുമുമ്പ് അവൻ തൂക്കിയതാണ്. 'സാംബിയക്കൊന്നും പോകണ്ടടാ കൊച്ചനേ' എന്ന് എത്ര തവണ താൻ അവനോട് പറഞ്ഞതാണ്. ഒരാക്സിഡന്റായിരുന്നു എന്നാണ് ടെലഗ്രാമിൽ എഴുതിയിരുന്നത്. താനും അവന്റെ അപ്പനും അപ്പാപ്പനും ഈ മലമ്പ്രദേശത്തു വന്നപ്പോൾ ഇവിടം കാടായിരുന്നു. കാട്ടുപോത്തും മുള്ളനും എന്തുകുഴിച്ചിട്ടാലും നശിപ്പിക്കും. പിന്നീടാണ് ശേഖരമേനോനും അബ്ദുള്ളയും സ്ഥലം വാങ്ങാൻ വന്നത്. കിട്ടിയതിൽ ഓരോ ഓഹരി ചെറിയൊരു വിലയ്ക്ക് അവർക്ക് വിറ്റു. അങ്ങനെ ഈ വീടിന് രണ്ടു കൂട്ടുകാരായി. ചിരിച്ചും കരഞ്ഞും മൂന്നുവീടുകളും ഒരുമിച്ചങ്ങനെ എത്രകാലം കഴിച്ചു.

ഇപ്പോൾ മൂന്നു വീടുകളും യാത്രപോവുകയാണത്രെ!

"ശരിക്കും നിങ്ങൾക്ക് പോണോ?"

കണ്ഠമിടറിയായിരുന്നു മേരിച്ചേടത്തി ചോദിച്ചത്.

വീട് എന്തു പറയാൻ? ഞങ്ങളായിട്ടു തീരുമാനിച്ചതല്ലല്ലോ. വീടിന്റെ മൗനം വാചാലമായിരുന്നു.

"ശരി, പോയ് കാഴ്ചകളൊക്കെ കണ്ടോ. പക്ഷേ, മടങ്ങിവരുമ്പോൾ ഞാനും സരസ്വതിയും സുഹറയും ഇവിടെ കാണില്ലെന്നു മാത്രം. പെസഹയുടെ അപ്പം മുറിക്കിനി ഞങ്ങൾ ഒരുമിച്ചു കൂടുമെന്നും കരുതണ്ട..."

കണ്ണു നിറഞ്ഞതിനാൽ അവർ നിർത്തി.

"അപ്പോ എല്ലാരും എറങ്ങാറായില്ലേ?"

ഒരു പുരുഷസ്വരം കനത്തു. ഉടൻ ബുൾഡോസറിന്റെ വലിയ ശബ്ദവും.

വീടുകൾ വിരുന്നു പോകുന്നത് കണ്ടുനില്ക്കാൻ കരുത്തില്ലാത്ത അവർ ഒരുമിച്ചു നടന്നു. ഏറ്റവും മുന്നിൽ ജാഥാക്യാപ്റ്റനായി ശേഖരമേനോൻ. പുറകിൽ ആ അഞ്ചുപെണ്ണുങ്ങളും ചെറിയ രണ്ടു കുട്ടികളും.

ബുൾഡോസറുകൾ പണി തുടങ്ങി. ജയിംസ്‌വില്ല പൊടിഞ്ഞു വീണത് ജെ സി ബിയിൽ കോരി ടിപ്പറിൽ നിറയ്ക്കുകയാണ് ബംഗാളി ത്തൊഴിലാളികൾ. ആ വീട് ആദ്യ ട്രിപ്പിൽ യാത്രയായി. ഊഴം കാത്തു നിന്ന സുഹറാ മൻസിലും സരസ്വതീ നിലയവും അതുകണ്ട് കണ്ണീർ പൊഴിച്ചത് ബംഗാളികൾ ഗൗനിച്ചില്ല. അവർക്കെന്ത് വീട്, എന്തു റോഡ്!

മിഠായി അപ്പൂപ്പൻ

അതിമാധുര്യത്തോടെ ചോക്കലേറ്റ് സുഗന്ധം പേറി ആ ഫാക്ടറി കുഞ്ഞുങ്ങൾക്കു മുമ്പിൽ ഒരു തുറന്ന പുസ്തകംപോലെ നിലകൊണ്ടു. അവർക്കെല്ലാം തന്നെ അമിതാവേശത്താൽ വിടർന്ന മുഖങ്ങളായിരുന്നു. മിഠായി ഫാക്ടറിയിലേക്ക് പോകാൻ പ്ലാനിട്ടതുമുതൽ അവരുടെ സ്വപ്നങ്ങൾക്കുപോലും മിഠായിയുടെ ഗന്ധവും നിറവും കൈവന്നു. കുഞ്ഞുങ്ങൾക്കു മാത്രമല്ല, കൂടെപ്പോകുന്ന അദ്ധ്യാപികമാർക്കും മിനി ബസ് ഡ്രൈവർക്കും വരെ—ചോക്കലേറ്റ് കഷണങ്ങൾ ബിൽഡിങ് ബ്ലോക്കുകളാക്കി ചില വിരുതന്മാർ ചോക്കലേറ്റ് പിരമിഡുകൾ സ്വപ്നങ്ങളിൽ മെനഞ്ഞപ്പോൾ മറ്റു ചിലർ ചോക്കലേറ്റ് സ്ലൈഡുകളിൽ വഴുതിയിറങ്ങി കളിക്കുകയായിരുന്നു. വളഞ്ഞു നീങ്ങുന്ന വരിയിൽനിന്ന് ചില കുട്ടികൾ അന്യോന്യം അത്തരം സ്വപ്നങ്ങൾ പങ്കുവയ്ക്കുന്നു. അതാണ് അവരുണ്ടാക്കിക്കൊണ്ടിരുന്ന തേനീച്ചമൂളൽ പോലുള്ള ശബ്ദത്തിന്റെ രഹസ്യം.

പ്രൈമറി സ്കൂളിലെ കൊച്ചുകുട്ടികളെ സ്കൂളിന്നു പുറത്തേക്ക് കൊണ്ടുപോകുന്നത്ര ദുർഘടംപിടിച്ച പണിയില്ലെന്ന് അദ്ധ്യാപികമാർ അടക്കം പറഞ്ഞു. വലിയ കുട്ടികൾക്ക് പറഞ്ഞത് ഗ്രഹിക്കാൻ കഴിയും മുതിർന്നവർ കുറേ കാര്യങ്ങൾ സ്വയം കണ്ടറിയും. എന്നാലിതോ ഏറ്റവും വിഷമം പിടിച്ചതുതന്നെ. കുട്ടികളിൽ വെളുത്തവരും കറുത്തവരും കുറിയവരും വിളറിയവരുമുണ്ടായിരുന്നു. കാഴ്ചയിൽ പെട്ടെന്ന് കണ്ണിൽപ്പെടുന്നത് നോക്കി നില്ക്കുമ്പോൾ അവരെല്ലാംതന്നെ, ഏഷ്യയിലെയും യൂറോപ്പിലെയും ആഫ്രിക്കയിലെയും വിവിധ കടൽത്തീരങ്ങളിൽനിന്നും പെറുക്കിയെടുത്ത കൊച്ചു വെള്ളാരങ്കല്ലുകൾ ആണെന്നേ തോന്നൂ! ഒരാളുടെ ഓർമ്മച്ചെപ്പിൽ എക്കാലവും സൂക്ഷിക്കാൻ പോന്ന ഒരു കാഴ്ച!! ശു

ദ്ധമായ നിഷ്കളങ്കതയും സ്നേഹവും സന്തോഷവുംകൊണ്ട് കൊരുത്തെടുത്ത ഒരു മാലയാണത്.

"കുട്ടികളേ, ഇവിടെ ശ്രദ്ധിക്കൂ. നിങ്ങൾ അകത്തു കടന്നാൽ ബഹളം വെക്കാതെ നിശ്ശബ്ദരായിരിക്കണം. പലതരത്തിലുള്ള മിഠായികളും അവിടെ കാണും. ഒരിക്കലും ആർത്തിപിടിച്ച ശബ്ദങ്ങളുണ്ടാക്കരുത്. നമ്മളിവിടെ വന്നത് ചോക്കലേറ്റുകൾ എങ്ങനെ ഉണ്ടാക്കുന്നു എന്നു കാണാനാണ്. മെഷീനുകളിൽനിന്നും അവ ഉരുത്തിരിഞ്ഞു വരുന്നത് അത്ഭുതകരമായ ഒരു കാഴ്ചയാണ്..."

അവർക്ക് പൂർത്തിയാക്കാൻ കഴിഞ്ഞില്ല. കുട്ടികൾ അടക്കിവെച്ച സന്തോഷം പുറത്തെടുത്ത് ആർത്തുവിളിക്കാൻ തുടങ്ങി. അതുകേട്ടാൽ തോന്നും അവർക്കാരോ ചോക്കലേറ്റ് കൂമ്പാരം കൈകളിൽ വെച്ചു കൊടുത്തെന്ന്. അദ്ധ്യാപികയുടെ വാക്കുകൾ കാറ്റിൽ പറത്തി അവർ വിളിച്ചു പറഞ്ഞു.

"ഞങ്ങൾക്ക് ചോക്കലേറ്റു വേണം. കൊക്കോ, കാഡ്ബറി, മിൽക്ക്, വൈറ്റ്... എല്ലാം... എല്ലാം വേണം. വീ ലൗ ദം സോ മച്ച്... സോ... മച്ച്..."

അവർ മനഃപൂർവ്വം ഹാർഡ് ചോക്കലേറ്റും ഡാർക്ക് ചോക്കലേറ്റും വിട്ടുകളഞ്ഞു. അതവർക്കിഷ്ടമില്ലല്ലോ. പെട്ടെന്നാണ് അടുത്ത സന്ദർശകരെ അകത്തേക്ക് ക്ഷണിക്കുന്ന മണി മുഴങ്ങിയത്. അങ്ങേയറ്റത്തെ അച്ചടക്കത്തോടെയും മര്യാദയോടെയും കുട്ടികളുടെ വരി അകത്തേക്ക് കടന്നു. കണ്ണാടിക്കൂടിനുള്ളിൽ പ്രദർശിപ്പിച്ച ചോക്കലേറ്റുകൾ അവരുടെ വായിൽ വെള്ളം നിറച്ചു.

പ്രവേശനം ടിക്കറ്റുമൂലം നിയന്ത്രിക്കുന്നുണ്ടായിരുന്നു. വാതിൽക്കൽ സ്വാഗതമോതിക്കൊണ്ടുനിന്ന യുവതി ആൾക്കൂട്ടത്തെ സാകൂതം വീക്ഷിച്ചു. സ്വാഗതത്തിന്റെ ഭാഗമായി അവർ എല്ലാവർക്കും നേരെ ഒരു ട്രേ നീട്ടി. അതിൽനിന്നും ഓരോ ചോക്കലേറ്റെടുക്കാൻ അനുവദിച്ചു. ഓരോന്നെടുത്ത കുട്ടികൾ 'അതു മതിയോ' എന്ന സന്ദേഹത്തോടെ അദ്ധ്യാപികമാരെ നോക്കി. അവരുടെ ഭാവം കണ്ടയുടൻ കുട്ടികൾ വളരെ മര്യാദക്കാരായിത്തീർന്നു.

കണ്ണാടിക്കൂടുകളിൽ പ്രദർശിപ്പിച്ച ചോക്കലേറ്റുകൾ അവരുടെ വായിൽ കപ്പലോടിക്കാൻ മാത്രം വെള്ളം നിറച്ചു. സ്വാഗതമോതുന്ന സ്ത്രീ പെട്ടെന്ന് അവരുടെ മുന്നിൽ പ്രത്യക്ഷപ്പെട്ടു കുട്ടികളോടായി പറഞ്ഞു.

"അകത്തു കടന്നാൽ ആരും ബഹളമുണ്ടാക്കരുത്. അവിടെ ചോക്കലേറ്റിന്റെ ചരിത്രം– കൊക്കോ കണ്ടുപിടിച്ചതു മുതൽ ഇന്നു കാണുന്ന ചോക്കലേറ്റുകൾ ഉണ്ടാക്കുന്നതുവരെ പ്രദർശിപ്പിച്ചിരിക്കുന്നു. നിങ്ങളുടെ താല്പര്യമനുസരിച്ചുള്ള കോമ്പിനേഷൻസ് ഇവിടെ കിട്ടും."

അതിമനോഹരമായി ചിരിക്കുന്ന ഒരു പ്രതിമ കണക്കെ അവൾ നിലകൊണ്ടു. സമീപത്തുകൂടെ കടന്നുപോയ ഒന്ന് രണ്ട് കുട്ടികളുടെ തലതടവി തന്റെ മാതൃവാത്സല്യം പുറത്തെടുക്കുകയും ചെയ്തു.

വരിയിൽ ഒടുവിലായി നടക്കുന്നത് കറുത്ത പെൺകുട്ടിയാണ്. ചുരു

ണ്ടമുടിയും വെളുത്ത പല്ലുകളും, അവൾ ആഫ്രിക്കക്കാരിയാണെന്നു തോന്നിച്ചു. കലപില കൂട്ടുന്ന മറ്റുകുട്ടികളെപ്പോലെയായിരുന്നില്ല അവൾ. പ്രായത്തിനേക്കാൾ പക്വതയും ക്ഷമയും കാണിക്കുന്ന ആ പെൺകുട്ടി വളരെ ജിജ്ഞാസയോടെ ഓരോ പടങ്ങളും നോക്കി, അദ്ധ്യാപികയുടെ വിവരണം ശ്രദ്ധിച്ച് സാവധാനത്തിൽ നടന്നു. അവളുടെ അദ്ധ്യാപികയാകട്ടെ, വളരെ ക്ഷമയുള്ളവളാണെന്ന് തോന്നി. കുട്ടി ചോദിക്കുന്നതെന്തും താല്പര്യപൂർവ്വം കേട്ട്, ലളിതമായി ഉത്തരങ്ങൾ കൊടുത്തുകൊണ്ടിരിക്കുന്ന അവരെ നോക്കിയാലറിയാം, ഒരദ്ധ്യാപിക എങ്ങനെ ആയിരിക്കണെമെന്ന്.

ഞാനെന്റെ നടത്തം അല്പം വേഗതയിലാക്കി. അവരോടൊപ്പം ചേർന്ന് നടന്ന് ആ സംഭാഷണശകലങ്ങൾ ഒപ്പിയെടുക്കുക എന്ന ഗൂഢോദ്ദേശ്യവും എനിക്കുണ്ടായിരുന്നു.

"മാം... അയാളെന്താ മൂന്ന് ചാക്കുകൾ പുറത്ത് വെച്ചിരിക്കുന്നത്? അയാൾക്ക് വേദനിക്കില്ലേ മാം?"

പടത്തിൽ കറുത്ത അടിമകളെ വെളുത്ത യജമാനൻ പണിയെടുപ്പിക്കുന്ന ഒരു പഴയ ദൃശ്യം. കൊക്കോ ചാക്കുകൾ അവരെക്കൊണ്ട് ചുമപ്പിച്ച്, കപ്പലുകളിൽ കയറ്റുകയാണ് കോളനി വാഴ്ചക്കാർ. പിന്നെ മറ്റൊരു പടത്തിൽ കൊക്കോ തിളപ്പിക്കുന്നതായി കാണാം. "മാം... അയാളെന്തോ തിളപ്പിക്കുന്നു. ആ കുനിഞ്ഞിരിക്കുന്ന ആൾ?"

"അതോ? അത് കൊക്കോ പൾപ്പാണ്. ആദ്യം അവർ ചോക്കലേറ്റ് പാനീയമുണ്ടാക്കി അത് കട്ടിയാക്കാനുള്ള സൂത്രം കണ്ടുപിടിച്ചു."

"സൂത്രക്കാരാണ് അല്ലേ മാം?"

"അതെ. സൂത്രക്കാരായതുകൊണ്ടല്ലേ ലോകത്തിലെമ്പാടും കോളനികൾ സ്ഥാപിച്ചതും അവിടങ്ങളിലൊക്കെ അടിമകളെ ഉണ്ടാക്കിയതും..."

നോക്കി നടക്കെ ആ കൊച്ചു പെൺകുട്ടി ഏതോ ചിന്തയിൽ ആണ്ടുപോയി.

താൻ കൂട്ടത്തിൽനിന്നും വിട്ടുപോകുന്നു എന്ന ചിന്തയാൽ അവൾ ഗോവണി ഓടിക്കയറി കൂട്ടുകാരെ തിരഞ്ഞു. അവരാകട്ടെ അന്യോന്യം തള്ളിയും കൈമുട്ടുകൾ കൊണ്ടിടിച്ചും തിരക്കുകൂട്ടുകയുമായിരുന്നു. മുകൾനില മുഴുവൻ ചോക്കലേറ്റ് സുഗന്ധം നിറഞ്ഞു വഴിഞ്ഞുകൊണ്ടിരുന്നു. ആ ഗന്ധമാണവരെ അക്ഷമരാക്കുന്നത്. എന്നാൽ ആ പെൺകുട്ടി തന്റെ അദ്ധ്യാപികയോട് പറ്റിച്ചേർന്നുകൊണ്ട് നടക്കുകയാണ്.

"മാം... എനിക്ക് ആ ഫോട്ടോസ് ഒരിക്കൽക്കൂടെ കാണണം."

"എന്തിന്? അത് താഴത്തെ നിലയിലല്ലേ? നമുക്കിനി തിരിച്ചുപോകാൻ നേരമില്ല."

"പ്ലീസ് മാം... പ്ലീസ്..."

അവൾ യാചിക്കുന്നതുകേട്ട് അദ്ധ്യാപിക സംഘർഷത്തിലായി. ഒടുക്കം അവർ മയത്തിൽ ചോദിച്ചു.

"എന്താണ് നിനക്ക് കാണേണ്ടത്?"

"മൂന്നു ചാക്കുകൾ പുറത്തെടുത്ത് നടക്കുന്ന ആളുള്ള പടം."

"അതിലെന്താണിത്ര കാണാൻ?"

"... എനിക്കു തോന്നുന്നു മാം... അതെന്റെ മുത്തശ്ശനാണെന്ന്!"

ഇത്തവണ അദ്ധ്യാപിക ഉറക്കെ ചിരിച്ചു. അവർക്ക് പെട്ടെന്നൊന്നും ആ ചിരി നിർത്താനായില്ല. ഏറെനേരം ചിരിച്ചതിനാൽ കണ്ണിൽ കണ്ണുനീർ നിറഞ്ഞു. തൂവാലകൊണ്ട് കണ്ണുകൾ തുടച്ചശേഷം അവരവളെ സമാധാനിപ്പിച്ചു.

"പൊട്ടത്തരം പറയാതെ... ഇതെല്ലാം പണ്ടെങ്ങാൻ സംഭവിച്ചതാണ്. അവർ അവളെ അനുകമ്പാപൂർവ്വം ചേർത്തുപിടിച്ചു. അവർ ഒരുമിച്ച് കോണിപ്പടികൾ കയറി. ഞാൻ തിടുക്കത്തിൽ കോണിയിറങ്ങി, ഓടിപ്പോയി ആ പടം ഒരാവർത്തികൂടെ നോക്കി. കുട്ടി പറഞ്ഞതിൽ കാര്യമുണ്ട്. അവളുടെ ഛായ തന്നെ. പക്ഷേ, കറുത്തവർക്ക് മുഖച്ഛായയും രൂപസാദൃശ്യവും മാത്രമല്ല, നോവിന്റെ ഭാഷയും നന്നായി മനസ്സിലാവുമെന്നല്ലേ ആ കുട്ടി പറഞ്ഞതിനർത്ഥം? ഞാൻ തിടുക്കത്തിൽ കോണികയറി അവരെത്തേടി മുകളിലെത്തി. അവരുടെ സംഭാഷണം കേട്ടുകേട്ട് അതെന്റേതുമായി മാറിക്കഴിഞ്ഞതിനാൽ എനിക്കിനി അതിൽ ഒരുവരിപോലും നഷ്ടപ്പെടുത്താൻ കഴിയില്ല.

ഹോ എല്ലാവരും എവിടെയാണെത്തിയിരിക്കുന്നത്? ഇത് ഒരത്ഭുതലോകം തന്നെ. ഇടിച്ചും പൊടിച്ചും മയപ്പെടുത്തി ലായനിയാക്കിയും കുഴമ്പാക്കിയും കട്ടയാക്കിയും കൊക്കോ കൊണ്ടുള്ള അത്ഭുതമാണവിടെ നടക്കുന്നത്. ഒടുക്കം, ചോക്കലേറ്റ് വെണ്ണക്കട്ടിപോലെ അലിഞ്ഞ് പലരൂപങ്ങൾ കൈവരിക്കയും കട്ടിയായി വർണ്ണക്കടലാസിൽ ഒളിക്കയും ചെയ്യുന്നത് കണ്ടുകൊണ്ട് കുട്ടികളും മുതിർന്നവരും നിർന്നിമേഷരായി നിന്നു. എന്തിന്? ഞാൻ പോലും എത്രനേരമാണാ മെഷീനുകൾക്ക് മുമ്പിൽ ചെലവഴിച്ചതെന്ന് എനിക്കോർമ്മയില്ല.

തീരെ ചെറിയ കുട്ടികൾ മെഷീനിലേക്ക് എത്തിനോക്കാൻ വേണ്ടി തുടരെത്തുടരെ മുകളിലേക്ക് ചാടുന്നുണ്ടായിരുന്നു. അക്ഷമയായ ഒരദ്ധ്യാപിക കണ്ണുരുട്ടി ചാട്ടങ്ങൾ നിയന്ത്രിച്ചു. അതിനിടെ മിടുക്കനായ ഒരാൺകുട്ടി തന്റെ കൂട്ടുകാരിയോട് മൊഴിഞ്ഞു.

"ഹും. ഷീ ഈസ് റ്റോൾ. ദാറ്റ്സ് വൈ..."

വെളുത്തു മെലിഞ്ഞ ഒരു സ്ത്രീ തിടുക്കത്തിൽ കുട്ടികളോടായി പറഞ്ഞു.

"ഹലോ കിഡ്സ് പ്ലീസ്. വേഗം നടക്കൂ പ്ലീസ്..."

ആ കറുത്ത പെൺകുട്ടി ഒഴികെ ബാക്കിയെല്ലാവരും വേഗത കൂട്ടി നീങ്ങിയെങ്കിലും അവൾ മാത്രം ഏതോ ഒരു സ്വപ്നലോകത്ത് നടക്കുകയായിരുന്നു. ഇപ്പോഴവൾ അവളുടെ അദ്ധ്യാപികയുടെ പുറകിലുമായി. അവൾ ആ പടത്തിലെ മനുഷ്യനെക്കുറിച്ച് മാത്രമേ ചിന്തിക്കുന്നുള്ളൂ എന്നെനിക്ക് അറിയാമായിരുന്നു. അല്പ വസ്ത്രധാരിയായി, അമിതഭാര

ത്താൽ കുനിഞ്ഞ ശരീരവുമായി, വെളുത്തവന്റെ പുറകെ നടക്കുന്ന ആ മനുഷ്യൻ അവളുടെ ആരുമല്ലെന്ന് എനിക്കും അദ്ധ്യാപികയ്ക്കും അറിയാമായിരുന്നു.

തികച്ചും നിശ്ശബ്ദയായി ഞാൻ നടന്നു. കാരണം അവരും തീർത്തും നിശ്ശബ്ദരായിരുന്നല്ലോ... അവസാനത്തെ മുറി, ഏറ്റവും മുകൾത്തട്ടിലാണ്. അതാകട്ടെ, ഇരുമ്പു ചട്ടങ്ങളിൽ ചില്ലുറപ്പിച്ച് ചുമരുകൾ മെനഞ്ഞതും. ആ ചില്ലുകൾക്ക് പുറകിൽ നിന്നാൽ താഴെ, അഗാധതയിൽ ശാന്തമായൊഴുകുന്ന നദി കാണാം. ചില കുട്ടികൾ ആർത്തു ചിരിക്കുന്നതു കേട്ട് ഞാൻ തിരിഞ്ഞുനോക്കി.

ചോക്കലേറ്റുകളുടെ അവിസ്മരണീയ രൂപങ്ങൾ. ഞാൻ തന്നെ അന്തംവിട്ടു നോക്കിനിന്നു പോയി. ഒരു ചെറിയ കണ്ണാടിക്കൂട്ടിൽ അതിമനോഹരമായൊരു കുന്നിൻപുറം. മരങ്ങളും പശുക്കളും പാൽക്കാരിയും. ഒരു മഞ്ഞുമലയിലൂടെ സാന്താക്ലോസ് വരുന്നു. പൂമ്പാറ്റകൾ, കുട്ടികൾ... എല്ലാം ചോക്കലേറ്റിൽ തീർത്തവ. ചെറിയും പ്ലമ്മുംകൊണ്ട് അലങ്കരിച്ചവ. ആരുടെ വായിലും വെള്ളം നിറയാതിരിക്കില്ല. കുതിരവണ്ടിയും കാറും റോക്കറ്റും വരെ... കൊച്ചുകൊച്ചു മൃഗരൂപങ്ങൾക്കടുത്തായി കൂടുതൽ കുട്ടികൾ തിക്കിത്തിരക്കുന്നു. ഓരോ മൃഗത്തിന്റെയും കൈയും കാലും തലയും ഉടലും വെവ്വേറെ കടിച്ചു തിന്നാമെന്നാണ് പ്ലാൻ. പക്ഷേ, അവർക്കും മിഠായികൾക്കുമിടയിൽ അഭേദ്യമായൊരു ചില്ലുപാളി മതിൽ പണിതിരിക്കുന്നു. പെട്ടെന്ന് എനിക്ക് ചില്ലുമതിലുകളെക്കുറിച്ച് ഭാവനാപൂർണ്ണമായ ഒരർത്ഥം മെനയാൻ തോന്നി. മതിലുകളെല്ലാം ചില്ലുപോലെയേയുള്ളൂ. തകർന്നാൽ അപ്പുറത്തെ മാധുര്യം ഇപ്പുറത്തെത്തും. എനിക്കുടനെ ചില്ലുകളൊക്കെ തല്ലിത്തകർക്കണമെന്നു തോന്നി... പക്ഷേ, സന്ദർശകർക്ക് പാലിക്കാൻ ചില കല്പനകൾ കല്ലുപോലെ മുന്നിൽ ഫ്രെയിം ചെയ്തിരിക്കുന്നു. 'അനാവശ്യമായി ബഹളമുണ്ടാക്കരുത്. പ്രദർശിപ്പിച്ചിട്ടുള്ള വസ്തുക്കൾ തൊട്ടുനോക്കരുത്. ചില്ലുകൾ തട്ടിപ്പൊട്ടിക്കരുത്... വായിൽ കപ്പലോടിക്കരുതെന്ന് എഴുതാത്തത് ഭാഗ്യം.'

ആരോ പറയുന്നതു കേട്ടു.

"എങ്ങനെയാണ് ചോക്കലേറ്റുകൾ ഉണ്ടാക്കുന്നതെന്ന് നിങ്ങൾ കണ്ടല്ലോ. ഇനി നിങ്ങൾക്ക് ചോക്കലേറ്റുകൾ തന്നാലോ?"

പെട്ടെന്ന് തേനീച്ച മുരൾച്ച വീണ്ടും തുടങ്ങി. ഇത്തവണ തിക്കിത്തിരക്കാൻ കുട്ടികളും മുതിർന്നവരും ഒരുപോലെ മത്സരിച്ചു. ഒരു കഷണം ചോക്കലേറ്റിനു വേണ്ടി അവർ ഒരു സ്ത്രീയെ പൊതിഞ്ഞുനില്ക്കുന്നു. അവരാകട്ടെ, ഒരു വലിയ മെഷീനിൽനിന്നും ഒരു വലിയ പാത്രത്തിലേക്ക് ഒഴുകിവീഴുന്ന ഹോട്ട് ചോക്കലേറ്റിൽ ഓരോ ഗോതമ്പ് വേഫേഴ്സ് മുക്കിയെടുത്ത് ഓരോരുത്തരുടെയും നേർക്ക് നീട്ടുന്നു. കിട്ടിയവർ തിന്നു കഴിഞ്ഞ് ഉടൻ തിരിച്ചുവന്ന് ഒരെണ്ണത്തിനും കൂടെ കൈനീട്ടുന്നു.

ഒന്നുരണ്ട് വേഫേഴ്സ് തിന്നു കഴിഞ്ഞപ്പോഴാണ് ആ കറുത്ത പെൺ

കുട്ടിയെ തിരക്കാൻ എനിക്ക് തോന്നിയത്. കുഞ്ഞുതലകൾക്കിടയിലൂടെ ഞാൻ കണ്ടു. അവൾ ചില്ലുജാലകത്തിന്റെ ഇരുമ്പ് കവചവും പിടിച്ച് താഴെ നദിയിലേക്ക് നോക്കിനില്ക്കുന്നു. ചൂടു ചോക്കലേറ്റിൽ മുങ്ങിനിവർന്നുവരുന്ന വേഫേഴ്സിൽ അവൾ ഒട്ടും താല്പര്യം കാണിച്ചില്ല.

"സാലീ, നീയെന്താണാലോചിക്കുന്നത്?"

അവളുടെ അദ്ധ്യാപിക അവളുടെ തോളിൽ കൈവെച്ച് അവളെ തന്നിലേക്ക് അടുപ്പിച്ചു.

"അതേ മാം. അതെന്റെ അപ്പൂപ്പൻ തന്നെയാണ്. മമ്മ പറയാറുണ്ട്, അപ്പൂപ്പൻ വെള്ളക്കാർക്കു വേണ്ടിയാണ് ജോലി ചെയ്തിരുന്നത് എന്നും ഞങ്ങൾക്ക് ചോക്കലേറ്റുകൾ കൊണ്ടുവരുമായിരുന്നു എന്നും. അവസാനം അപ്പൂപ്പൻ ഒരു വലിയ പെട്ടിയിൽ കിടന്നുറങ്ങി... പിന്നെ ഞങ്ങൾ അപ്പൂപ്പനെ കണ്ടിട്ടില്ല."

അവൾ ഓർമ്മകളുടെ ലോകത്തിൽ വിഹരിച്ചു. അവളുടെ നിഷ്കളങ്കതയിൽ അവൾ പടുത്തുയർത്തിയ മനോഹര സങ്കല്പലോകം തകർക്കാൻ ആ അദ്ധ്യാപികയ്ക്ക് ഒട്ടും ഇഷ്ടമില്ലായിരുന്നു. അതുകൊണ്ടവർ ആരാഞ്ഞു.

"സാലീ, എത്ര ചോക്കലേറ്റുകൾ അപ്പൂപ്പൻ കൊണ്ടുവരുമായിരുന്നു?"

പെട്ടെന്ന് സാലി ഉത്സാഹത്തോടെ പറഞ്ഞു:

"അപ്പൂപ്പൻ ഒരുപാടെണ്ണം കൊണ്ടുവരുമായിരുന്നു. എല്ലാ നിറത്തിലും. ഞാൻ മൂന്നെണ്ണമെടുക്കും. രണ്ടെണ്ണം വീതം അനിയന്മാർക്കും കൊടുക്കും."

"അതെന്താ രണ്ടെണ്ണം മാത്രം അവർക്ക്?"

"അവർ ചെറുതല്ലേ? പിന്നെ, ചോക്കലേറ്റുകൾ പല്ലുകൾ ചീത്തയാക്കും."

അദ്ധ്യാപിക ഉറക്കെച്ചിരിച്ചു. അവൾക്ക് അനിയന്മാരുടെ ആരോഗ്യത്തെക്കുറിച്ചുള്ള കരുതലോർത്ത് അവർക്ക് ചിരി അടക്കാനായില്ല. സാലി ടീച്ചറോടൊപ്പം നടന്നുനീങ്ങുമ്പോൾ എനിക്കറിയാം, അവൾ ഒരു ചരിത്രം തന്നെ മനസ്സിൽ പേറുകയായിരുന്നു. ചോക്കലേറ്റിന്റെ മാധുര്യത്തിനപ്പുറം കറുത്തവന്റെ വേദനയും അവനനുഭവിച്ച കഷ്ടപ്പാടും കണ്ണീരും, കുടുംബബന്ധങ്ങളുടെ ഊഷ്മളതയും സ്നേഹവും അങ്ങനെ ഒരുപാടൊരുപാട് കാര്യങ്ങൾ...

അതൊന്നും വെറുതെയല്ല. വെളുത്തവന്റെ ധാർഷ്ട്യം അനുഭവിച്ച നാട്ടിൽനിന്നും വന്ന എനിക്ക് അവളുടെ മനോനില കൃത്യമായും സ്പഷ്ടമായും മനസ്സിലായിരുന്നു. അതെന്റെ വേദനയായിരുന്നല്ലോ ഒരുപാടുകാലം. എന്റെ നാടിന്റെയും.

ഒരു കുശിനിക്കാരന്റെ ഭാര്യ

തന്റെ ഭർത്താവിന് വിഷം കൊടുത്തു കൊല്ലണമെന്ന് പെട്ടെന്ന വൾക്ക് തോന്നി. അവൾ തന്റെ ആഗ്രഹം രഹസ്യമായി അമ്മയോട് പറ യുകയും ചെയ്തു. അമ്മയുടെ ആദ്യപ്രതികരണം ഒരു അലർച്ചയായി രുന്നു. പിന്നീട് അവർ അടക്കം പറഞ്ഞു.

"പാടില്ല; ഒരിക്കലും."

അവൾക്കങ്ങനെ പറയാൻ എവിടന്നു ധൈര്യം കിട്ടി? വളരെ ലളി തമായ ഒരു കാരണമേ ഉണ്ടായിരുന്നുള്ളൂ. അതിത്രയും സങ്കീർണ്ണമാ ക്കിയതിൽ അമ്മയുടെ പങ്ക് ഒട്ടും ചെറുതല്ല എന്ന് പിന്നീടാണ് അവൾ മനസ്സിലാക്കിയത്. താനെത്ര മണ്ടിയായതിനാലാണ് ഷെഫായ തന്റെ ഭർത്താവിനുചുറ്റും നുണക്കഥകൾ മെനയാൻ അമ്മയ്ക്ക് പറ്റിയത്! അയാളെ സംശയത്തിന്റെ കെണിയിൽ വീഴ്ത്താൻ തനിക്കെന്തായിരുന്നു തിടുക്കം?

അതെല്ലാം സംഭവിച്ചത് ഇങ്ങനെയാണ്.

അടുത്ത അപ്പാർട്ടുമെന്റിലെ ആൺകുട്ടിയെ അവൾക്ക് വളരെ ഇഷ് ടമായിരുന്നു. അത്, അവൻ അവളുടെ അയൽപക്കത്തു താമസിക്കു ന്നതുകൊണ്ടോ, അവന്റെ അമ്മ അവശയും മാനസിക വൈകല്യമുള്ള കുട്ടികളെ പഠിപ്പിക്കുന്ന സർക്കാർ സ്കൂളിലെ അദ്ധ്യാപികയായതു കൊണ്ടോ ആയിരുന്നില്ല. പലതവണ അവൾ തന്നെ നേരിട്ടു കണ്ടിരി ക്കുന്നു—എന്നും രാവിലെ ഒമ്പതരയ്ക്ക് തിടുക്കത്തിൽ ആ അദ്ധ്യാപിക മകന്റെ കൈപിടിച്ച്, നടക്കുകയുമല്ല ഓടുകയുമല്ല എന്ന വേഗത്തിൽ പോകുന്നത്! മറ്റു സന്ദർഭങ്ങളിൽ അവർ അവനെ തീറ്റുകയും കുളിപ്പി ക്കുകയും പഠിപ്പിക്കുകയുമായിരിക്കും. അവൾ തന്റെ ജാലകത്തിലൂടെ ആ അമ്മ ചെയ്യുന്നതെല്ലാം നോക്കിക്കൊണ്ടിരിക്കും. അവർ ഇടതടവില്ലാ

തെ അടുക്കളയിൽനിന്നും സ്വീകരണമുറിയിലേക്കും തിരിച്ച് അടുക്കളയിലേക്കും വീണ്ടും സ്വീകരണമുറിയിലേക്കുമായി ഓടിക്കൊണ്ടിരിക്കുന്നത് അവളെ പലപ്പോഴും അമ്പരപ്പിച്ചിട്ടുണ്ട്. മനുഷ്യയന്ത്രം പോലെ ഓട്ടം.

തന്റെ ജാലകത്തിനരികിൽ നിന്നാൽ അവൾക്കെല്ലാം കാണാം. 'റ' എന്നെഴുതിയപോലത്തെ ആ കെട്ടിടത്തിൽ മുഖാമുഖമായിരുന്നു അവരുടെ ഫ്ളാറ്റുകൾ. മിക്കപ്പോഴും അവളുടെ കൈയിൽ ഒരു മരത്തവിയോ ചട്ടുകമോ കാണാം. കുട്ടിയെ പഠിപ്പിക്കുകയും പാചകം ചെയ്യുകയും ഒരുമിച്ചു ചെയ്യുന്നതാണെന്ന് അവൾ അനുമാനിച്ചു.

അവളുടെ മകൻ ആരോഗ്യംകുറഞ്ഞ ഒരു കുട്ടിയായിരുന്നു. വലിയ വട്ടക്കണ്ണടയും വിഷാദച്ഛായയുമുള്ള ആ മുഖം അവളുടെ മനസ്സിൽ ആഴത്തിൽ പതിഞ്ഞു. എന്തെങ്കിലും അവനോട് പെട്ടെന്ന് ചോദിച്ചാൽ തീർച്ചയായും അവൻ വാക്കുകൾക്കുവേണ്ടി തപ്പുമെന്ന് അവൾക്കുറപ്പുണ്ടായിരുന്നു. തന്റെ സ്വപ്നലോകത്ത് അത്രമാത്രം വിഹരിക്കുകയായിരുന്നു അവൻ.

ആ ആൺകുട്ടിയെക്കുറിച്ചുള്ള അവളുടെ ഊഹം ശരിയായിരുന്നു. അവന്റെ അദ്ധ്യാപികയായ അമ്മ തന്നെയാണ് അവളോട് ആ കാര്യം പങ്കുവെച്ചതും. ഒരിക്കൽ അവളും അവരും കൂടെ ഒന്നിച്ച് അവളുടെ അപ്പാർട്ട്മെന്റിന്റെ മുൻവശത്തെ വെണ്ണപ്പഴമരച്ചുവട്ടിൽ ഇരിക്കുകയായിരുന്നു. അപ്പോഴാണ് അവർ സംഭാഷണം തുടങ്ങിയത്.

ചൂടുള്ള ആ വേനൽപകലിൽ, ദിവസം മുഴുവൻ വൈദ്യുതി നിലച്ചതിനാൽ ആളുകൾ പുകയുന്ന മുറികളിൽനിന്നും പുറത്തിറങ്ങിയ ദിവസം. ഒരേ കെട്ടിടത്തിൽ അപരിചിതരെപ്പോലെ കഴിയുന്നവർ അന്യോന്യം അഭിവാദ്യം ചെയ്ത് മരങ്ങളുടെ തണുത്ത നിഴലുകളിൽ ചേക്കേറി. അപരിചിതർ സംഭാഷണം തുടങ്ങാനെടുക്കുന്ന ദീർഘമായ മൗനംപാലിച്ച് അവർ മിണ്ടാതിരുന്നു. ആ അമ്മയാകട്ടെ അവരുടെ പതിനൊന്നു വയസ്സുള്ള മകനുവേണ്ടി ഒരു വെളുത്ത സോക്സ് തുന്നുന്നതിൽ വ്യാപൃതയും. അവരുടെ മകൻ അല്പം അകലെയായി ഒരു മരക്കളിപ്പാട്ടത്തിൽ പൂർണ്ണശ്രദ്ധാലുവായി കളിച്ചുകൊണ്ടിരുന്നു.

പൊടുന്നനെ അവൻ കളിമതിയാക്കി അമ്മയുടെ അടുത്തേക്കോടിവന്നു. അവളും അമ്മയും ഇരിക്കുന്ന ബഞ്ചിന്റെ ഒഴിഞ്ഞ സ്ഥലത്ത്, അവർക്ക് മദ്ധ്യേ ഞെങ്ങി ഞെരുങ്ങി ഇരുന്നു. അപ്രതീക്ഷിതമായ ആ വരവിലും ഇരിപ്പിലും അമ്മയുടെ നിയന്ത്രണം വിട്ടു. നീണ്ട സൂചികൾ അവളുടെ വിരലിൽ തറച്ചു. അവൾ ഉറക്കെപ്പറഞ്ഞു.

"നാഥാൻ നില്ക്കൂ. ഞാനൊരല്പം നീങ്ങിയിരിക്കട്ടെ. വെറുതെ തിക്കിത്തിരക്കല്ലേ. നോക്കൂ ഈ സൂചി അമ്മയുടെ കൈയിൽ തറച്ചതു കണ്ടോ? നീ നോക്ക്. ഈ വലിയ സൂചികൾകൊണ്ട് അമ്മ, നിനക്കൊരു സോക്സ് തുന്നുകയല്ലേ?"

വിടർന്ന കണ്ണുകളോടെ നാഥാൻ അവർ പറയുന്നതു മുഴുവൻ ശ്രദ്ധിച്ചുകേട്ടു. പിന്നീട് അവിടന്ന് ഓടിപ്പോയി അല്പം അകലെയായി കുനയി

ട്ടിരിക്കുന്ന മണലിൽനിന്നും ഒരു പിടിവാരി, അവരുടെ അടുത്തേക്ക് തിരിച്ചോടി വന്നു. ആ മണൽ അമ്മയുടെ മേലും അവർ തുന്നിക്കൊണ്ടിരിക്കുന്ന സോക്സിലും വിതറി കൈകൊട്ടി ചിരിച്ചുകൊണ്ട് അവന്റെ കളിപ്പാട്ടമെടുത്ത് ഒന്നും സംഭവിക്കാത്തതുപോലെ കളി തുടർന്നു.

അവൾ അത്ഭുതപ്പെട്ടുപോയി. അവൾക്ക് തന്റെ ആകാംക്ഷ ഒരുപാട് നേരം മറച്ചുവെക്കാനായില്ല. എന്തുകൊണ്ടാണ് അവൻ ഇത്രയൊക്കെ ചെയ്തിട്ടും അവന്റെ അമ്മയ്ക്ക് ഇത്രമാത്രം ക്ഷമയോടെ ഇരിക്കാൻ കഴിയുന്നത്? എന്തുകൊണ്ടവൾ സാധാരണ അമ്മമാരെപ്പോലെ അവനോട് കയർത്തു സംസാരിച്ചില്ല? ചെവിപിടിച്ചു തിരുമ്മുകയോ നുള്ളുകയോ ചെയ്തില്ല?

അവരോട് അക്കാര്യം ചോദിക്കുക തന്നെ എന്ന് തീരുമാനിച്ച് അവൾ ഒരല്പം അവരോടടുത്തിരുന്നു.

"നിങ്ങളുടെ മകൻ വലിയ കുസൃതിയാണല്ലേ?"

ഉടൻ അവർ എഴുന്നേറ്റ് കൈയുയർത്തി അവളെ തടഞ്ഞു.

"അങ്ങനെ പറയരുത്. അവൻ അസുഖമുള്ള കുട്ടിയാണ്. തീരെ ദുർബ്ബലൻ. ഡിസ്‌ലെക്സിയയ്ക്ക് ചികിത്സയിലാണ്..."

"ഓ... അതായിരിക്കാം നിങ്ങളവനെ എന്നും സ്കൂളിലേക്ക് കൊണ്ടുപോകുന്നത്? ഞാനുദ്ദേശിച്ചത് ഏതോ സ്പെഷ്യൽ സ്കൂൾ...?"

"അതെ."

അവർ അവളെ സംശയത്തോടെ നോക്കി. എന്നിട്ട് ഒരു പുഞ്ചിരിയോടെ ചോദിച്ചു.

"അപ്പോൾ ഞങ്ങളുടെ ഓട്ടം നിങ്ങൾ പതിവായി കാണാറുണ്ടല്ലേ?"

ഒരു നിമിഷം നിർത്തി അവൾ തുടർന്നു.

"നിങ്ങളെവിടെയാണ് താമസിക്കുന്നത്?"

അവൾ സ്വന്തം വീടിന്റെ ജാലകം ചൂണ്ടിക്കാട്ടി. ആ ജാലകത്തിന്റെ പുറത്തെ കമ്പികൾക്കിടയിലൂടെ പിങ്കും വയലറ്റും പെറ്റൂണിയ പൂക്കൾ താഴേക്ക് തൂങ്ങിക്കിടക്കുന്നു. ആ ഭംഗി നുകർന്നുകൊണ്ടവൾ തലയാട്ടി.

"ഓ... അതുശരി. അപ്പോൾ ഞാനെന്റെ മകനോട് പറയുന്നതെല്ലാം നിങ്ങൾ കേട്ടുകൊണ്ടിരിക്കയായിരുന്നു അല്ലേ?"

അവൾ ഉടനെ ഒരു നുണ പറഞ്ഞു.

"ഞാൻ പതിവായി കാണാറില്ല. വല്ലപ്പോഴുമൊക്കെ. എങ്ങനെ കാണും? എന്റെ രാവിലെകളിൽ എനിക്ക് തിരക്കായിരിക്കും. മിക്കവാറും വലിയൊരാൺകുട്ടിയുടെ, അതായത് എന്റെ ഭർത്താവിന്റെ കാര്യങ്ങൾ നോക്കണം."

അവളുടെ തമാശയിൽ കഴമ്പുണ്ടെന്നവർ മനസ്സിലാക്കി.

"ഭർത്താവ് എന്തു ചെയ്യുന്നു?"

"ഷെഫാണ്. 'ലാ മെരിഡിയനിൽ.'

'ലാ മെരിഡിയൻ' നഗരത്തിലെ ഒരു ആഡംബര ഹോട്ടലാണ്. വൈകുന്നേരങ്ങളിലെ തിരക്കൊന്നു കാണേണ്ടതുതന്നെ. നിറയെ

വാഹനങ്ങൾ. ചില്ലുകൂട്ടിൽ ചുവന്ന ഇറച്ചിയും മറ്റും കൊതിയൂറുന്ന മ ണം പ്രസരിപ്പിക്കുന്നുണ്ടാകും. അവിടത്തെ ഷെഫ് ആണെന്ന് പറയുന്ന തിലെ അഭിമാനം ഒരുവേള ഒരു നനുത്ത പുതപ്പുപോലെ അവളെ പൊ തിഞ്ഞു.

അടുത്തുള്ള ഒരു ചെറിയ റസ്റ്റോറന്റിൽ അവസാനത്തെ പാത്രംവരെ കഴുകിവെച്ച് ക്ഷീണിതനായി പാതിരയോടടുത്ത് കയറിവരുന്ന മനുഷ്യ നാണ് തന്റെ ഭർത്താവ് എന്ന് അപരിചിതയോട് തുറന്നുപറയാൻ അ വൾക്ക് സങ്കോചമായിരുന്നു.

"നിങ്ങൾക്ക് ജോലിയുണ്ടോ?"

"എനിക്കോ? ഞാൻ ബൈപാസിലുള്ള ഹോസ്പിറ്റലിൽ റിസപ്ഷ ണിസ്റ്റാണ്. ഹാർട്ട് ഹോസ്പിറ്റൽ..."

"പേര്?"

"മരിയ. മരിയ ജോ... ജോസഫ്. നിങ്ങൾ?"

"ഞാൻ മാർത്ത. മാർത്താ മാർട്ടിൻ."

മരിയ നുണ പറഞ്ഞതാണെന്ന് മാർത്തയ്ക്കറിയാം. മാർത്തയും നുണ പറയുമെന്ന് മരിയയ്ക്കറിയാം. അതുകൊണ്ടവൾ മനഃപൂർവ്വം ഒരു ചോദ്യം തൊടുത്തുവിട്ടു.

"ഇവന്റെ അച്ഛൻ?"

"തുറന്നു പറയാമല്ലോ. അവന്റെ അച്ഛൻ ഇപ്പോഴില്ല. നിങ്ങൾക്കോർ മ്മയുണ്ടോ എന്നറിയില്ല, കഴിഞ്ഞ ഡിസംബറിൽ അതിർത്തിയിൽ ശത്രുക്കളോട് പടവെട്ടി മരിച്ച മാർട്ടിൻ ഫെർണാണ്ടസിനെ രാജ്യം ആദ രിച്ചത്."

അവൾ തന്റെ ഗൗണിന്റെ പോക്കറ്റിൽനിന്നും ഒരു തൂവാലയെടു ത്ത് ആദ്യം കണ്ണുകളും പിന്നെ മൂക്കും തുടച്ചു. ദീർഘമൗനത്തിലൂടെ ഒരു സങ്കടകരമായ അന്തരീക്ഷം മെനഞ്ഞുകൊണ്ടിരുന്ന അവൾ പെട്ടെന്ന് ബോധത്തിലേക്ക് ഉണർന്നു.

"ശരി. എനിക്കല്പം തിരക്കുണ്ട് പോട്ടെ. മോന്റെ മരുന്നിന്റെ സമ യമായി."

ബെഞ്ചിൽ കിടന്ന തന്റെ തയ്യൽ സാമഗ്രികൾ ധൃതിയിൽ പെറു ക്കിയെടുത്ത് അവൾ പോകാൻ തുടങ്ങി. മകനെ സമീപിച്ച് അവന്റെ കൈ നോക്കി അവൾ മുഖം ചുളിച്ചു. പിന്നീട്, ഗൗണിന്റെ മറ്റേ പോക്കറ്റിൽ നിന്നും മറ്റൊരു തൂവാലയെടുത്ത് അവന്റെ കൈകൾ മാറിമാറിത്തുടച്ച് മണലും പൊടിയും കളഞ്ഞു. അവനെയും കൂട്ടി അവൾ അവളുടെ അപ്പാർട്ടുമെന്റിന് നേരെ നടന്നു.

പൊടുന്നനെ മരിയയ്ക്ക് വേദനാജനകമായ ഏകാന്തത തന്റെ ദുർബ്ബ ലമായ ശരീരത്തെ വലയം ചെയ്യുന്നതായി അനുഭവപ്പെട്ടു. ഉടൻ അവൾ സ്വന്തം അപ്പാർട്ടുമെന്റിലേക്ക് നടന്നു.

വാതിൽ ഞെരക്കം കേട്ടതും അമ്മ തന്റെ മൂക്കിന്റെ പാലത്തിനാൽ തടഞ്ഞുനിർത്തിയ കണ്ണടയിലൂടെ അവളെ സൂക്ഷിച്ചുനോക്കി. അവളെവി

ടെയായിരുന്നു അത്രനേരം എന്നവർ അത്ഭുതപ്പെടുകയായിരുന്നു. അവരുടെ തൊണ്ടയിൽ പുറത്തുവരാതെ കുടുങ്ങിക്കിടന്ന ആ ചോദ്യം ഊഹിച്ച് മരിയ അവരുടെ തൊട്ടടുത്തിരുന്നു.

"അമ്മേ ഞാൻ പുറത്തിരിക്കയായിരുന്നു. അകത്ത് അസ്സഹനീയമായ ചൂട്. അവിടെ നമ്മുടെ അപ്പാർട്ടുമെന്റുകളിലേയും എതിർവശത്തെ അപ്പാർട്ടുമെന്റുകളിലേയും ആളുകളുണ്ടായിരുന്നു. ഞാൻ പുതിയൊരു താമസക്കാരിയെയും പരിചയപ്പെട്ടു. ഞങ്ങൾ തമ്മിൽ സംസാരിച്ചുകൊണ്ടിരിക്കയായിരുന്നു... അവരുടെ മോനും കൂടെയുണ്ടായിരുന്നു..."

അമ്മയാകട്ടെ കണ്ണട ഫ്രെയ്മിന്റെ മദ്ധ്യഭാഗം ചൂണ്ടുവിരൽകൊണ്ട് പതുക്കെ ഉയർത്തി സംശയത്തോടെ അവളെ നോക്കി. അമ്മയ്ക്കറിയാമായിരുന്നു അവൾ ആളുകളോട് എത്ര നന്നായി ഇടപഴകുമെന്ന്. അതുകൊണ്ട് അവരാരാഞ്ഞു.

"ആരാണ് ആ സ്ത്രീ?"

"അതോ? എതിരെയുള്ള അപ്പാർട്ടുമെന്റിലെ താമസക്കാരി. ആ സുഖമില്ലാത്ത കുട്ടിയുടെ അമ്മ..."

അവൾ തന്റെ മുഖമുയർത്തി അമ്മയെ നോക്കി. അവരാകട്ടെ ആ വിഷയത്തിലെ താല്പര്യം നഷ്ടപ്പെട്ടതുപോലെ ഇരിക്കുന്നു.

നോക്കിക്കൊണ്ടിരിക്കെ അവൾക്കുതോന്നി അമ്മ എത്രമാത്രം ക്ഷീണിതയും വൃദ്ധയുമായിരിക്കുന്നു. ചിലപ്പോഴൊക്കെ അവരുടെ ചിന്തകളുടെ ഒഴുക്ക് മുറിഞ്ഞു പോകാറുമുണ്ട്. കണ്ണുകളിലെ വെളിച്ചം കെട്ടുകൊണ്ടിരിക്കുന്നു. അമ്മ വേറൊരു ലോകത്തിലേക്ക് കടക്കുന്നുവോ എന്ന് തോന്നുമ്പോഴെല്ലാം അവൾ ശബ്ദംകൂട്ടി വിളിക്കും.

'അമ്മേ, അമ്മേ...' ആ ഓർമ്മക്കുറവും പെട്ടെന്ന് പൊട്ടിപ്പോകുന്ന ചിന്തയുടെ നേർത്ത ഇഴകളും പ്രായമാകുന്നതിന്റെ ലക്ഷണങ്ങളാണ് എന്ന് അമ്മ വിശ്വസിച്ചു. അതിനാൽ ഒന്ന് ആശുപത്രിവരെ പോകാനോ ഒരു ഡോക്ടറെ കാണാനോ അവർ വിസമ്മതിച്ചു.

"അമ്മ, ഒന്നോർത്തുനോക്കൂ. അപ്പുറത്തെ വീട്ടിലെ അസുഖമുള്ള ഒരാൺകുട്ടിയെ കണ്ടിട്ടുണ്ടോ? അവന്റെ അമ്മ ഒരദ്ധ്യാപികയാണ്..."

അമ്മ ശൂന്യതയിൽനിന്നും പെട്ടെന്ന് തിരിച്ചെത്തിയ ഉത്സാഹത്തോടെ പറഞ്ഞു.

"ആ അവളെ എനിക്കറിയാം. കഴിഞ്ഞ ദിവസം എന്നെ കാണാനായി ഇവിടെ കയറിവന്നിരുന്നു. ആ സുഖമില്ലാത്ത കുഞ്ഞിനെ പ്രസവിച്ചതു കാരണം ഭർത്താവ് അവളെ ഉപേക്ഷിച്ച് പോയത്രെ. എന്നിട്ടും ആ ദുഷ്ടൻ പലതവണ അവളെ കടന്ന് പോയിട്ടുണ്ടത്രെ. ഒരിക്കലും അവളോട് മിണ്ടിയിരുന്നില്ല!"

"അയാൾ ജീവിച്ചിരിപ്പില്ലെന്നാണ് അവൾ പറഞ്ഞത്... അതും പറഞ്ഞ് അവൾ കരയുകയും ചെയ്തു."

"അതേയോ? അവൾ ഇവിടെ വന്നതുതന്നെ നിന്റെ ഭർത്താവിനോട് സംസാരിക്കാനാണ്. ആ സുഖമില്ലാത്ത കുട്ടിയുടെ കാര്യം പറഞ്ഞ് അവർ

വഴക്കടിക്കുക പോലും ചെയ്തു..."

അവൾക്ക് ആശ്ചര്യമടക്കാനായില്ല.

"ഇവിടെയോ? എന്റെ ഭർത്താവിനെ കാണാനോ? എന്തിന്?"

അമ്മ സോഫയിൽ ചാഞ്ഞിരുന്നു.

"മോളേ, എനിക്ക് നിന്നോട് കുറച്ചു കാര്യങ്ങൾ പറയാനുണ്ട്. നിന്റെ കുഞ്ഞ് പ്ലേ സ്കൂളിൽനിന്നും വന്നപ്പോൾ അവളെ കണ്ടു. കുറച്ചുനേരം അവൾ കുഞ്ഞിനെ ലാളിക്കുകയും ചെയ്തു... അപ്പോഴാണ് നിന്റെ ഭർത്താവ് പതിവുതെറ്റിച്ച് ആ നേരത്ത് കയറിവന്നത്. എനിക്കവനോട് ചോദിക്കാതിരിക്കാൻ കഴിഞ്ഞില്ല, അസുഖമുള്ള കുട്ടിയുടെ ഭാരം എന്തിനാണവളുടെ മാത്രം തോളിൽ കയറ്റിവെച്ചതെന്ന്. മുഖത്ത് നോക്കി ചോദിക്കാതിരിക്കാമോ? അവന് ഉത്തരമില്ലായിരുന്നു. തെറ്റ് ചെയ്താൽ അങ്ങനെയല്ലേ? പകരം നമ്മുടെ കുഞ്ഞിനെയുമെടുത്ത് അവൻ പുറത്തേക്ക് പോയി."

കാര്യങ്ങളെക്കുറിച്ച് ഏറക്കുറെ ഒരു ധാരണ കൈവന്ന മട്ടിൽ അവൾ പ്രതികരിച്ചു.

"എന്റെ ദൈവമേ, എന്റെ ജീവിതം മൊത്തം നശിച്ചല്ലോ?"

അവൾ അമ്മയുടെ കൈപിടിച്ച് നിസ്സഹായയായിരുന്നു. താൻ അകപ്പെട്ട കുരുക്കിൽനിന്നും പുറത്തുകടക്കാൻ പല വഴികളുമാലോചിച്ചു. എത്രയോ നാളായി തന്റെ ഭർത്താവ് തന്നെയും ആ സ്ത്രീയെയും ഒരുപോലെ ചതിക്കുകയായിരുന്നല്ലോ എന്നാലോചിച്ച് അവളുടെ നെഞ്ച് നീറി. അവരെ ഉപേക്ഷിച്ചപോലെ തന്നെയും കുഞ്ഞിനെയും അയാളുപേക്ഷിക്കും, തീർച്ച. വീണ്ടുമൊന്നാലോചിക്കാൻ മെനക്കെടാതെ അവൾ അമ്മയോടു പറഞ്ഞു.

"ഞാനയാൾക്ക് വിഷം കൊടുക്കും."

അതിനപ്പുറം അവൾക്കൊന്നും പറയാനില്ലായിരുന്നു.

മരിയ തന്റെ ഭർത്താവായ കുശിനിക്കാരനെയും കാത്ത് വൈകുന്നേരംവരെ ഒരേ ഇരിപ്പായിരുന്നു. അയാൾ വീട്ടിലെത്തിയാൽ എല്ലാം സമാധാനത്തോടെ ചോദിച്ചു മനസ്സിലാക്കാമെന്നായിരുന്നു അവളുടെ പ്ലാൻ. രാത്രി ഭക്ഷണസമയം കഴിഞ്ഞിട്ടും അയാളെത്തിയില്ല. അമ്മയ്ക്കുള്ള സൂപ്പ് വിളമ്പിയെടുക്കുമ്പോഴായിരുന്നു ഡോർബെൽ മുഴങ്ങിയത്. സൂപ്പ് പാത്രം അവളുടെ കൈയിലിരുന്ന് വിറച്ചു.

"ദാ വരുന്നു..." ഉറക്കെ വിളിച്ചുപറഞ്ഞ് സൂക്ഷ്മതയോടെ വേണ്ടതിലധികം സമയമെടുത്ത് അവൾ പാത്രം മേശപ്പുറത്തുവെച്ച് സ്പൂൺ അമ്മയുടെ കൈയിൽ പിടിപ്പിച്ചു. വാതില്ക്കലേക്ക് നടക്കുമ്പോൾ അയാളെക്കുറിച്ചുള്ള അവളുടെ സാങ്കല്പിക ചിത്രം ഇതായിരുന്നു.

ഒരു വിളറിയ ചിരിയും ക്ഷീണിച്ച മുഖവും മുഷിഞ്ഞ വസ്ത്രങ്ങളുമായി പതിവായി കാണുന്ന അയാൾ. എന്നാൽ വാതിൽ തുറന്നപ്പോൾ പതിവിനു വിപരീതമായി, ചിരിക്കുന്ന മുഖവും വൃത്തിയുള്ള വേഷവുമായി അയാൾ. കൈയിൽ ഒരു ബാഗിൽ എന്തൊക്കെയോ സാധനങ്ങളും.

"നമ്മുടെ തങ്കക്കുട്ടി എവിടെ? ഉറങ്ങിപ്പോയോ?"

അതിനവൾ മറുപടി പറഞ്ഞില്ല. എന്നാൽ അയാളോടൊരു വാഗ്വാദത്തിനായി സൂക്ഷിച്ചുവെച്ചിരുന്ന വാക്കുകൾ ഒന്നൊന്നായി അവൾ വിഴുങ്ങി. സ്വയം നിയന്ത്രിച്ചുകൊണ്ട് അയാളിൽനിന്നും ബാഗ് ഏറ്റുവാങ്ങി അമ്മയോടായി ഉച്ചത്തിൽ വിളിച്ചുപറഞ്ഞു:

"അമ്മേ ഞാനിപ്പോ വരാം..."

മറുപടി അവൾക്കാവശ്യമില്ലായിരുന്നു. പുറകിൽ വാതിൽ വലിയ ശബ്ദത്തോടെ വലിച്ചടച്ച് അവൾ തിരക്കിട്ട് കോണിപ്പടികളിറങ്ങി. അപ്പുറത്തെ അപ്പാർട്ടുമെന്റുകൾ ലക്ഷ്യമിട്ട് നടന്നു. സെക്യൂരിറ്റിയുടെ സാന്നിദ്ധ്യം പോലും അവൾ അവഗണിച്ചു.

നാഥാന്റെ വീട്ടിലേക്ക് തിരക്കിട്ടു നടക്കുമ്പോൾ പുറത്തെ തണുത്ത കാറ്റ് അവളുടെ മെലിഞ്ഞ ദേഹം തഴുകി നീങ്ങുന്നത് അവളറിഞ്ഞു. ലിഫ്റ്റിൽ നിന്നിറങ്ങുന്നിടത്തെ ആദ്യത്തെ വാതിൽ. പക്ഷേ, വാതില്പിടിയിൽ തൂക്കിയിട്ട കാർഡിൽ 'വീട് കാലി' എന്നെഴുതിയിട്ടുണ്ട്.

എന്നിട്ടും മരിയ വാതിലിൽ മുട്ടി, ഡോർ ബെല്ലടിച്ചു. അല്പം തുറന്നുകിടന്ന ഒരു ജാലകത്തിലൂടെ അകത്തേക്ക് എത്തിവലിഞ്ഞു നോക്കുകയും ചെയ്തു. അകത്തെ കൂരിരുട്ടിൽ ഒന്നും കാണാനുമായില്ല.

ആ തണുത്ത ഇരുണ്ട രാത്രിയിൽ മറ്റൊന്നും ചെയ്യാനില്ലാതെ അവൾ സാവധാനത്തിൽ സ്വന്തം വീട്ടിലേക്ക് നടന്നു. ആ ബാഗും അതിനകത്തെ പലഹാരങ്ങളും അപ്പോഴും അവളുടെ കൈയിൽത്തന്നെ ഉണ്ടായിരുന്നു.

അമ്മയാണ് വാതിൽ തുറന്നത്. അവരുടെ മുഖത്ത് ഒരു കുസൃതിച്ചിരി.

"മോളേ നീ അവിടെ പോകുന്ന കാര്യം ഞാനറിഞ്ഞില്ല. അവർ വീടുമാറണം എന്നെന്നോട് പറഞ്ഞിരുന്നു. നിന്റെ ഭർത്താവിനെ കാണുന്നതു കൊണ്ടല്ല, അവരുടെ മകന്റെ നന്മയ്ക്കുവേണ്ടി. അയാൾ അവനെ കൊല്ലുമെന്നു തന്നെ അവർ വിശ്വസിച്ചു."

"എന്തിന്?"

"ഇന്നാളൊരു ദിവസം അയാൾ അയാളുടെ ഹോട്ടലിലെ അടുക്കള ടൂൾകിറ്റുമായി വഴിയിൽ അവരുടെ മുമ്പിൽ വഴുക്കി വീണു. കത്തികളും ഫോർക്കുകളും കത്രികയും എഗ് ബീറ്ററും എന്നുവേണ്ട സർവ്വ ഉപകരണങ്ങളും അവർ നോക്കിനില്ക്കെ അയാൾ പെറുക്കി കിറ്റിലാക്കി. കുട്ടി ഭയംകൊണ്ട് അലറിവിളിച്ച് ഓടിയത്രെ. അതുകൊണ്ട് മാത്രമാണ് അവർ മാറിപ്പോയത്."

അമ്മ ദയനീയമായി പുഞ്ചിരിച്ചു. എന്തു വിശ്വസിക്കണമെന്നവൾ വിഷമിച്ചു. ആദ്യം അയാൾ വെറുക്കപ്പെടേണ്ടവനാണെന്ന് പറഞ്ഞു. ഇപ്പോൾ അയാളെ ഒരു ഹാസ്യകഥാപാത്രമാക്കുന്നു. മേശയ്ക്കരികെ അന്തംവിട്ടു നില്ക്കുന്ന അവളുടെ തോളിൽ ഒരു പരുക്കൻ കൈവീണു. മസാലകളുടെ തീവ്രഗന്ധവും. അവളുടെ കാതിൽ ഒരു പതിഞ്ഞ സ്വരത്തിൽ അയാൾ പറഞ്ഞു.

"ഞാൻ പറയുന്നതുകേട്ട് നീ ഞെട്ടരുത്. നിന്റെ അമ്മയ്ക്ക് മാനസിക രോഗം കലശലാവുന്നുണ്ട്. അവരെന്നോട് സാങ്കല്പിക കഥകൾ പറയും. സത്യമാണെന്നേ തോന്നൂ. നീ നിന്റെ കൂട്ടുകാരനോടൊപ്പം വെക്കേഷൻ ആഘോഷിക്കാൻ ഗോവയ്ക്ക് പോയി എന്നാണ് ഒരിക്കൽ പറഞ്ഞത്. നിങ്ങൾക്ക് ലണ്ടനിൽനിന്നും അതിഥികൾ ഉണ്ടായിരുന്നു എന്നൊക്കെ... ഇന്നലെ അമ്മ എന്നോട്, ഞാൻ കേട്ടിട്ടുപോലുമില്ലാത്ത ഒരു ഇറ്റാലിയൻ വിഭവം ഉണ്ടാക്കിക്കൊടുക്കാൻ ആവശ്യപ്പെട്ടു."

അവൾ തലതിരിച്ച് അനുകമ്പാപൂർവ്വം അമ്മയെ നോക്കി. എത്രവേഗത്തിലാണ് അമ്മയെ സംബന്ധിച്ചിടത്തോളം കാര്യങ്ങൾ കീഴ്മേൽ മറിഞ്ഞത്. എന്തൊരു തന്റേടമുള്ള വ്യക്തിയായിരുന്നു അമ്മ! വീണ്ടും വീണ്ടും അമ്മയെ നോക്കിക്കൊണ്ടിരുന്നപ്പോൾ, അമ്മയുടെ വിരൽത്തുമ്പിൽ തൂങ്ങുന്ന കൊച്ചുകുട്ടിയായി താനെന്നും തോന്നി.

ഒരു ശവക്കുഴിപോലത്തെ ഇരുണ്ട അടുക്കളയുടെ വാതില്പടിയിലിരുന്ന് ദീർഘനിശ്വാസത്തോടെ അവൾ വിതുമ്പി.

മായ എന്ന ബേബി സിറ്റർ

"**അ**വൾ ഒരു ബേബി സിറ്ററാകാൻ വേണ്ടി ജനിച്ചവളാണ് കേട്ടോ. എത്ര മാധുര്യമുള്ള ശബ്ദം. എന്തൊരു കാരുണ്യമുള്ള മുഖം."

അമ്മമ്മ ശരിവെച്ചു. അവർ നടത്തിയ പരീക്ഷണം ലളിതമായിരുന്നു. അവർ അവളോട് പറഞ്ഞു.

"അകത്തേക്ക് പോയ്ക്കോളൂ... കുട്ടി അവിടെയാണ്."

അവൾ അകത്തുകടന്നു. അവളുടെ കണ്ണുകൾ കുഞ്ഞിനെ പരതിക്കൊണ്ടിരുന്നു. ഉടൻ കുഞ്ഞ് ഒരു കരച്ചിലോടെ അവളെ സ്വാഗതം ചെയ്തു. പെട്ടെന്ന് കെട്ടിയ ഒരു തുണിത്തൊട്ടിലിലെ ശ്വാസംമുട്ടൽ അതിനിനി ഒട്ടും സഹിക്കാനാവുമായിരുന്നില്ല. ഞാൻ വലുതാവുന്നതിനനുസരിച്ച് തൊട്ടിലെന്താണ് വലുതാവാത്തത് എന്ന് കുഞ്ഞു ചിന്തിച്ചു. വാക്കുകളറിയാത്തതുകൊണ്ട് അതു പറഞ്ഞുഫലിപ്പിക്കാൻ അതിനായുമില്ല. അതിനാൽ കുഞ്ഞ് ഉറക്കെ കരഞ്ഞു.

പുതിയ ബേബി സിറ്റർ ആ കരച്ചിലിന്റെ ശബ്ദശകലങ്ങൾ വിശകലനം ചെയ്ത് അർത്ഥം മനസ്സിലാക്കി.

"അയ്യോ! കരയാതെ മുത്തേ, ദാ, ഞാൻ വന്നല്ലോ. കരയാതെ. എന്റെ ചക്കര മുത്തല്ലേ?"

അമ്മമ്മ തലയാട്ടി സമ്മതിച്ചു.

"ശ്രദ്ധിക്കൂ. അവളതാ കുഞ്ഞിനോട് സംസാരിക്കുന്നു. നോക്കൂ. കുഞ്ഞ് എത്രവേഗം കരച്ചിൽ നിർത്തി. അവളെന്തു മാജിക്കാണ് കാണിക്കുന്നതെന്ന് ഞാനൊന്നു ചെന്നു നോക്കട്ടെ."

ഇരിപ്പിടത്തിന്റെ കൈപ്പിടിയിൽ വിരലുകളൂന്നി അമ്മമ്മ എഴുന്നേല്ക്കാൻ ശ്രമിച്ചു. ഒരുവിധത്തിൽ തന്റെ ഭാരിച്ച ശരീരം സോഫയിൽ നിന്നുയർത്തി. അവർ കാലുകൾ നിലത്തൂന്നി ബാലൻസു ചെയ്യാൻ ശ്രമിച്ചു. അവരുടെ, നേരെ നില്ക്കാനുള്ള ശ്രമംകണ്ട് മകൾക്ക് ചിരി നിർ

ത്താനായില്ല.

"എനിക്കു തോന്നുന്നു, നമുക്കൊരു ഹോം നേഴ്സിനെയാണാവശ്യമെന്ന്. അമ്മയെ നോക്കാൻ."

അല്പം മാറിയിരുന്ന് അവളുടെ മൂത്തമകനും ഭർത്താവും ആ തമാശയിൽ പങ്കുചേർന്ന് ചിരിച്ചു. അമ്മമ്മയാകട്ടെ, തന്റെ കൂർത്തചുണ്ടുകൾ ഒന്നുകൂടെ കൂർപ്പിച്ച് തന്നെ പരിഹസിച്ചതിന്റെ കെറുവ് കാണിച്ചു. മറുപടിയൊന്നും പറയാതെ അവർ അടുത്ത മുറിയിലേക്ക് നടന്നു.

പുതുതായി വന്ന സ്ത്രീ കുഞ്ഞിനെ തന്റെ ഹൃദയത്തോട് ചേർത്തുപിടിച്ച് ഒരു താരാട്ട് പാടിക്കൊണ്ടിരിക്കുന്നു. താൻ കേൾക്കാത്ത ഒരു ഭാഷയിൽ. എന്തായാലും ഹൃദ്യമായ സ്വരാക്ഷരങ്ങൾ കൊരുത്തെടുത്ത ആ പാട്ടിന് ജീവസ്സുറ്റ ഒരു താളവുമായിരുന്നു. ആ പാട്ടുകേട്ട് കുഞ്ഞ് മയങ്ങിക്കൊണ്ടിരിക്കുന്നു. അല്പനേരം വാതില്ക്കൽനിന്ന് അമ്മമ്മ ആ പാട്ട് ആസ്വദിച്ചു.

"മായാ, നിനക്ക് കുഞ്ഞുങ്ങളെ കൈകാര്യം ചെയ്യാൻ നല്ല മിടുക്കാണല്ലോ. എനിക്കറിയാം, നിന്റെ പാട്ടും ഒരു മാജിക്കാണല്ലോ."

അഞ്ചുമിനുട്ടിനുള്ളിൽ അവൾ ആ കുഞ്ഞിനെ ഉറക്കി. പിന്നെ, അമ്മമ്മയുടെ സഹായത്തോടെ നിലത്തൊരു പായ വിരിച്ചു. പായയിൽ ഒരു കുഞ്ഞു മെത്തയിട്ടു. പിന്നെ കുഞ്ഞിനെ അതിൽ കിടത്തി സർവ്വസ്വാതന്ത്ര്യത്തോടെ ഉറങ്ങാൻ അനുവദിച്ചു. നല്ല വിസ്താരത്തിൽ കിടക്കാമെന്നായപ്പോൾ കുഞ്ഞ്, തന്റെ കൈകൾ വശങ്ങളിലേക്ക് നീട്ടി ഒരു ദീർഘ നിശ്വാസത്തോടെ ഗാഢനിദ്രയിലേക്കൂർന്നിറങ്ങി.

കുഞ്ഞിന്റെ അമ്മ ആകാംക്ഷയോടെ വാതില്ക്കൽ വന്ന് എത്തിനോക്കി. പുതുതായി നിയമിച്ച ആൾ കുഞ്ഞിനെ എങ്ങനെ പരിചരിക്കുന്നു എന്നറിയണം. ശാന്തയായി മയങ്ങുന്ന കുഞ്ഞിനെക്കണ്ട് മനംകുളിർത്തു. അവൾ അമ്മയുടെ തോളിൽ കൈയമർത്തി അർത്ഥസൂചകമായി അവരെ നോക്കി.

"കുഞ്ഞിനെ നോക്കൂ. അവളെത്ര ശാന്തയായി ഉറങ്ങുന്നു. എത്ര വേഗത്തിലാണ് മായ അവളെ ഉറക്കിയത്! കണ്ട് പഠിക്കൂ..."

അവസാനത്തെ വാചകം അവൾക്കിഷ്ടമായില്ല.

തികഞ്ഞ സംതൃപ്തിയോടെ അമ്മമ്മ പുറത്തുകടന്നു. കഴിഞ്ഞ ഏതാനും ദിവസങ്ങളായി താൻ അനുഭവിച്ചുകൊണ്ടിരുന്ന മാനസിക ഭാരം ഇറക്കിവെച്ചതിന്റെ ആശ്വാസത്തിലായിരുന്നു അവർ. താൻ തിരിച്ചുപോയാൽ ആരാണ് കുഞ്ഞിനെ നോക്കുക എന്ന് സദാ ആലോചിച്ചുകിടന്ന് പല രാത്രികളിലും അവർക്ക് ഉറക്കം നഷ്ടപ്പെട്ടുകൊണ്ടിരുന്നു.

ഈ മഹാനഗരത്തിൽ അവർ വന്നത് മകളുടെ പ്രസവസമയത്താണ്. അമ്മയും കുഞ്ഞും സുഖമായിരിക്കുന്നതുകണ്ട് അവർക്ക് സമാധാനത്തോടെ തിരിച്ചുപോകണമെന്നായിരുന്നു പ്ലാൻ. ഗ്രാമത്തിലാണെങ്കിൽ അവരുടെ പശുക്കൾ, കോഴികൾ, പച്ചക്കറിത്തോട്ടം പിന്നെ നൂറുകണക്കിന് തെങ്ങുകൾ. കഴിഞ്ഞ ആറുമാസമായി അവരതൊക്കെ ഉപേക്ഷി

ച്ചതാണ്. ഈ വലിയ നഗരത്തിന്റെ ശബ്ദകോലാഹലങ്ങളുമായി അവർക്കൊരിക്കലും പൊരുത്തപ്പെടാനാകുന്നില്ല.

പശുക്കളും കോഴികളും അയൽവാസികളുടെ സംരക്ഷണത്തിലാണ്. പച്ചക്കറിത്തോട്ടം ദാഹജലത്തിനായി കാത്തിരിക്കില്ല. കരിഞ്ഞുണങ്ങിപ്പോയിരിക്കും. എന്നാൽ പൊഴിഞ്ഞു വീഴുന്ന നാളികേരം ഉടനടി അപ്രത്യക്ഷമാകുന്ന ആ മാജിക്കാണ് അസഹനീയം.

ഗ്രാമത്തെക്കുറിച്ച് ഓർക്കുമ്പോഴൊക്കെയും തനിക്കിനി ഒരു ദിവസം അധികം നില്ക്കാൻ കഴിയില്ലെന്നവർ മകളോട് പറയും. തിരിച്ചുപോകാൻ വാശിപിടിക്കുന്ന അമ്മയെ അവൾ സാന്ത്വനിപ്പിക്കും.

"അമ്മേ, അമ്മ ഓടിച്ചെന്നിട്ട് എന്തുചെയ്യാൻ അവിടെ ആരെങ്കിലുമുണ്ടോ? ഒറ്റയ്ക്ക് നില്ക്കണ്ടെ? അമ്മയ്ക്കിവിടെ മക്കൾ, പേരക്കുട്ടികൾ... എല്ലാവരുമുണ്ട്. രണ്ടോ നാലോ തേങ്ങയോ ചക്കയോ പോണെങ്കിൽ പോട്ടെ."

എത്ര ലാഘവത്തോടെയാണ് മകൾ പറയുന്നത്? രണ്ടോ നാലോ ചക്കയും മാങ്ങയും ഒരുനാൾ പെട്ടെന്നുണ്ടാക്കാമോ? വർഷങ്ങളോളം നട്ടും നനച്ചും മോഹിച്ചും പ്രതീക്ഷിച്ചും മക്കളെപ്പോലെ വളർത്തിയെടുത്തത്... ഓർക്കുന്തോറും അമ്മമ്മയ്ക്ക് കണ്ണുനീർ നിയന്ത്രിക്കാനായില്ല. ആ മരങ്ങളുടെയൊക്കെ വിത്തുകൾ അവർക്ക് കൊണ്ടുവന്നു കൊടുത്തിരുന്നത് ഇവളുടെ അച്ഛമ്മയായിരുന്നു എന്നവൾക്കറിയില്ല. ഓരോ വരവിലും അവർ എന്തൊക്കെയോ വിത്തുകൾ ചെറിയ കടലാസു പൊതിയിൽ കൊണ്ടുവന്നു തരുമായിരുന്നു. ഏറ്റവും ലളിതമായ സമ്പാദ്യം.

അമ്മയുടെ മനസ്സുമാറ്റാനായി അവളവർക്ക് റോസാപ്പൂന്തോട്ടവും പാർക്കുകളും കാണിച്ചുകൊടുത്തു. മലമുകളിലെ റിസോർട്ടുകളിൽ താമസിച്ചു. പ്രകൃതിദത്ത തടാകക്കരയിൽ സമയം ചെലവിട്ടു. മുന്തിരിത്തോപ്പും പൂപ്പാടങ്ങളും മാന്തോപ്പുകളും കാണിച്ചു സന്തോഷിപ്പിച്ചു. പിന്നെ വിഖ്യാതമായ ക്ഷേത്രങ്ങളും കൊട്ടാരങ്ങളും രാജഭരണത്തിന്റെയും ബുദ്ധവിഹാരങ്ങളുടെയും തിരുശേഷിപ്പുകളും കാട്ടിക്കൊടുത്തു. തിരിച്ചു വീട്ടിലെത്തിയാൽ അമ്മമ്മ പറയും.

"എത്രയായാലും അതൊന്നും നമ്മുടേതല്ലല്ലോ."

അമ്മയ്ക്ക് ഇനിയൊന്നും കാണണ്ട എന്നായപ്പോൾ ഇനി മടങ്ങുകതന്നെ എന്ന തീരുമാനത്തിൽ ഉറച്ചു.

തിരിച്ചുപോകുന്നതിനു മുന്നേ ഒരു ബേബിസിറ്റർ അവരാഗ്രഹിച്ചു. അറിയുന്നവരോടും അറിയാത്തവരോടുമായി അവർക്കു ചോദിക്കാൻ ഒന്നേ ഉണ്ടായിരുന്നുള്ളൂ.

"ഒരാളെ കിട്ടിയിരുന്നെങ്കിൽ കുഞ്ഞിന്റെ കാര്യം ശരിയാകും. അങ്ങനെ ഒരാളെ കിട്ടാനുണ്ടോ?"

മകൾ അവരെ വിലക്കും.

"ഈ അമ്മയ്ക്കെന്താ? പരിചയപ്പെടുന്നവരോട് വേറെ ഒന്നും ചോദിക്കാനില്ലേ?"

"നിനക്കറിയില്ല, ആരാണ് സഹായിക്കുകയെന്ന്?"

അവർക്കതിന് ഈ മറുപടിയേ ഉള്ളൂ.

ഒടുക്കം ഒരു പത്രപരസ്യം കൊടുക്കാൻ അവർ നിർബ്ബന്ധിതരായി. കിട്ടിയ മറുപടികളിൽനിന്നും അഭികാമ്യമെന്ന് തോന്നിയത് മായയെയായിരുന്നു.

മായ വന്ന അന്നുതന്നെ പറഞ്ഞു.

അവൾ അതിരാവിലെ ആറുമണിക്കെത്തും. കുട്ടിയുടെ എല്ലാ കാര്യങ്ങളും അവൾ ഏറ്റെടുക്കും. പക്ഷേ, അടുക്കളയിൽ കയറില്ല. കാരണം, അടുക്കളയിൽ കയറി പണിയെടുത്താൽ പലവ്യഞ്ജനങ്ങൾ, ഡിറ്റർജന്റുകൾ തുടങ്ങിയവയുമായി സമ്പർക്കമുണ്ടാകും. മത്സ്യം, മാംസം എന്നിവയുടെ ഗന്ധം വേറെയും. കുഞ്ഞിന് പറ്റാത്ത വസ്തുക്കളും ഗന്ധങ്ങളും അവൾക്ക് സ്വീകാര്യമല്ല.

അതുകേട്ട് അമ്മമ്മ ഉള്ളാലെ ചിരിച്ചു. അവർക്ക് അവളോട് പറയണമെന്നു തോന്നി.

"ഞാൻ എന്റെ കുഞ്ഞിനെ ഒക്കത്തിരുത്തി അടുക്കള ജോലികൾ ചെയ്യുന്നത് നീ കാണണമായിരുന്നു. ചിലപ്പോൾ കുഞ്ഞിന്റെ മുഖത്ത് സോപ്പിന്റെ പതയോ മഞ്ഞൾപൊടിയോ കാണും. കറി വറുത്തിടുമ്പോൾ അവളുടെ മുടിയിലേക്കോടിക്കയറി കടുകുമണികൾ ഒളിഞ്ഞിരിക്കും. തല മുതൽ പാദംവരെ മണ്ണായിരിക്കും."

പെട്ടെന്നവർ ചിന്തകൾക്ക് കടിഞ്ഞാണിട്ടു. മായയ്ക്ക് ഇതൊന്നും മനസ്സിലാവില്ല. ഭാഷ വേറെയാണ്. ഈ നഗരത്തിൽ ഇത്തരം രീതികളൊന്നും അവൾ കണ്ടിരിക്കില്ല.

"മായ ഭയങ്കര വൃത്തിക്കാരിയാണ്. കുഞ്ഞിനെ എടുക്കുന്നതിനു മുമ്പേ അവൾ കൈകൾ സോപ്പിട്ടു കഴുകും. അവളൊരു അന്തസ്സും സംസ്കാരവുമുള്ള വീട്ടിലെയാണെന്നു തോന്നുന്നു."

കുഞ്ഞിന്റെ അമ്മ അഭിപ്രായപ്പെട്ടു.

മായ വന്നുകഴിഞ്ഞാൽ വീടാകെ ഉണർന്നതുപോലെയാണ്. കുഞ്ഞും കളിയും ചിരിയും തുടങ്ങും. ശബ്ദവും സന്തോഷവും കൂടിച്ചേർന്ന് ജീവിതം വീണ്ടും പഴയപടി ഒഴുകാൻ തുടങ്ങിയതായി അമ്മമ്മയ്ക്കു തോന്നും. അടുത്തനിമിഷം അവർ ഭയപ്പെടും. അന്ധവിശ്വാസങ്ങളുടെ കലവറയായതിനാൽ അവർക്ക് പറയാതിരിക്കാൻ കഴിഞ്ഞില്ല.

"നോക്കൂ മോളെ, ഇപ്പോൾ നമ്മളെല്ലാവരും വലിയ അല്ലലില്ലാതെ സന്തോഷമായിരിക്കുന്നു. കാര്യമായ പ്രശ്നങ്ങളൊന്നുമില്ല. മായ കാരണമായിരിക്കാം. പക്ഷേ, എന്റെ മനസ്സു പറയുന്നു, ഈ സന്തോഷം അധികകാലം നീണ്ടുനില്ക്കില്ലെന്ന്. നമ്മുടെ കുഞ്ഞ് സ്കൂളിൽ പോകുന്നതുവരെയെങ്കിലും അവൾ നിന്നുകിട്ടിയാൽ മതിയായിരുന്നു..."

കുടുംബത്തിന്റെ സ്വപ്നമായിരുന്നു അത്. കുറച്ചഹങ്കാരവും. നഗരത്തിൽ കിട്ടാവുന്ന മികച്ച ബേബി സിറ്ററാണെന്നതിൽ അവർ എപ്പോഴും അഹങ്കരിച്ചിരുന്നു. മായയാകട്ടെ കുഞ്ഞിനെയും അവളുടെ ചേട്ടനെയും കൂടുതൽ കൂടുതൽ സ്നേഹിച്ചുകൊണ്ടേയിരുന്നു.

ഒരു രാവിലെ പ്രഭാതഭക്ഷണം കഴിഞ്ഞ ഉടൻ, താൻ നാട്ടിൽ

പോകുന്ന കാര്യം അമ്മമ്മ പൊടുന്നനെ അവതരിപ്പിച്ചു.

"ഞാനെന്റെ സാധനങ്ങളൊക്കെ എടുത്തുവെയ്ക്കട്ടെ. കുറേ കാലമായില്ലേ നാട്ടിൽനിന്നും പോന്നിട്ട്. വീട്ടിൽ എന്തൊക്കെ നാശനഷ്ടങ്ങളുണ്ടായോ എന്തോ. അവിടത്തെ കാര്യങ്ങൾ നോക്കാൻ ഞാൻ മാത്രമല്ലേയുള്ളൂ."

യാത്രയ്ക്കായി അമ്മമ്മ പെട്ടിയൊരുക്കുന്നത് മായ നോക്കിനിന്നു. വില കൂടിയ കുറേ വെളുത്ത സാരികളും ബ്ലൗസുകളുമാണ് പ്രധാനം. പെട്ടെന്ന് അവർ ഒരു സാരിയെടുത്ത് മായയ്ക്ക് നേരെ സ്നേഹപൂർവ്വം നീട്ടിയെങ്കിലും അവളത് ക്ഷമാപണത്തോടെ നിരസിച്ചു. അപ്പോഴാണ് അമ്മമ്മ ഓർത്തത് വെളുത്ത നിറം വിധവകൾക്കുള്ളതാണല്ലോ.

മുറിയിലേക്ക് കയറിവന്ന മകൾ ഗൂഢമായ ഒരു ചിരിയോടെ മായയോട് പറഞ്ഞു.

"8.15ന്റെ രാത്രിവണ്ടിക്കാണ് അമ്മ പോകുന്നത്. പക്ഷേ, പെട്ടെന്നുതന്നെ തിരിച്ചുവരും. അവിടെ ഒറ്റയ്ക്കാണ്. പോരാത്തതിന് ഞാൻ ഏകമകളും. അല്ലെങ്കിൽത്തന്നെ പേരക്കുട്ടികളെ വിട്ട് അമ്മയവിടെ എത്രകാലം നില്ക്കും?"

അന്നാദ്യമായി അമ്മമ്മ താൻ ഒരിക്കലും കയറിച്ചെന്നിട്ടില്ലാത്ത അയൽപക്കങ്ങളിൽ ഒരു സന്ദർശനം നടത്തി. വിടപറയൽ ചടങ്ങ്. ബംഗാളികളും തമിഴരും തെലുങ്കരുമൊക്കെ താമസിക്കുന്ന ഫ്ളാറ്റുകളാണ്. ദൈവങ്ങളുടെ മുഖങ്ങൾ കെട്ടിത്തൂക്കിയ വാതില്ക്കൽ, അമ്മമ്മയുടെ മനുഷ്യമുഖം കണ്ട് അവർ തെല്ലൊന്ന് അമ്പരന്നു. അമ്മയെ തേടിവന്ന മകൾ കണ്ടത്, മെക്കയുടെ പടമുള്ള തിരശ്ശീലയ്ക്കു മുന്നിലിരുന്ന് ചൂടു ചായ മൊത്തിക്കുടിച്ചും സമൂസ തിന്നും ഇരിക്കുന്ന അമ്മയെയാണ്. തമിഴരുടെ വീട്ടിൽനിന്നിറങ്ങുമ്പോൾ ഓർക്കാപ്പുറത്ത് ആതിഥേയ അമ്മമ്മയെ കെട്ടിപ്പിടിച്ച് സ്വർണ്ണനിറമാർന്ന ഒരാഭരണപ്പെട്ടി അവർക്ക് സമ്മാനിച്ചു. അമ്മയ്ക്കാ സ്നേഹാദരങ്ങൾ ഇഷ്ടപ്പെട്ടു. വൈകുന്നേരം ഗോപാലൻമാളിൽ പോയി എല്ലാവരും ഒന്നിച്ച് ഭക്ഷണം കഴിച്ചു. അമ്മയുടെ പ്രത്യേക നിർദ്ദേശപ്രകാരം മായയ്ക്ക് സാരിയും വാങ്ങി. തിരിച്ചുവരുമ്പോൾ അമ്മ മകളോടു പറഞ്ഞു.

"നമുക്ക് മായയുടെ വീട്ടിൽച്ചെന്ന് അവളെ ഒന്ന് ഞെട്ടിച്ചാലോ?"

"വീട് കൃത്യമായി അറിയില്ല. എന്നാലും കണ്ടുപിടിക്കാം. ഇപ്പോൾ സമയം നാലരമണിയാകുന്നല്ലേയുള്ളൂ. സ്റ്റേഷനിലെത്താൻ ഇഷ്ടംപോലെ സമയമുണ്ടമ്മേ..."

"ട്രാഫിക് ബ്ലോക്കിലെങ്ങാൻ പെടുമോ?"

"ഇല്ലമ്മേ."

കുറച്ച് ദൂരേക്ക് വണ്ടിവിടാൻ അവൾ ഡ്രൈവർക്ക് നിർദ്ദേശം കൊടുത്തു. ഒടുവിൽ ഒരു കോളനിയുടെ മുമ്പിലായി അയാൾ വണ്ടി നിർത്തി. ധാരാളം ചെറിയ കുടിലുകൾ. തകരം മേഞ്ഞവ. തുണിയും പ്ലാസ്റ്റിക്കും വിരിച്ചവ. ഇടയ്ക്ക് ഓടുകളും പട്ടികകളും. കലപില കൂട്ടുന്ന കുട്ടികളും സ്ത്രീകളും...

"ഇത് ചേരിയാണല്ലോ?"

അമ്മ അത്ഭുതം കൂറി.

"ഇത് ചെരുപ്പുകുത്തികളുടെ കോളനിയാണ് മാഡം. ഇവിടെ ആരെയാണ് കാണേണ്ടത്?"

ഡ്രൈവർ സംശയത്തോടെ ചോദിച്ചു. അയാൾ ഡോർ തുറന്ന് പുറത്തിറങ്ങി. ആരെങ്കിലും വരുന്നുണ്ടോ എന്നാണ് നോട്ടം. നായ്ക്കൾ കടിപിടികൂടുന്നതും കുട്ടികൾ നിർത്താതെ കരയുന്നതും മനുഷ്യരുടെ ശബ്ദവും അവിടെ അലയടിച്ചു. അതിനുംപുറമെ ഏതോ ഒരു യന്ത്രം നിർത്താതെ കറങ്ങുന്ന ശബ്ദവും കൂടെയായപ്പോൾ ഏതോ അതിപുരാതന നഗരത്തിൽ എത്തിയതുപോലെ അമ്മമ്മയ്ക്കു തോന്നി. അമ്മമ്മയും കാറിൽനിന്നും പുറത്തിറങ്ങി. ചുറ്റും കണ്ണോടിച്ചു.

വെള്ളത്തിനുവേണ്ടി പ്ലാസ്റ്റിക് കുടങ്ങൾ വരിവെച്ച് കാത്തിരിക്കുന്ന പെണ്ണുങ്ങൾ. തമ്മിൽ തമ്മിൽ ഉന്തിയും തള്ളിയും പൈപ്പിന്റെ ചുവട്ടിലെത്താൻ തിടുക്കം കൂട്ടുകയാണവർ. ടോയ്‌ലെറ്റിനു മുമ്പിൽ മറ്റൊരു ക്യൂ. കുഞ്ഞുങ്ങൾ തോന്നിയിടത്തൊക്കെ വെളിക്കിരിക്കുന്നു. വയറുനിറച്ച് ആഹാരമില്ലാതെ വിളർത്തൊട്ടിയ കുഞ്ഞുങ്ങൾ. മിക്കവാറും പിള്ളേർ നഗ്നരോ അർദ്ധനഗ്നരോ ആണെങ്കിലും ഊർജ്ജസ്വലതയ്ക്കൊട്ടും കുറവില്ല. കോളനിയുടെ വളർത്തുമൃഗങ്ങളായ പൂച്ചകളെയും പട്ടികളെയും പന്നികളെയും കോഴികളെയും തെക്കുവടക്ക് ഓടിക്കയാണവരുടെ പ്രത്യേക വിനോദം.

അമ്മയ്ക്കവിടെ ഏറെനേരം നില്ക്കാൻ കഴിയില്ലെന്ന് മകൾക്ക് തോന്നി. അവൾ അമ്മയെ നിർബ്ബന്ധിച്ചു.

"അമ്മ, കാറിൽ കയറിയിരുന്നോളൂ. ഡ്രൈവറെ അയച്ച് നമുക്ക് മായയെ കണ്ടുപിടിക്കാം."

"വേണ്ട. ഞാനിത് കണ്ട് ഓർക്കുകയായിരുന്നു. മനുഷ്യജീവിതം ആരും സ്വയം തെരഞ്ഞെടുത്തതല്ല. എല്ലാവരും സാഹചര്യങ്ങളുടെ ഓരോ കുരുക്കിൽ പെട്ട് അങ്ങനെയൊക്കെ ആവുന്നതാണ്... ഈ പാവങ്ങളെ നോക്ക്."

"അമ്മേ, എല്ലാ നഗരങ്ങളിലും ഇത്തരം ചേരികളുണ്ട്. നഗരങ്ങൾ നിലനില്ക്കുന്നതുതന്നെ ഇവരുള്ളതുകൊണ്ടാണ്. ഹോട്ടലിലും വീടുകളിലും ഓഫീസ് ബോയികളായും മറ്റാരാണ് വരുന്നത്?"

പണക്കാരുടെ ജീവിതം മിനുക്കാൻ നടക്കുന്നവരുടെ സ്വന്തം ജീവിതം...

"നിങ്ങൾ പെട്ടെന്ന് മായയെ കണ്ടുപിടിക്കൂ. അവൾ ഇവിടെ എവിടെയോ ആണ് താമസം."

അമ്മമ്മ ഡ്രൈവറോട് പറഞ്ഞു.

അയാൾ തൊട്ടടുത്ത കുടിലിലേക്ക് നടന്നു. ആ കുടിലിനെ മൊത്തത്തിൽ പ്ലാസ്റ്റിക് പുതിച്ചിരിക്കുന്നു. അതൊരു ഫ്ളെക്സാണ്. ആ ഫ്ളെക്സിൽ തെളിഞ്ഞിരുന്ന പ്രധാനമന്ത്രി, ഡ്രൈവറെ അഭിവാദ്യം ചെയ്തു.

അല്പസമയത്തിനകം, ഡ്രൈവർ മായയെയും കൂട്ടിവന്നു. മായയെ കാണേണ്ടതുതന്നെ. അവളെ അവർക്ക് ആദ്യം മനസ്സിലായതേയില്ല. അവൾ ധരിച്ചിരുന്ന പഴകിപ്പിഞ്ഞിയ സാരിയും അതിൽ പുരണ്ട കരിയും ചെളിയും. അതിൽ പിടിച്ചുതൂങ്ങി നഗ്നരായ രണ്ട് ഇരട്ടക്കുഞ്ഞുങ്ങളും. ഏകദേശം തന്റെ പേരക്കുട്ടിയെക്കാൾ ഒരല്പം മുതിർന്നതാണ് എന്ന വ്യത്യാസം മാത്രം.

അമ്മമ്മ അർത്ഥഗർഭമായ ഒരു നോട്ടം മകൾക്കു നേരെ പായിച്ചു. ആ ഒറ്റനോട്ടത്തിൽനിന്നും അവൾ അവരുടെ മനോഗതി വായിച്ചെടുത്തു. ഓരോ കുടിലിൽനിന്നും മടിച്ചുമടിച്ച് പെണ്ണുങ്ങളും കുട്ടികളും ഇറങ്ങിവന്നു. ഭർത്താക്കന്മാരാകട്ടെ കുടിലിന്റെ പുറത്തുനിന്ന് അവരെ സംശയരൂപേണ വീക്ഷിക്കുകയായിരുന്നു. അമ്മമ്മ മായയ്ക്ക് സാരി സമ്മാനിക്കുന്നതിനും മക്കളുടെ കുഞ്ഞിക്കൈകളിൽ നോട്ടുകൾ വെച്ചുകൊടുക്കുന്നതിനും അവർ സാക്ഷ്യംവഹിച്ചു. മായയാകട്ടെ ക്ഷമാപണത്തോടെ പറഞ്ഞു:

"അമ്മാ, എനിക്ക് വിശ്വസിക്കാനാവുന്നില്ല. നിങ്ങളെപ്പോലുള്ളവർ എന്റെ കുടിലിൽ വന്നല്ലോ."

അവൾ തിരിഞ്ഞ് മക്കളോട് പറഞ്ഞു:

"അമ്മയ്ക്ക് നമസ്തെ കൊടുക്കൂ..."

ഒരു യുഗ്മഗാനം പോലെ രണ്ടുപേരും ഏകസ്വരത്തിൽ പറഞ്ഞു:

"നമസ്തെ."

ആ ശബ്ദത്തിലെ ദൈന്യത എത്രയോ നേരം കാതിൽ മുഴങ്ങിക്കേട്ടെന്നും കാതിൽ തങ്ങിനിന്നെന്നും പിന്നീട് അമ്മ മകളോട് പറഞ്ഞു.

വീട്ടിലേക്കുള്ള മടക്കയാത്രയിലുടനീളം അമ്മമ്മ നിശ്ശബ്ദയായിരുന്നു. ബേബിസിറ്ററായി വരുന്ന മായയും ചേരിയിൽ കണ്ട മായയും ഒരാളെന്ന് വിശ്വസിക്കാൻ ഏറെനേരമെടുത്തു. അവരുടെ മകളും അതേ കുരുക്കിലായിരുന്നു. അവൾക്കൊരു തീരുമാനത്തിലെത്തേണ്ടത് അത്യാവശ്യമായിരുന്നു. ഡ്രൈവറും നിശ്ശബ്ദനായി മറ്റൊരു നീറുന്ന ചിന്തയിലായിരുന്നു. അയാൾ താമസിക്കുന്നതും ഇതുപോലൊരു കോളനിയിലാണല്ലോ.

റെയിൽവേ സ്റ്റേഷനിൽ വെച്ച് ആദ്യം ചെറിയ കുട്ടിയെയും പിന്നെ മൂത്ത കുട്ടിയെയും അമ്മമ്മ ഉമ്മവെച്ചു. ഒടുവിൽ അവരുടെ അമ്മയെയും പിന്നീട് തന്റെ മുഖം തുടച്ച് കണ്ണട നേരെയാക്കി അവർ മകളെയും മരുമകനെയും നോക്കി പറഞ്ഞു.

"മായ ഒരു നല്ല ബേബിസിറ്ററാണ്."

"അമ്മേ..."

ഒരുത്തരം തേടുന്ന മകൾക്ക് അതിന്റെ അർത്ഥം മനസ്സിലായില്ല.

"അതെ. മായ വളരെ നല്ല ഒരു ബേബിസിറ്ററാണ്..."

അമ്മ ആവർത്തിച്ചു.

ശബ്ദം കൂട്ടി, ഒരു വിസിലോടുകൂടി തീവണ്ടി അമ്മമ്മയെയുംകൊണ്ട് ഓടിപ്പോയി.

കാർവാറിലെ മഴ

കാർവാറിന്റെ ആകാശത്ത് അപ്പോഴൊരു വലിയ മഴ ഉരുണ്ടുകൂടി വരുന്നുണ്ടെന്ന് ഹരികൃഷ്ണ നായിക്കിന് തോന്നി. ഈ മഴയ്ക്കുശേഷം മുറ്റത്തൊരു പ്രളയമുണ്ടാകും; അതിലൂടെ അപ്രതീക്ഷിത ധനം ഒഴുകിയെത്തി തനിക്കും പ്രഭാവതിക്കും, ജോലിയില്ലാത്ത മകൻ അർജ്ജുൻ നായിക് ബി എയ്ക്കും ജീവിതം പച്ചപിടിപ്പിക്കാമായിരുന്നു. അങ്ങനെ ഒരു പ്രവചനം എല്ലാ ജ്യോതിഷികളും അയാളെ ധരിപ്പിച്ചിരുന്നു. അത്, ഈ മഴയാണോ മറ്റൊരു മഴയാണോ എന്ന സന്ദേഹമേ ബാക്കിയുള്ളൂ.

മഴയപ്പോൾ കാർവാർ കടലിൽനിന്നും അവിടവിടെ ചിതറിയിട്ട പാറക്കൂട്ടങ്ങൾക്കു മുകളിലൂടെ ഒറ്റക്കാലിൽ തുള്ളിച്ചാടി വരികയായിരുന്നു. ഇടയ്ക്കെങ്ങാനും ശ്രദ്ധ വിട്ടാൽ മഴ കടലിൽ വീഴുമെന്ന് കാറ്റിനറിയാമായിരുന്നു. അതിനാൽ കാറ്റ് മഴയെ കൂടുതൽ കൂടുതൽ ശ്രദ്ധിച്ചുകൊണ്ടേയിരുന്നു. എന്നിട്ടും മഴയ്ക്ക് വീഴ്ച പറ്റി. മഴ ശക്തിയോടെ കടലിൽ വഴുതിവീണപ്പോൾ, പാറക്കൂട്ടത്തിൽ കാറ്റുകൊള്ളാനിരുന്ന ആളുകൾ നനഞ്ഞു കുളിച്ചു ഓടിപ്പോയി. നിഷ്കളങ്കയായ ഒരു പെൺകുട്ടിയെപ്പോലെ അവിടെയെല്ലാം തുള്ളിച്ചാടി നടക്കുകയായിരുന്നു മഴ. കാറ്റിനതിഷ്ടപ്പെട്ടില്ല. അവൾ തന്റെ ഗതി ഉടൻ ഇടത്തോട്ട് തിരിച്ച് മീൻ വഞ്ചികളിലേക്ക് മഴയെ നയിച്ചു.

മഞ്ഞയും നീലയും ചായമടിച്ച മീൻവഞ്ചികൾ, ക്ഷീണിതരായി കടപ്പുറത്ത് തലങ്ങും വിലങ്ങും കിടക്കുന്നു. പഴയ വലകൾ നന്നാക്കുന്ന, ഒഴിവുവേളകൾ ആഘോഷമാക്കുന്ന മുക്കുവർ. മഴയുടെയും കാറ്റിന്റെയും കാഠിന്യമറിയാത്ത രണ്ടു സന്ദർശകർ കടലിന്റെ നനഞ്ഞ സൗന്ദര്യം നോക്കി നില്പാണ്. മഴ ധൃതികൂട്ടി കാറ്റിന്റെ കൈപിടിച്ച് കരയിലേക്ക് ഓടിക്കയറി. ഒരുപിടി മുത്തുമണികൾ വാരിയെറിഞ്ഞ് അവൾ ആഹ്ലാദിച്ചു. കാറ്റ് പൂഴിത്തരികൾ പറത്തി അവളോടൊപ്പം കൂടി.

അപ്രതീക്ഷിതമായി കാറ്റിൽ അടിതെറ്റിയ ദമ്പതികൾ കയറി നില്ക്കാനൊരിടം കാണാതെ, കനംകുറഞ്ഞ കുടകൾ നിവർത്തി, മുൾച്ചെടികൾക്കു കീഴെ പതുങ്ങി.

"പ്രഭാവതീ കുറച്ചുകൂടെ സാമ്പാറൊഴിക്കൂ..."

ഹരികൃഷ്ണനായിക്ക് സാമ്പാറെന്നു പറയുന്നതെന്താണെന്ന് വെച്ചാൽ പരിപ്പും വെണ്ടക്കയും ധാരാളം മല്ലിയില അരിഞ്ഞതുമിട്ട് വേവിച്ചതാണ്. ഒരല്പം ഉപ്പും പുളിയും ചേർന്നാൽ സംഗതി ശുഭം.

പ്രഭാവതിക്ക് തമിഴ് സാമ്പാറാണിഷ്ടം. ഇഷ്ടം മാത്രമുണ്ടായാൽ പോരല്ലോ. സാമ്പാറിന് ഒരുപാട് സാധനങ്ങൾ വേണ്ടേ?

അതൊക്കെ ആലോചിക്കുമ്പോൾത്തന്നെ പ്രഭാവതിക്ക് സങ്കടം വരും.

പെണ്ണുകാണാൻ വന്നത് നായിക്കിന്റെ അച്ഛനും അമ്മാവനും കൂടിയാണ്.

"അവന് ജോലിയില്ല എന്ന് മോള് കരുതേണ്ട. നായിക്കിന് പറഞ്ഞത് സ്വർണ്ണപ്പണിയാണ്. തട്ടിമുട്ടിപ്പോകാൻ ഒരു ചെറിയ ജ്വല്ലറി ഉണ്ടെന്നും കൂട്ടിക്കോ..."

ഗോകർണ്ണത്തെ പ്രധാന തെരുവിൽനിന്നും വിട്ടുമാറി ഒരു ചെറിയ കട. അതിൽ നിലത്തു വിരിച്ച പുൽപായയിൽ അച്ഛൻ നായിക്ക് ഒരു കാല്പെട്ടിക്കരികിലിരിക്കും. കടയുടെ മൂലയിൽ സ്വർണ്ണം ഊതിയുരുക്കുന്ന രണ്ടു തൊഴിലാളികളും ഉമി നീറുന്ന നെരിപ്പോടുകളും. വിവാഹശേഷം ഒരുതവണ 'നായിക് ആന്റ് സൺസി'ലേക്ക് പ്രഭാവതിയെ ഹരികൃഷ്ണൻ കൊണ്ടുപോയി. തിരിച്ച് കാർവാറിലെ അവളുടെ വീട്ടിലെത്തുന്ന മുപ്പത് കിലോമീറ്റർ ദൂരവും അവൾ, അയാളോടു ചോദിക്കാനായി ഒരു സംശയം സൂക്ഷിച്ചു.

വന്നുകയറിയപാടെ അയാൾ ഷർട്ടും പിന്നെ ബനിയനും ഊരി അയയിലിട്ടു. സാരി മടക്കുന്നതിനിടയിൽ അവൾ ആ സംശയം ചോദിച്ചു.

"അച്ഛന് നിങ്ങൾ ഒരു മോനല്ലേ ഉള്ളൂ? പിന്നെന്തിനാ 'നായിക് ആന്റ് സൺസ്' എന്നൊരു ബോർഡ്?"

അയാളും അപ്പോഴാണ് അതിനെക്കുറിച്ചോർത്തത്. ഇനിയിപ്പോൾ കാലശേഷം, ആ പഴയകട തന്റെ തലയിലാകുമോ? സ്വർണ്ണപ്പണി, എത്ര നന്നായി ശ്രമിച്ചാലും, ഒരിക്കലും അയാളുടെ കൈപ്പിടിയിൽ ഒതുങ്ങുകയില്ല. അതിന് കല വേണം ഭാവന വേണം. കൂടെ നല്ല ക്ഷമയും. പിന്നീടൊന്നും ആലോചിക്കാതെ ഒരു ഗവ. ക്ലാർക്കാകാൻ ശ്രമിക്കുകയായിരുന്നു.

തന്റെ വരുമാനത്തിൽനിന്നും മിച്ചംവെച്ചാണ് അയാൾ ഈ കൊച്ചുവീടു വാങ്ങിയതും അർജ്ജുനനെ ബി എക്കാരനാക്കിയതും.

അന്നൊക്കെ പ്രഭാവതി അയാളുടെ കൂടെനിന്നു. സമ്പന്നതയെ അവളൊട്ടും ആഗ്രഹിച്ചിരുന്നുമില്ല. സാദാ അന്നവും ഉപ്പും

അച്ചാറും–അതും മാവിൻകായയോ നെല്ലിക്കായയോ മാത്രം. സാമ്പാറാണ് അവരുടെ സ്ഥിരം ഭക്ഷണം. ചിലപ്പോൾ, വിശേഷിച്ചും ഉത്സവദിവസം, ചിത്രാന്നവും നെയ്യും ഒരു പായസവും അവൾ എങ്ങനെയെങ്കിലും ഒപ്പിക്കും. ഒരു 'സാറും' ഒരു 'ചോറും' എന്നാണ് ഹരികൃഷ്ണന്റെ കല്പന. അർജ്ജുൻ അങ്ങനെയാണോ?

മാർക്കറ്റിൽ അവനെയും കൂട്ടി സാധനങ്ങൾ വാങ്ങാൻ പോകുന്ന പതിവുതന്നെ അവൾ നിർത്തി. കാർവാർ മാർക്കറ്റിൽ എല്ലാ റോഡുകളിലും പഴവും പച്ചക്കറിയും പൂക്കളും നിരത്തിവെച്ചിരിക്കും. പച്ചക്കറി കടകളിൽ ഒരുവശത്ത് മീനും ഉണ്ടാകും. അർജ്ജുൻ വഴിനീളെ കിടക്കുന്ന ചാണകം ചവിട്ടാതെ നടക്കുമ്പോൾ ആ കടക്കാരികൾ അവനെ വിളിച്ചുകൊണ്ടിരിക്കും. അപ്പോഴൊക്കെ, പേഴ്സിലെ കാശിന്റെ സ്ഥിതി അറിയാവുന്ന അവൾ അവനെ അവിടെനിന്നും പിന്തിരിപ്പിക്കും. അവരുടെ തുണിസഞ്ചി ഒരിക്കലും നിറയാറില്ല. അർജ്ജുൻ ആ തിരിച്ചറിവു നേടിയശേഷം മാർക്കറ്റിലേക്കുള്ള പോക്ക് നിർത്തി. പകരം, അവൻ കാളീനദിയിലേക്ക് നോക്കിയിരിക്കുകയോ പുഴയുടെ തീരത്ത് നടക്കുകയോ ചെയ്യും.

ഒരു ബ്രാഹ്മണനല്ലാത്ത ഹരികൃഷ്ണൻ എന്തിനാണിങ്ങനെ സസ്യാഹാരിയായിരിക്കുന്നതെന്ന് അവൻ ആലോചിക്കും. ചിലപ്പോൾ ഗോകർണ്ണത്തിൽ താമസിക്കുന്നതുകൊണ്ടോ, മഹാബലേശ്വര ക്ഷേത്രത്തിൽ പോകുന്നതുകൊണ്ടോ ആവാം. പ്രഭാവതിക്കു മാത്രമേ അതിന്റെ രഹസ്യമറിയൂ. അത്, സാമ്പത്തിക ശാസ്ത്രത്തിൽ മാത്രം ഒതുങ്ങുന്നതല്ലായിരുന്നു. അയാളുടെ അമ്മ ഒരു ബ്രാഹ്മണസ്ത്രീ ആയിരുന്നു എന്നും അയാൾ സ്കൂളിൽ പഠിക്കുമ്പോഴേ അവർ മരിച്ചുപോയി എന്നും ആരോ അവളെ ധരിപ്പിച്ചിരുന്നു. അവരെ നായിക് പിന്നീട് ഉപേക്ഷിച്ചതാണെന്നും ഗോകർണ്ണത്തിലെ ഏതോ സത്രത്തിലാണെന്നും ഒരടക്കം പറച്ചിലും ഉണ്ടായിരുന്നു. അതിനെക്കുറിച്ച് ഒന്നുമവൻ ആരോടും ചോദിച്ചിരുന്നില്ല. എങ്കിലും ജാതിചിന്തകൾ മനുഷ്യന്റെ സ്വാതന്ത്ര്യത്തെ കെട്ടിവരിഞ്ഞുമുറുക്കുന്ന ഒരു വലയാണെന്നും അതിൽ നിന്നൊക്കെ പതുക്കെപ്പതുക്കെ സ്വതന്ത്രനാകണമെന്നും അവൻ നിശ്ചയിച്ചിരുന്നു.

ഭക്ഷണക്രമം, വസ്ത്രധാരണം, ആചാരങ്ങൾ എന്നിവയിൽ യാതൊരു താല്പര്യവും അവനില്ലായിരുന്നു.

അങ്ങനെ ചോറുണ്ടുകൊണ്ടിരിക്കുമ്പോഴാണ് മഴ തുള്ളിയിടാൻ തുടങ്ങിയത്. പടിഞ്ഞാറ് കടലായതിനാൽ പടിഞ്ഞാറോട്ട് മുഖമുള്ള നായിക്കിന്റെ വീട്ടിൽ കയറിയിട്ടേ മഴ കിഴക്കോട്ട് പോകൂ. മഴയ്ക്ക് കയറിയിരിക്കാൻ നായിക് ഗ്രിൽസിട്ട തന്റെ വരാന്ത ഒഴിച്ചിട്ടിരിക്കയാണ്. മുകളിൽനിന്നും വശങ്ങളിൽനിന്നും വന്നുകയറാനും സൗകര്യമുണ്ട്. അതറിയാവുന്ന മഴ കാറ്റിനെയും കൂടെക്കൂട്ടി. അവളും നായിക്കിനെ കണ്ട് വിശേഷങ്ങൾ ആരാഞ്ഞോട്ടെ.

"പ്രഭാവതീ, കോലായിലെ തുണികളൊക്കെ എടുത്തോളൂ. ഒന്നും

വെച്ചേക്കരുത്. മഴ, കാറ്റുമായാണ് വരുന്നതെങ്കിൽ തുണികളും കൊണ്ടേ പോകൂ."

പ്രഭാവതി ഒരു ചെറിയ സ്ത്രീയായിരുന്നു. മെലിഞ്ഞുണങ്ങിയ അവർക്ക് നാലരയടി പൊക്കമേ ഉണ്ടായിരുന്നുള്ളൂ. പക്ഷേ, അതിതീക്ഷ്ണമായ ചിരിക്കുന്ന കണ്ണുകളുള്ള അവർ എല്ലാവർക്കും പ്രിയങ്കരിയായിരുന്നു, നായിക്കിനൊഴിച്ച്. തന്റെ ദാരിദ്ര്യത്തിനും കഷ്ടപ്പാടിനും കാരണക്കാരിയാണ് അവളെന്ന് അയാൾ സ്വയം വിശ്വസിച്ചു. തന്റെ നിയന്ത്രണത്തിൽ അല്ലെങ്കിൽ അവൾ മറ്റൊരു വ്യക്തിത്വമാകുമെന്ന ഭയം അയാൾക്കുണ്ടായിരുന്നു. അതുകൊണ്ടുതന്നെ അനുസരണയുടെ ചാട്ടവാർ അയാൾ അവർക്കു മുന്നിലും പിന്നിലുമായി കൊണ്ടുനടന്നു. അയൽപക്കക്കാരോടുപോലും വലിയ സൗഹൃദം വേണ്ടെന്നയാൾ ഓർമ്മിപ്പിച്ചു. അമ്മയും മകനും വലിയ കൂട്ടാകുകയും നായിക്കിനെ കളത്തിന് പുറത്താക്കുകയും ചെയ്തത് അയാളറിഞ്ഞിരുന്നില്ല.

നായിക്കിന്റെ ആജ്ഞാനുവർത്തിയായി അവർ ഓടി വരാന്തയിലിറങ്ങി, ഗ്രിൽസിൽ പടർത്തിയിട്ട എല്ലാ തുണികളും വാരിയെടുത്ത് അകത്തേക്കോടി. അർജ്ജുൻ നായിക് ബി എ അപ്പോഴും ഏതോ ഗൈഡും വായിച്ച്, ഇനിയും വിജയിച്ചു മുന്നേറാൻ കഴിയാത്ത പരീക്ഷകൾക്ക് തയ്യാറായി മുറിയിൽ കട്ടിലിൽ കിടക്കുകയായിരുന്നു. രഹസ്യമായി ഒരിത്തിരി മീൻ കഴിക്കാൻ കൊതിച്ചു കൊതിച്ച് അവൻ നിത്യേന ചെറുതായിക്കൊണ്ടിരിക്കയാണെന്ന് പ്രഭാവതിക്കറിയാം. പക്ഷേ, ചില അറിവുകൾ ഒരു ഗുണവും ചെയ്യില്ലെന്നവർ ഇപ്പോഴിപ്പോൾ മനസ്സിലാക്കുന്നു. അവൻ എന്തു കഴിച്ചാലും പ്രഭാവതിക്കെതിർപ്പില്ല. എന്തെങ്കിലും കഴിച്ചിരിക്കണം എന്നേ അവർ പറയൂ.

അർജ്ജുൻ ബി എ (അങ്ങനെ പറയണമെന്നും എഴുതണമെന്നും നായിക്കിന് നിർബ്ബന്ധമാണ്. അവൻ കുടുംബത്തിലെ ആദ്യ ബി എക്കാരനാണ്). മീൻഗന്ധം പരന്ന കാർവാർ കടപ്പുറത്തും പരിസരത്തുമായാണ് വളർന്നത്. മാർക്കറ്റിൽനിന്നും പച്ചമീനിന്റെയും ഇടയ്ക്കിടെ പൊരിച്ച മീനിന്റെയും ഗന്ധം കാറ്റുകൊണ്ടുവന്ന് വീടിനു ചുറ്റും ചിതറിയിടും. പൊരിച്ചതിന്റെ ഗന്ധംതേടി അവൻ ചെന്നെത്തിയത് വരിയായി നിർത്തിയിട്ട ലോറികൾക്ക് മറുവശത്താണ്. വഴിയോരത്തിരുന്ന് സ്റ്റൗവിൽ ചോറുവെച്ച് മീൻകറി വെച്ച്, പൊരിച്ച് ഭക്ഷണം കഴിക്കുന്ന ലോറിക്കാർ. നിരനിരയായി നിർത്തിയിട്ട ലോറികൾ വടക്ക് ബോംബെ വരെയും തെക്ക് കന്യാകുമാരി വരെയും മീൻ കയറ്റിപ്പോകുമത്രേ.

അർജ്ജുൻ ജീവിതത്തിൽ ആദ്യമായി ചെയ്ത കുറ്റം, കൂട്ടുകാരൊത്ത് ഹോട്ടലിൽ പോയി മീൻകഴിച്ചു എന്നതാണ്. സന്തോഷമുളവാകുന്ന ഏതു കാര്യവും അമ്മയോടവൻ പങ്കുവയ്ക്കും. കോളേജിലെ കൂട്ടുകാരാണവനെ നിർബ്ബന്ധിച്ച് കഴിപ്പിച്ചത്. അന്നത്തെ രുചി വായിൽനിന്നും പോകാതെ നിന്നു. വീട്ടിൽ വന്ന് വീണ്ടും കൈയും മുഖവും സോപ്പിട്ട് കഴുകിയിട്ടും ബാക്കിയെന്തെങ്കിലും മണമുണ്ടോ എന്ന സംശയംതോന്നി.

പ്രഭാവതിയാണ് തുളസിയിലകൾ കൂട്ടിത്തിരുമ്മി കൈയിൽ പുരട്ടാൻ പറഞ്ഞത്. ഇപ്പോഴവൻ ശുദ്ധസസ്യഭുക്കായെന്ന് ബോദ്ധ്യംവരുത്തി അവർ അവനോട് പറഞ്ഞു.

"സൂക്ഷിക്കണം. അച്ഛൻ അറിയേണ്ട."

താൻ ചെയ്യുന്നത് പാപമാണോ എന്ന് ചിന്തിച്ച് അവൻ ഒരു തീരുമാനത്തിലെത്തി. മത്സ്യം തിന്നിരുന്ന ആദിമ മനുഷ്യൻ അവന് ചരിത്രത്തിൽനിന്നും കൂട്ടായി വന്നു. മുക്കുവസ്ത്രീയെ വിവാഹം കഴിച്ച ബ്രാഹ്മണ മഹർഷിയുടെ പുരാണകഥ വീട്ടിൽ ഇടയ്ക്കിടെ പറയാൻ തുടങ്ങി. ഒടുക്കം ഒരു ചോദ്യമെറിഞ്ഞ്, അച്ഛനെയും അമ്മയെയും ആ ചോദ്യത്തിന്റെ ചൂണ്ടയിൽ കൊളുത്തി വലിച്ചു രസിക്കും.

"അപ്പോ മഹർഷി എന്തായാലും മീൻ തിന്നിരിക്കുമല്ലോ? ഇല്ലേ അച്ഛാ? ഇല്ലേ അമ്മേ?"

അവരൊന്നും പറയാറില്ല. അവനൊരു മകൻ. കുസൃതി.

പക്ഷേ, ഹരികൃഷ്ണൻ നായിക്കിന് ചെറിയ സംശയമുണ്ടായി. രഹസ്യമായി പ്രഭാവതിയോട് അയാൾ അക്കാര്യം പറഞ്ഞു.

"ഇനിയിപ്പോ അവൻ വല്ല മുക്കുവത്തിയെയും പ്രേമിക്കുന്നുണ്ടോ?"

അവളത് കേട്ടില്ലെന്നു തോന്നി. അതാണല്ലോ കടുകും മുളകും ചെറിയ അളുക്കുകളിലേക്ക് നിറയ്ക്കുകയും അടുപ്പിനു മുകളിലെ അലമാരയിലേക്ക് അടുക്കിവയ്ക്കുകയും ചെയ്യുന്നത്. രഹസ്യം പറയാൻ പതുങ്ങിനിന്നിരുന്ന നായിക്കിനെ നോക്കി അവൾ പുരികമുയർത്തി തീ പാറുന്ന കണ്ണുകൾ ചലിപ്പിച്ചു.

"ഹും, എന്താ?"

നായിക് ഒരുവേള സംശയിച്ചു. ഈ രഹസ്യം ഇവളോട് പറയണോ? ഒരിക്കൽ പറഞ്ഞത് കേട്ടിട്ടില്ലേ. അല്ലെങ്കിൽ പറയാം. അവളായിട്ടത് അറിയാതെ പോകരുത്.

"പ്രഭാവതീ, എന്റെ ഒരു സംശയമാണ്, ശരിയായിരിക്കണമെന്നില്ല. എന്നാലും നീയും ഒന്നു ശ്രദ്ധിക്കണം."

"അവൻ വല്ല മുക്കുവത്തിയെയും കൊണ്ടുവരുമോ?"

പ്രഭാവതിക്ക് അതിൽ പ്രശ്നമില്ല. മുക്കുവത്തിക്കെന്താ കുഴപ്പം? ദരിദ്രന്റെ കൂടെ പട്ടിണി കിടന്നിട്ടെന്തു കിട്ടാൻ? പക്ഷേ, ഭർത്താവിന്റെ ഉണ്ടക്കണ്ണിൽ നോക്കി അതുപറയാൻ അവർക്ക് ധൈര്യമില്ല. പകരം കൈയിലിരുന്ന ടംബ്ലർ ശബ്ദത്തോടെ നിലത്തിട്ടു. ശബ്ദം ഇഷ്ടമില്ലാത്ത നായിക് കൂടുതലൊന്നും പറയാതെ ഉടൻ അടുക്കളയിൽനിന്നും പുറത്തു കടന്നു; അതവൾ മനഃപൂർവ്വം ചെയ്തതാണല്ലോ എന്നൊരു സന്ദേഹത്തോടെ.

പിന്നീടയാൾ ജാലകം തുറന്നിട്ട് വന്നെത്താൻ മടിച്ചുനില്ക്കുന്ന മഴയെ വിളിച്ചുകൊണ്ടിരുന്നു. അതൊരു പാട്ടാണെന്ന് പ്രഭാവതിക്കു തോന്നി. വിശപ്പിന്റെ പാട്ട്. അതിനാൽ ചോറും സാമ്പാറും ഉപ്പിലിട്ട നാരങ്ങയും ചൂടുവെള്ളവും മേശപ്പുറത്ത് എടുത്തുവെച്ചു. ഉണ്ണാനായത്

പ്രത്യേകിച്ച് വിളിച്ചുപറഞ്ഞ് പ്രഭാവതിക്ക് വിഷമിക്കേണ്ടി വരാറില്ല. പാത്രങ്ങളുടെ അനക്കം മതി, നായിക്കും മോനും ഉണ്ണാനെത്തും.

ഇന്നും പതിവ് തെറ്റിച്ചില്ല. അങ്ങനെ സാമ്പാറിൽ വിരൽ നനച്ചുകൊണ്ടിരുന്നപ്പോഴാണ് കനത്ത കാറ്റും മഴയും ആകാശം കറുപ്പിച്ച് ആവേശത്തോടെ നായിക്കിന്റെ വീട്ടിലേക്കോടിക്കയറാൻ തുടങ്ങിയത്. കാറ്റിന്റെ ശക്തിയിൽ വഴിയാത്രക്കാർ നാലുപാടും ചിതറിയോടി. നിരത്തിലുണ്ടായിരുന്ന വാഹനങ്ങളും പെട്ടെന്ന് അപ്രത്യക്ഷമായി. ആരോ ഇരുമ്പുഗേറ്റിന്റെ ഓടാമ്പലിൽ ഗുസ്തിപിടിക്കുന്നതുപോലെ. ഭക്ഷണം കഴിക്കാൻ തുടങ്ങാത്തതിനാൽ, കോലായിൽ ചെന്നു നോക്കേണ്ടത് പ്രഭാവതിയുടെ ഊഴം. അവൾ മടിച്ച് മടിച്ച് വാതില്ക്കൽ വന്ന് കോലായിലേക്ക് എത്തിനോക്കി ഉടൻ ഉൾവലിഞ്ഞു.

“ആരോ ഗെയ്റ്റു തുറന്നു വരുന്നുണ്ട്.”

“അതാരാ?”

നായിക് ആശ്ചര്യം പൂണ്ടു. അങ്ങനെ പറയത്തക്കതായി ആരും കയറി വരാത്ത ഒരു പുരാവസ്തുവാണല്ലോ ഈ വീട്.

“എനിക്കറിയില്ല. കാറ്റും മഴയും കാരണം കയറിയതാവാം.”

നായിക് ചോറുകുടഞ്ഞ് എഴുന്നേറ്റു.

ശരിയാണ് പ്രഭാവതിക്ക് തെറ്റിയില്ല. കാറ്റടിച്ച് കൊണ്ടുവരുന്നതാണ്. ഒരു ഭാര്യയും ഭർത്താവും. ഭാര്യയുടെ ഒടിഞ്ഞ കുടയും.

അയാൾ പെട്ടെന്ന് വന്ന് വാതിൽ തുറന്നുകൊടുത്തു. മനുഷ്യസഹജമായ ദയാവായ്പോടെ അവരെ കോലായിൽ കയറ്റി.

ആകെ നനഞ്ഞുകുതിർന്ന അവർക്കായി അർജ്ജുൻ അകത്തുനിന്നും രണ്ടു കീറിയ പ്ലാസ്റ്റിക് കസേരകൾ കൊണ്ടുവന്നു. മഴവെള്ളം ഇറ്റിവീഴാത്ത ഒരിടം തിരഞ്ഞ് മടുത്ത അവൻ കസേര അവിടെത്തന്നെ ഇട്ടു. വീണ്ടും കാറ്റും ശക്തമായ മഴയും. നായിക്കിന് കൊങ്ങിണിയും മറാത്തിയും അല്പസ്വല്പം ഇംഗ്ലീഷുമറിയാം. അവർക്ക് കൊങ്ങിണി അറിയാത്തതിനാൽ അയാൾ ഹിന്ദിയിൽ ചോദ്യങ്ങൾ ചോദിക്കുകയും അവർ ഇംഗ്ലീഷിൽ ഉത്തരം പറയുകയും ചെയ്തു; ഇന്ത്യയിൽ ഒട്ടുമിക്ക ആളുകളെയും പോലെ. കൂട്ടത്തിൽ, പതിവിൻപടി തന്റെ ജീവചരിത്രത്തിലെ ഏതാനും ചില ഏടുകൾ തിരുകിവയ്ക്കാനും മറന്നില്ല.

“ഞാനും ഒരു റിട്ടയേഡ് ജീവനക്കാരനാണ്. ഭാര്യയും മകനുമാണ് ഇവിടെയുള്ളത്.”

“മകനെന്തു ചെയ്യുന്നു?”

ഒരു കുശലാന്വേഷണം.

“അവൻ ബി എ കഴിഞ്ഞു. ഫസ്റ്റ്ക്ലാസുണ്ട്. ഒരു ജോലിക്കായി പരീക്ഷകൾ എഴുതുന്നു...”

ഇനിയും തന്റെ ഇല്ലാപ്പാടും അർജ്ജുനന്റെ ഭാഗ്യക്കേടും വീടിന്റെ ജീർണ്ണാവസ്ഥയും പറയുമോ എന്ന ഭയപ്പാടോടെ നായിക്കിനെ തന്നെ നോക്കിനില്ക്കുകയാണ് മറ്റു രണ്ടുപേരും. പെട്ടെന്ന് പ്രഭാവതിയും മകനും

അകത്തേക്ക് വലിഞ്ഞു. അതിനായി നായിക് എന്തോ സൂചന നല്കിയിരുന്നു.

പക്ഷേ, നായിക്കിന് അതിഥികളെ തനിച്ചാക്കി അകത്തേക്ക് ഉൾവലിയാൻ കഴിയില്ല. അത് ആതിഥ്യമര്യാദക്കെതിരാണ്. അതിനാലയാൾ മഴവെള്ളം കുളംകുത്തിയ കോലായിൽത്തന്നെ നിന്നു. പിന്നെ തന്റെ നരച്ച കൃഷ്ണമണികൾ വിദൂരതയിലേക്ക് നട്ട് വാക്കുകളിൽനിന്നും ഒളിച്ചോടി. അയാളുടെ മനസ്സിൽ സംശയങ്ങൾ പെട്ടെന്നാണ് മുളപൊട്ടിയത്.

ഇവരാരാണ്? പറയുന്നതൊക്കെ ശരിയാണോ? ഈ വരവിൽ വല്ല ഗൂഢോദ്ദേശ്യവുമുണ്ടോ? വെറുതെ അല്ലെങ്കിൽ അപ്പുറത്തും ഇപ്പുറത്തുമുള്ള അതിമനോഹരമായ രണ്ടു പുത്തൻ വീടുകൾ ഉണ്ടായിട്ടും ഈ തുരുമ്പിച്ച ഗേറ്റ് തുറന്ന് മഴവെള്ളം കയറിവരുന്ന ഈ കോലായിൽത്തന്നെ കയറിവന്നതെന്തിന്?

പ്രഭാവതി തന്റെ ചിരിക്കുന്ന കണ്ണുകൾ പാതിമറച്ച ജാലകവിരിക്കു മുകളിൽ പ്രതിഷ്ഠിച്ച്, നായിക്കിനെ സാകൂതം വീക്ഷിക്കുകയായിരുന്നു. റിട്ടയേർഡായ ശേഷം ആദ്യമൊന്നും അയാളുടെ പെരുമാറ്റത്തിൽ ഒരു താളപ്പിഴയും ഉണ്ടായിരുന്നില്ല. എന്നാൽ സംശയത്തിന്റെ നീണ്ട ചരടിൽ ഒരു നൂറുചോദ്യങ്ങൾ ആരെക്കണ്ടാലും അയാൾ കോർത്തെടുക്കും. അതൊക്കെ മനസ്സിൽ അടുക്കിവെച്ച്, പിന്നെ സമയം കിട്ടുമ്പോൾ പ്രഭാവതിയെ വിളിച്ചിരുത്തി പറഞ്ഞുകേൾപ്പിക്കും.

നായിക്കിന്റെ മനസ്സിലെ സംശയങ്ങൾ കള്ളിച്ചെടിയുടെ മുള്ളുകൾ പോലെ എഴുന്നുനില്ക്കുന്നു എന്ന് പ്രഭാവതിക്കു തോന്നി.

“അവർക്ക് എവിടെയാണ് പോകേണ്ടതെന്നു ചോദിച്ചോ?”

അവൾ ഉച്ചത്തിൽ പറഞ്ഞ് അയാളെ ചിന്തയിൽ നിന്നുണർത്തി. ഒന്നു പറഞ്ഞുവിടാനുള്ള തിടുക്കത്തോടെ അയാൾ പറഞ്ഞു.

‘ഉഡുപ്പി ഹോട്ടലിലേക്ക് നേരെ നടന്നാൽ മതി,’ ‘മഴ മാറിത്തുടങ്ങി.’ എന്നും കൂട്ടിച്ചേർത്തു. മഴയുടെ അവസാന പാദത്തിലേക്ക് ഒടിഞ്ഞ കുടയുമായി അവരിറങ്ങിപ്പോയി. ആശ്വാസത്തോടെ അയാൾ ഗ്രിൽസടച്ച് കുറ്റിയിട്ടു.

പ്രഭാവതിയും മകനും പുറത്തുണ്ടായിരുന്നെങ്കിൽ അവരിപ്പോഴൊന്നും പോകില്ലായിരുന്നു. അല്ലെങ്കിൽ മഴ തുടരുകയായിരുന്നെങ്കിൽ, അവരെ പുറത്തിരുത്തി അകത്തുള്ളവർ ഭക്ഷണം കഴിക്കുന്നത് മഹാപാപം. എന്നാൽ പങ്കുവയ്ക്കാനുള്ള ഭക്ഷണവുമില്ല. ആ സാഹചര്യം ഒഴിവായ ആശ്വാസത്തിൽ നായിക് അകത്തേക്കു കടന്നു. അവിടെ, ഏതോ അപരാധം ചെയ്ത കുറ്റവാളിയെ ശിക്ഷിക്കുന്നതുപോലെ പ്രഭാവതിയും അർജ്ജുനനും പൂച്ചയെ അടിക്കുന്ന തിരക്കിലാണ്. നായിക്കിന്റെ ചോറ്റുപാത്രം കാലിയുമായിരുന്നു.

മഴയും മനുഷ്യരും കൂടി അയാളെ പറ്റിക്കുകയും അന്നം തെറിപ്പിക്കുകയും ചെയ്ത രോഷത്തോടെ നായിക് വരാന്തയിലേക്കു വന്നു. അവിടെ മഴവെള്ളത്തിൽ കുതിർന്ന് രണ്ടു അഞ്ഞൂറുരൂപ നോട്ടുകളു

ണ്ടായിരുന്നു. അയാൾ അവ കുനിഞ്ഞെടുത്തു തുടച്ചുണക്കി. അർജ്ജുന നെ വിളിച്ചു.

"നീ പോയി ഒന്നവരെ കണ്ടെത്ത്. അവര് ഉഡുപ്പി ഹോട്ടലിലുണ്ടാ കും."

അർജ്ജുൻ അകത്തു കയറി ഒരു ഷർട്ടിടാൻ തുടങ്ങി. ഇതിനിടയിൽ പൂച്ചയെ തല്ലിയോടിച്ച് പ്രഭാവതി തിരിച്ചുവന്നിരുന്നു. വരാന്തയിലെ കസേരയിൽ രണ്ടു നോട്ടുകളും പിടിച്ച് വിഷണ്ണനായിരിക്കുന്ന അയാളെ തൊട്ടു.

"വരൂ. ഭക്ഷണം പുതിയതെടുത്തു വെച്ചിട്ടുണ്ട്."

അവൾ അയാളുടെ കൈയിലെ നോട്ടുകൾ മൃദുവായി വലിച്ചെടുത്തു. ഒരെണ്ണം സ്വന്തം കൈയിൽ വെക്കുകയും മറ്റൊന്ന് പുറത്തേക്കിറങ്ങി വന്ന അർജ്ജുനന്റെ നേരെ നീട്ടുകയും ചെയ്തു.

"ഇതൊരു മഹാപാപമാണ്. പ്രഭാവതീ."

അകത്തേക്കു നടന്ന നായിക് പെട്ടെന്ന് പഴയ സ്വപ്നത്തിന്റെ നൂലിൽ കയറിപ്പിടിച്ച് ആകാശത്തേക്ക് പൊങ്ങിത്തുടങ്ങി. മഴയിൽ, കാറ്റിൽ, പ്രളയം മുറ്റത്തുവരുമെന്നും പ്രളയ ജലത്തിൽ ചിലപ്പോൾ ധനം ഒഴുകിവരുമെന്നുമുള്ള ഒരു പഴയ സ്വപ്നം അയാൾ മിനുക്കിയെടുത്തു. അങ്ങനെ ഒഴുകിയെത്തിയ ധനം അർജ്ജുൻ തന്റെ പരീക്ഷാ സഹായി യുടെ ഇരുപതാം പേജിലും പ്രഭാവതി തന്റെ കണ്ണാടക്കൂടിലും ഭദ്രമായി വെച്ചു.

ഇപ്പോൾ മഴയില്ല; കാറ്റില്ല. മഴയും കാറ്റും കാളീനദിയിൽ വീണ് അറബിക്കടലിലേക്കുതന്നെ ഒലിച്ചുപോയിരുന്നു.

ഒരു ലോട്ടറി വില്പനക്കാരന്റെ സ്വപ്നം

ലോട്ടറി വില്പനക്കാർ ബുദ്ധിമാന്മാരാണ്. അതികഠിനമായി ജോലിയെടുക്കാത്തവരും. അതല്ലെങ്കിൽ, ആളുകൾ തിങ്ങിക്കൂടുന്ന ഇടങ്ങൾ തങ്ങളുടെ പ്രവർത്തനമേഖലയായി അവർ തെരഞ്ഞെടുക്കില്ലല്ലോ. അവരിലെ മടിയന്മാരാകട്ടെ നടപ്പാതയിലെവിടെയെങ്കിലും ചടഞ്ഞിരിക്കുകയും ദിവസം മുഴുവൻ 'ലോട്ടറി, ലോട്ടറി' എന്ന് വിളിച്ചുകൂകുകയും ചെയ്യുമെങ്കിലും സഞ്ചരിക്കുന്ന ലോട്ടറിക്കാർ സമ്പാദിക്കുന്നതിന്റെ പകുതിപോലും അവർക്ക് കിട്ടാറില്ല. എങ്കിലും അവരുടെ സ്വപ്നങ്ങൾക്ക് ഒരു പഞ്ഞവുമില്ലായിരുന്നു.

അവർ സ്വപ്നങ്ങളുടെ വിശാലമേച്ചിൽപ്പുറങ്ങളിലിരുന്ന് വലിയ സ്വപ്നങ്ങൾ നെയ്തുകൊണ്ടിരുന്നു. ടി വി ഷോകളിൽ കാണുന്ന മനോഹരമായ വീടുകൾ, യൂറോപ്പിലെയും അമേരിക്കയിലെയും സുഖവാസകേന്ദ്രങ്ങൾ എന്നിവ അവർ സ്വപ്നങ്ങളിൽ കണ്ടു. ചിലർ വലിയ ഭോജനശാലകൾ നടത്തിയും വസ്ത്രവ്യാപാരശാലകൾ നടത്തിയും ഷോപ്പിങ് മാളുകളുടെ ഉടമയാവുന്നതുമൊക്കെ സ്വപ്നങ്ങളിൽ കണ്ട് സായൂജ്യമടഞ്ഞു. ചിലരുടെ സ്വപ്നങ്ങൾ കുറച്ചുകൂടെ ചെറിയ വ്യാപ്തിയിൽ പരിലസിച്ചു. സുന്ദരിയായ ഒരു പെൺകുട്ടിയെ വിവാഹം കഴിച്ച് ശാന്തമായ ഒരിടത്ത് സമാധാനപൂർണ്ണമായ ഒരു സന്തോഷജീവിതം നയിക്കാൻ ആഗ്രഹിച്ചു. സ്വപ്നങ്ങൾ ചെറുതായിക്കോട്ടെ, വലുതായിക്കോട്ടെ അതിനവരെ കുറ്റം പറയരുത്. അവർ കാൽ കാശുപോലും ചെലവില്ലാതെ, അവരുടെ ഒഴിവുസമയം മാത്രമുപയോഗിച്ചാണല്ലോ സ്വപ്നങ്ങളത്രയും കാണുന്നത്.

നമ്മുടെ ലോട്ടറിക്കാരനും ഒരെഞ്ചിനീയറാവാൻ പിറന്നവനായിരുന്നു. തന്റെ ലക്ഷ്യത്തിലേക്കുള്ള പകുതി ദൂരം അവൻ പിന്നിട്ടു കഴിഞ്ഞു എന്നാ

യപ്പോഴാണ് അവന്റെ അച്ഛൻ ആകസ്മികമായി ഒരപകടത്തിൽ പെട്ടത്. മകന്റെ മുമ്പിൽ ആകെ ഉണ്ടായിരുന്ന പോംവഴി അവന്റെ ലക്ഷ്യം പാതി വഴിയിൽ ഉപേക്ഷിക്കുക എന്നതായിരുന്നു. അങ്ങനെ അവൻ തന്റെ സ്വപ്നത്തെ ദുഃഖത്തോടെ കയ്യൊഴിഞ്ഞു.

പിന്നീടെപ്പോഴോ അവൻ കണ്ടെത്തി, അവന്റെ എഞ്ചിനീയർ കൂട്ടുകാരിൽ പലരും എഞ്ചിനീയർമാരായില്ലത്രേ! ആ അറിവ് അവന് വലിയൊരാശ്വാസമായിരുന്നു. രണ്ടുപേർ ബാങ്കിൽ കയറിപ്പറ്റുകയും ഒരാൾ എൻട്രൻസ് കോച്ചിങ് സെന്ററിൽ ചേരുകയും ചെയ്തു. ഒന്നാംവർഷം ഒന്നാമനായവൻ ട്രാൻസ്പോർട്ട് ബസ് കണ്ടക്ടറാവുകയും ചെയ്തു. ഏതാനും പേർക്കേ അവരുടെ ലക്ഷ്യത്തിലെത്താൻ കഴിഞ്ഞുള്ളൂ. മറ്റുള്ളവർ എവിടെ എന്നന്വേഷിക്കാൻ അവൻ മിനക്കെട്ടതുമില്ല. കാരണം, തന്റെ കറുപ്പും വെളുപ്പുമായ ജീവിതത്തെ നിറംപൂശുന്നതിൽ അവൻ വ്യാപൃതനായിരുന്നു. ക്രമേണ അവൻ തിരിച്ചറിഞ്ഞു, തന്റെ ഇഷ്ടപ്രകാരം ജീവിതം വാർത്തെടുക്കുന്നത് എത്രമാത്രം വിഷമകരമാണെന്നും താനതിൽ വിജയിക്കില്ലെന്നും.

അന്വേഷണ കുതുകികളായ ആണിനോടും പെണ്ണിനോടും താനൊരു ജോലിയുമില്ലാത്തവനാണ് എന്നു പറയാൻ അവന് കഴിയുമായിരുന്നില്ല. അതിനാൽ അവന്റെ അമ്മ അവർക്കുള്ള ഉത്തരം എപ്പോഴും കരുതിവെച്ചു.

“അവൻ ഗൾഫിലേക്കുള്ള വിസ കാത്തിരിക്കുകയാണ് അവന്റെ കൂട്ടുകാരൻ ശ്രമിക്കുന്നുണ്ട്.”

ഏതാനും മാസങ്ങൾക്കുള്ളിൽ മേല്പറഞ്ഞ കൂട്ടുകാരൻ ജോലി നഷ്ടപ്പെട്ട് ഗൾഫിൽനിന്നും നാട്ടിൽ തിരിച്ചെത്തി. വീണ്ടും അമ്മയ്ക്ക് മറ്റൊരുത്തരം കണ്ടെത്തേണ്ടി വന്നു. പൊതുജനം അവന്റെ കാര്യത്തിൽ അത്രമാത്രം ശ്രദ്ധിച്ചിരുന്നു.

“അവൻ ക്ലാർക്കിന്റെ ജോലിക്കായി ഗവൺമെന്റ് പരീക്ഷകൾ എഴുതാൻ തയ്യാറെടുക്കുന്നു.”

“അത് അന്തമില്ലാത്ത കാത്തിരിപ്പാണ് കേട്ടോ. ഗവൺമെന്റിൽ എപ്പോ കിട്ടാനാ? അവനോട് ഒരു പ്രൈവറ്റ് കമ്പനിയിൽ കയറാൻ പറയൂ.”

ആരോ അമ്മയോട് പറഞ്ഞു.

അനുസരണയുള്ള മകൻ അങ്ങനെ സ്വകാര്യകമ്പനികളുടെ വാതിൽക്കൽ കാത്തുനിന്നു. ബാങ്കുകൾ, കടകൾ, വിദ്യാലയങ്ങൾ, എൽ ഐ സി തുടങ്ങി നിരവധി സ്ഥലങ്ങളിൽ കയറിയിറങ്ങി മടുത്തു. അവന്റെ നാലു നരച്ച മുടിയിഴകൾ, വിവാഹപ്രായം കഴിയുന്നു എന്നവനെ ഓർമ്മിപ്പിച്ചുകൊണ്ടേയിരുന്നു.

ഒരു ദിവസം ‘ഇനി മേൽ ജോലിയന്വേഷിക്കേണ്ട; പകരം സ്വന്തമായൊരു കട തുടങ്ങി സ്വസ്ഥമായിരിക്കൂ എന്നും ആരുടെ വാതില്ക്കലും ഇനി പോയി നില്ക്കേണ്ടെന്നും’ അമ്മ തന്നെ നിർദ്ദേശിച്ചു.

“ഒരു ജോലിക്കു ശ്രമിക്കുന്നത് വെറുതെയാണ്. സമയം കളയാമെന്നല്ലാതെ. നീയിനി സ്വന്തം തൊഴിൽ തുടങ്ങണം.”

സാമ്പത്തികമായി അമ്മ തന്നെ അവനെ സഹായിച്ചു. ഒരു നഴ്സറി സ്കൂൾ ആയയായി സ്വരുക്കൂട്ടിവെച്ചിരുന്ന സമ്പാദ്യം മുഴുവനായി അവരവനെ ഏല്പിച്ചു. പെൺമക്കളില്ലാത്തതിനാൽ അത് മുഴുവനായി കൊടുക്കുന്നതിൽ അവർക്കൊട്ടും മനസ്താപവും ഇല്ലായിരുന്നു.

“ഞാനിതൊക്കെ ആർക്കുവേണ്ടിയാ കരുതിവെക്കുന്നത്? നിനക്കൊരു കൈത്താങ്ങാവട്ടെ.”

ഭിത്തിയിൽ അക്ഷോഭ്യനായിരുന്ന് അച്ഛൻ തന്റെ വികാര വിസ്ഫോടനങ്ങൾ നിയന്ത്രിച്ചു. അമ്മയും മകനുമായുള്ള കൊടുക്കൽ വാങ്ങലുകളിൽ ഞാനെന്തിന് ഇടപെടണം എന്ന മട്ടിൽ.

ഒരു ചെറിയ പലചരക്ക് കടയായിരുന്നു ആദ്യ സംരംഭം. തുടക്കത്തിൽത്തന്നെ അതൊരു പരാജയമായി പരിണമിച്ചു. പിന്നീടാണ് ഹോട്ടൽ ബിസിനസിലേക്കു ചുവടുമാറ്റിയത്. അതാകട്ടെ ആറുമാസത്തിനകം പൂട്ടേണ്ടിയും വന്നു. സ്ഥിരമായി വരാത്ത ജോലിക്കാരും വൃത്തിഹീനമായ പരിസരവും നാണക്കേടുണ്ടാക്കി. ഫുഡ് ഇൻസ്പെക്ടറുടെ പരിശോധനയ്ക്ക് ശേഷം അയാൾ തന്നെ ഹോട്ടൽ താഴിട്ടു പൂട്ടി, സീലുവെച്ച് സ്ഥലം വിട്ടു.

കാണികളായ നാട്ടുകാർ പിരിഞ്ഞുപോകുമ്പോൾ ആരോ പറഞ്ഞറിഞ്ഞ് അമ്മ ഓടിക്കിതച്ചു വന്നു.

‘സാരമില്ല പോട്ടെ. നമുക്ക് തോല്ക്കാനാവില്ലല്ലോ’ എന്നു പറഞ്ഞവനെ സമാധാനിപ്പിച്ചു. അമ്മ അപ്പോഴൊക്കെയും തിരക്കിലായിരുന്നു. വൈവാഹികകോളങ്ങളിൽ തപ്പിത്തടഞ്ഞ് അവരൊടുക്കം അവന് പറ്റിയ ഒരു ബന്ധം കണ്ടെത്തി. ജ്യോതിഷികൾ തീർത്തുപറഞ്ഞു; ഈ പെൺകുട്ടി കുടുംബത്തിൽ ധനവും പ്രശസ്തിയും കൊണ്ടുവരും. പിന്നെ അമ്മയ്ക്കൊന്നും നോക്കാനില്ലായിരുന്നു. നല്ലൊരു തുക കൈപ്പറ്റി, രസീതുപോലെ ഒരു ചിരിയും സമ്മാനിച്ച് ബ്രോക്കർ പടിയിറങ്ങി.

ഹോട്ടൽ പൂട്ടിയ ഉടനെ അമ്മ അവനോട് മറ്റെന്തെങ്കിലും ഒരു ബിസിനസിടാൻ പറഞ്ഞു. ആധാരവുമായി അവർ ബാങ്കിലേക്ക് പലതവണ അവനെയുംകൂട്ടി പോയി. എങ്ങനെയെങ്കിലും കല്യാണത്തിന് മുമ്പായി അവനൊരു മേൽവിലാസമുണ്ടാക്കാനുള്ള തത്രപ്പാടിലായിരുന്നു അമ്മ. അങ്ങനെയാണ് തുണിക്കടകളുടെ നഗരമായ ആ പട്ടണത്തിൽ അവന്റെ തുണിക്കടയും വന്നത്. ആ കട ഏതാനും മാസങ്ങൾ നന്നായി നടന്നു. പിന്നെന്തു പറയാൻ? അതും പൂർവ്വസ്ഥിതിയിൽ അടച്ചുപൂട്ടി. ഭാര്യയോടൊപ്പം അവനും വീട്ടിലിരിപ്പായി. ആഴ്ചകളും മാസങ്ങളും കടന്നുപോയി.

ഒരു ദിവസം ഭാര്യാപിതാവ് അപ്രതീക്ഷിതമായി വീട്ടിലേക്ക് കയറിവന്നു. മകളെ കാണണം. വിശേഷങ്ങൾ അറിയണം. ഏപ്രിലിലെ മഴച്ചാറ്റലിൽ നനഞ്ഞു കുതിർന്നായിരുന്നു വരവ്. നനഞ്ഞ കുട വരാന്തയിൽ കുത്തനെ ചാരിനിർത്തി, നനഞ്ഞ ദേഹം പ്ലാസ്റ്റിക് കസേരയിൽ

മടക്കിയൊതുക്കി അയാളിരുന്നു. മകൾ കൊടുത്ത ടവ്വൽകൊണ്ട് തലയും മുഖവും തുടച്ച് അയാൾ, മകളുടെ അമ്മായിയമ്മ, മരുമകളെക്കുറിച്ച് പറഞ്ഞതത്രയും നിശ്ശബ്ദം കേട്ടു. പിന്നീട്, അയാളുടെ മകൾ അമ്മായിയമ്മയെക്കുറിച്ച് പറഞ്ഞതും കേട്ടു. ഒരല്പം അകലെയായിരുന്നതിനാൽ അവളുടെ ഭർത്താവ് അനുമാനിച്ചു, രണ്ടു സ്ത്രീകളും അന്യോന്യം കുറ്റപ്പെടുത്തുകയും ഇല്ലാക്കഥകൾ പറയുകയുമാണ്. അതെന്തിനാണെന്ന് എത്ര ആലോചിച്ചിട്ടും അയാൾക്ക് മനസ്സിലായില്ല. പക്ഷേ, മുങ്ങിത്താഴുന്ന ഒരു ചെറുദ്വീപിന്റെ ഉടമസ്ഥാവകാശത്തിനുവേണ്ടി യുദ്ധം ചെയ്യുന്ന രണ്ട് രാജ്യങ്ങൾക്കിടയ്ക്കൊരു മദ്ധ്യസ്ഥനാവാൻ അയാളിൽ അഭിവാഞ്ഛയുണ്ടായി.

ചായ കുടിച്ചുതീർന്ന ഉടൻ അമ്മായിയച്ഛൻ അയാളോട് പൊടുന്നനെ ചോദിച്ചു.

“എന്താ നിന്റെ ഭാവി പരിപാടി?”

“ഓ, പ്രത്യേകിച്ചൊന്നുമില്ല. എല്ലാവരും സമ്മതിക്കുകയാണെങ്കിൽ ഒരു ബിസിനസ് തുടങ്ങാമെന്നുണ്ട്...”

പൊടുന്നനെ അമ്മായിയച്ഛൻ പൊട്ടിത്തെറിച്ചു.

“വേണ്ട. ബിസിനസിന്നിറക്കാൻ ഇനി പണമില്ല.”

അയാൾ തന്റെ അച്ഛനെപ്പോലെയല്ല എന്നവന് തോന്നിയതിൽ തെറ്റില്ല. അച്ഛൻ അപ്പോഴും ഇപ്പോഴും അക്ഷോഭ്യനാണല്ലോ.

“വേണമെങ്കിൽ നീ പോയി നിന്നെത്തന്നെ വില്ക്ക്.”

അതും പറഞ്ഞ് അയാൾ എഴുന്നേറ്റു. വരാന്തയിൽ ഉറക്കം തൂങ്ങിയിരുന്ന കുടയെടുത്തു തിരക്കിട്ട് പടി കടന്നു. അയാളുടെ അമർത്തിച്ചവിട്ടി അകന്നുപോകുന്ന കാലടി ശബ്ദം അയാളുടെ ദേഷ്യത്തിന്റെ ആക്കം കൃത്യമായി അറിയിച്ചു.

“അച്ഛൻ വളരെ ദേഷ്യത്തിലാണ്. എനിക്കറിയില്ല അച്ഛൻ ഇനി എന്താ ചെയ്യാന്ന്.”

അവനെ ഒന്നുകൂടി പരിഭ്രമിപ്പിച്ച് അവൾ ഒരു ദുസ്സൂചനയും നല്കി അകത്തേക്ക് നടന്നു. അമ്മയാകട്ടെ, രണ്ടുനിമിഷം കൂടെ അവിടെ തങ്ങിനിന്നു. ഒരു ദീർഘനിശ്വാസത്തിനുശേഷം പിന്തിരിഞ്ഞു നടക്കവേ അവർ പറഞ്ഞു.

“അദ്ദേഹം അങ്ങനെ പറഞ്ഞതിൽ ഞാനൊരു തെറ്റും കാണുന്നില്ല.” പതിവുപോലെ അമ്മയുടെ നോട്ടം മൃദുവല്ലെന്ന് അവൻ തിരിച്ചറിഞ്ഞു. ഒരുപാട് നേരം അവൻ അമ്മായിയച്ഛനിരുന്ന കസേരയിലിരുന്ന് തന്നെക്കുറിച്ചുതന്നെ തിരിച്ചും മറിച്ചും ആലോചിച്ചു. തന്റെ കഴിവുകളെയും പരാജയങ്ങളെയും തുലനം ചെയ്തു. രണ്ടു കോളങ്ങളും ഏറക്കുറെ തുല്യമായിരുന്നു. അതിസൂക്ഷ്മമായി വിശകലനം ചെയ്തപ്പോൾ രണ്ടു കോളത്തിന്റെയും ആകത്തുകയിൽ ഒരു ചെറിയ വ്യത്യാസം പോലുമില്ലെന്ന് അവൻ തിരിച്ചറിഞ്ഞു. ആ രാത്രി മുഴുവൻ ആ കണക്കുമായി അവൻ തല പുകച്ചു. നേരം വെളുക്കാറായപ്പോഴേക്കും താനെന്തു ചെയ്യ

ണമെന്ന ഒരു തീരുമാനത്തിൽ അവനെത്തിച്ചേർന്നു. ആദ്യമായാണ് തന്റെ ജീവിതത്തിൽ അവൻ സ്വന്തമായൊരു തീരുമാനമെടുക്കുന്നത്. അതവന്റെ ലക്ഷ്യവും സ്വപ്നവും എല്ലാമായിരുന്നു.

അടുത്ത രണ്ടു ദിവസങ്ങളിൽ അവൻ നഗരം മുഴുക്കെ അലഞ്ഞു. തനിക്കു ചേർന്ന ഒരു സ്ഥലം കണ്ടെത്തണമായിരുന്നു. ഇത്തവണ യുക്തിക്കുചേർന്ന കണക്കുകൂട്ടലുകൾ നടത്തി. മുമ്പ് നടത്തിയ എല്ലാ ബിസിനസുകളും ജ്യോതിഷികളുടെ കണക്കുകൂട്ടലുകളനുസരിച്ചായിരുന്നു എന്നവൻ തിരിച്ചറിഞ്ഞു. പിന്നീട് മൂകരായിരുന്ന ഒരുപാട് ബിംബങ്ങളെ തൊഴുതു വണങ്ങിയുമായിരുന്നു എല്ലാ തുടക്കങ്ങളും. അവരുടെയൊന്നും ഇടപെടലുകളില്ലാതെ എന്തെങ്കിലുമൊന്ന് ചെയ്യുന്നത് ഇതാദ്യമായാണ്.

നാഷണലൈസ്ഡ് ബാങ്കിലേക്കുള്ള ചവിട്ടുപടികളുടെ സമീപത്തായി ഒരു ബോർഡുമായി അവൻ നിന്നു. ബോർഡിലാകട്ടെ എല്ലാ സംസ്ഥാന ലോട്ടറി ടിക്കറ്റുകളും ക്ലിപ്പിട്ട് വെച്ചിരുന്നു. ബാങ്കിൽനിന്നും, തൊട്ടടുത്ത എ ടി എമ്മിൽനിന്നും ഇറങ്ങിവരുന്നവർ ലോട്ടറിക്കാരനെ കടന്നുപോയി. അവിടെത്തന്നെ ധാരാളം ഷോപ്പുകളും ഹോട്ടലുകളുമുണ്ട്. ലോട്ടറി ഒരുതരം ചൂതാട്ടമാണല്ലോ, ഒരിത്തിരി കാശെറിഞ്ഞ് ഒരുപാട് കാശുവാരുന്ന കളി! ആളുകൾ ഭാഗ്യപരീക്ഷണത്തിന് എപ്പോഴും തയ്യാറാണ്. ലോട്ടറിക്കാരൻ സ്വയം ഒരു പുതുക്കത്തിനായി ശ്രമിച്ചു. സാധാരണ ലോട്ടറിവില്പനക്കാരുടെ ദയനീയരൂപത്തിന്റെ ഒരു പൊളിച്ചെഴുത്തുതന്നെ അവൻ നടത്തി.

അവനെക്കണ്ടാൽ ആരുമിപ്പോൾ ഒരു ലോട്ടറിക്കാരനാണെന്ന് പറയില്ല. ഈ ഫാഷൻ ഫ്രീക്കൻ ഒരു ബാക്ക്ബാഗും ലെതർഷൂസും ഒക്കെയായി നില്ക്കുന്നതു കണ്ടാൽ ഐ ടി ഫീൽഡിലെ ജോലിക്കാരനാണെന്നേ തോന്നൂ. പോരാത്തതിന് കണ്ണടയും പുസ്തകങ്ങളും. വളരെ സൗമ്യമായി സംസാരിക്കുന്ന അവൻ ഇടയ്ക്കിടെ, ഇംഗ്ലീഷിലും ഹിന്ദിയിലും പറയുന്നു. ഇത്തരമൊരു മാറ്റം, ഒരു ലോട്ടറി വില്പനക്കാരനെക്കുറിച്ചുള്ള സങ്കല്പം തന്നെ തകർത്തുകളഞ്ഞു. കാരണം അവൻ സംസാരിക്കുന്നതുതന്നെ ഇങ്ങനെയാണ്.

“സർ... പ്ലീസ്... ഈ ടിക്കറ്റിലേക്കൊന്നു നോക്കൂ. ഒരിക്കൽ മാത്രം നിങ്ങൾ നിങ്ങളുടെ ഭാഗ്യം ഒന്നു പരീക്ഷിച്ചുനോക്കൂ. ആർക്കറിയാം ഈ ടിക്കറ്റ് നിങ്ങളുടെ എല്ലാ പ്രശ്നങ്ങളും തീർത്തുതരില്ലെന്ന്!”

ബാങ്കിൽനിന്നും ഇറങ്ങിവരുന്ന ആൾ ഒരു വിദ്യാഭ്യാസ വായ്പയോ ലോണോ കിട്ടാത്ത ഹതഭാഗ്യനാണെങ്കിൽ അയാൾ തീർച്ചയായും ഒരു ടിക്കറ്റെടുത്തിരിക്കും. മറിച്ച്, ഒരു ചെറുപ്പക്കാരനാണെങ്കിൽ അവൻ ഇങ്ങനെയായിരിക്കും പറയുന്നത്.

“ഹായ് ബ്രോ... നിങ്ങൾ ഒരു ബൈക്ക് വാങ്ങാനുദ്ദേശിക്കുന്നില്ലേ? ഒരു ടിക്കറ്റ് എടുത്ത് പണം സ്വരൂപിക്കാനൊന്ന് ശ്രമിച്ചുകൂടേ?”

മിക്കവരും അവന്റെ വാക്ക്ചാതുര്യത്തിലും മാന്യമായ പെരുമാറ്റത്തിലും ആകർഷണീയരായെന്ന് പറയാതെ വയ്യ. സ്വന്തം ഭാഗ്യം പല

പ്പോഴും അവൻ പരീക്ഷിച്ചിരുന്നെങ്കിലും അപ്പോഴൊക്കെയും അതൊരു പൂർണ്ണ പരാജയമായിരുന്നു എന്നവൻ തിരിച്ചറിഞ്ഞു. എന്നാൽ അവൻ വിറ്റ പല ടിക്കറ്റുകൾക്കും ചെറിയ സമ്മാനങ്ങൾ കിട്ടിയിരുന്നു. ലോട്ടറിക്കാരന്റെ നിസ്സാരചെലവുകൾ നടന്നു കിട്ടിയതിനാൽ അതിമോഹങ്ങൾ അവനെ അലട്ടിയുമില്ല.

അവന്റെ അമ്മായിയച്ഛൻ, ഈ തൊഴിലിനെ പുച്ഛിക്കുകയുംകൂടി ചെയ്തപ്പോൾ അവനെന്തു ചെയ്യണം എന്ന ആലോചനയിൽ ഉഴറി. മനസ്സു നീറി. അവൻ എഴുതാൻ തുടങ്ങി. പരിഹാസവും നിന്ദയും ഒറ്റപ്പെടലും പലരേയും എഴുത്തുകാരാക്കിയിട്ടുണ്ടല്ലോ. അവന്റെ കഥാപാത്രങ്ങൾ ജീവിതത്തിൽ അവൻ കണ്ടുമുട്ടിയവർ തന്നെയായിരുന്നു. ബാങ്കിൽനിന്നും ഇറങ്ങിവരുന്നവരെ സസൂക്ഷ്മം അവൻ പഠിച്ചെടുത്തു. അവരുടെ ഭാവഹാവാദികളൊക്കെയും ഹൃദിസ്ഥമാക്കി. അവരുടെ മുഖഭാവത്തിലൂടെ അവൻ അവരുടെ ഹൃദയത്തിലേക്കും ചിന്തകളിലേക്കും ഊളിയിട്ടിറങ്ങി. അവരുടെ സംഭാഷണങ്ങൾപോലും അതേപടി ഒപ്പിയെടുത്തു.

അവന്റെ ആദ്യപുസ്തകം വായനാലോകം ഇരുകൈയും നീട്ടി സ്വീകരിച്ചു. അവനെക്കുറിച്ചുള്ള എല്ലാ വിമർശനങ്ങളിലും നിരൂപണങ്ങളിലും അവനെ രണ്ട് എഴുത്തുകാരുമായി സദാ താരതമ്യം ചെയ്യപ്പെട്ടു. ഒന്ന്, സൂപ്പർമാർക്കറ്റിലെ സെയിൽസ്മാനായ കവിയും മറ്റൊന്ന് ചുമട്ടുതൊഴിലാളി നോവലിസ്റ്റുമായിരുന്നു അവർ. അവരെപ്പോലെ അവനും സ്വപ്നം കാണാൻ തുടങ്ങി ഒരവാർഡ്. ലോട്ടറിക്കാർ ഒഴിവുസമയത്തിൽ സ്വപ്നം കാണുന്ന കാര്യത്തിൽ ധനവാന്മാരാണല്ലോ.

അരസികനും അമ്മാളും

ഒരു ദിവസവും പുതുതായി തോന്നുന്നില്ല. ജീവസറ്റ ദിവസങ്ങൾ യുവാക്കളിൽ പോലും വാർദ്ധക്യം നിറയ്ക്കുന്നു..

സ്ഥിതിഗതികൾ ഭയാനകം. പൂത്തുല്ലസിച്ച് ആർത്തഹങ്കരിച്ചു നിന്നിരുന്ന ഒരു ചെടിയുടെ മേൽ ആരോ ഒരു വന്മരം വെട്ടിയിട്ടതുപോലെ – ഭയാനകം.

ഫിൽട്ടർ കോഫി മാത്രം കുടിച്ചു ശീലിച്ച വെങ്കിടാചലം ഐ എ എസി(റിട്ട.)ന് ഇപ്പോൾ ഭാര്യ ലക്ഷ്മി അമ്മാൾ കൊടുത്തത് സാദാ കാപ്പി.. അയാളുടെ പഴയ ഐ എ എസ് ഗർവ്വ് ഇനി നടക്കില്ല. എന്തിനും ഏതിനും സ്ഥിരം ഉത്തരം അമ്മാൾ കരുതിയിട്ടുണ്ട്.

'കൊറോണാ...'

എഴുപത്തഞ്ചു കഴിഞ്ഞ വെങ്കി സാർ പുറത്തേക്ക് പോകാൻ പാടില്ല.. പൊലീസ് റോഡിലുണ്ട്. പാലോ പത്രമോ ഇല്ല. ലോക്ക് ഡൗണിന്ന് മുന്നേ അമ്മാൾ കരുതിയിരുന്ന അല്ലറ ചില്ലറ പലവ്യഞ്ജനങ്ങൾ സൂക്ഷിച്ചും കണ്ടും എടുത്തുപയോഗിക്കുന്നതുകൊണ്ടാണ് തങ്ങൾ ജീവൻ നിലനിർത്തുന്നതെന്ന് അമ്മാൾ. അതെ എന്നു തലകുലുക്കി സാറും.

ജീവിതം ഒറ്റമുറിയിൽ ഒതുക്കികഴിയുന്നവർക്ക് തടവുപുള്ളികളുടെ മാനസിക സംഘർഷമാണെന്ന് ഇന്നലെയും ശിവകാമി ഫോണിൽ പറഞ്ഞു. അവൾക്ക് നാലു മക്കളാണ്. നാലും നല്ല നിലയിൽ നാലു രാജ്യത്തെന്നുള്ള അഹന്തയായിരുന്നല്ലോ. എല്ലാം തീർന്നു..

'ശിവകാമീ കുഴന്തകൾ എപ്പടിയിരിക്ക്?'

ഈ ഒരൊറ്റ ചോദ്യത്തിന്നുള്ള ഉത്തരംകൊണ്ട് തന്റെ ഫോണിന്റെ ചാർജ്ജ് മിക്കവാറും അവൾ തീർക്കും.—വാചകച്ചിറകുകളിൽ കയറി

അവൾ നേരെ അമേരിക്കയ്ക്കു പറക്കും. ജിഷ്ണു അവിടെയാണ്. അവിടന്ന് ദുബായിൽ ഇറങ്ങും. മധുബാലയുടെ വിശേഷം കഴിഞ്ഞ് ആസ്ത്രേലിയയിലെത്തും. അവിടെയാണ് മനു. പിന്നെ യു കെ യിലൊന്നു കറങ്ങിത്തിരിഞ്ഞു താരയെക്കുറിച്ചും പറഞ്ഞു ലാന്റ് ചെയ്യുന്നത് ബാംഗളൂരിലെ ഫ്ളാറ്റിൽ. കൃത്യമായിപ്പറഞ്ഞാൽ പന്ത്രണ്ടാം നിലയിലെ 12–ാം ഫ്ളാറ്റിന്റെ അടുക്കളയിൽ.

"അയ്യോ അപ്പപ്പാ.... എൻ വെണ്ടെയ്ക്കാ മെഴുക്കുപുരട്ടി കരിഞ്ചു പോച്ച്! അക്കാ... നാൻ ബാക്കി വിശേഷം അപ്പറം പേശലാം... ഇപ്പ വെയ്ക്കട്ടുമാ..."

"നീ പോ. വെണ്ടക്കാ മെഴുക്കുപുരട്ടി കരിക്കക്കൂടാത് – പിന്നെ ശൊൽറേ" അവൾ നേരെ വെങ്കി സാറിന്റെ അടുത്തുവന്നു വിശേഷം പങ്കിടാൻ തുടങ്ങി.

"അങ്കെ കൊറോണ യല്ലവാ.. അവരെല്ലാം ക്വാറന്റൈനിൽ ഇരിപ്പ് താൻ. ജയിലുമാതിരിയെന്ന് ജിഷ്ണുവും മനുവും......."

മധുവും താരയും സംഭാഷണത്തിൽ കടന്നുവരുന്നതിന്നു മുൻപേ വെങ്കി സാർ കാപ്പിക്കപ്പ് അമ്മാൾക്കു നേരെ നീട്ടി.

"ങ്ങും. അങ്കെ വെച്ചിട്ടു വാ."

അമ്മാൾക്കതു കൃത്യമായി മനസ്സിലായി. ഇനിയെന്തെങ്കിലും പറഞ്ഞാൽ അയാൾക്ക് ശുണ്ഠി വരും.

അല്ലെങ്കിലും എപ്പോഴും ലക്ഷ്മീ എന്നു വിളിച്ച് കാര്യങ്ങൾ പറയുകയും ചോദിക്കുകയും ചെയ്തിരുന്ന പഴയ വെങ്കി സാറെവിടെ? ഈ ചാരുകസേരയിലിരുന്നു സദാ ആലോചിക്കുന്ന റിട്ടയേഡ് മാന്യദേഹമെവിടെ? അയാൾ ഇത്രയും കാലം ഒളിപ്പിച്ചുവെച്ചിരുന്ന സ്വഭാവങ്ങൾ ഓരോന്നായി പുറത്തു വരുന്നതാണെന്ന സത്യം അമ്മാൾ മനസ്സിലാക്കുകയായിരുന്നു.

പഴയ സതീർത്ഥ്യരിൽ പലരും പരലോകത്തെത്തി. മറ്റുള്ളവരാകട്ടെ നേരിട്ട് കാണാതെ ഫോണിൽ സംസാരിച്ച് ഇടയ്ക്കൊക്കെ ബന്ധം പുതുക്കി. സംഭാഷണത്തിലെ പിശുക്ക് അനുഭവപ്പെടുന്നത് അമ്മാൾ തിരിച്ചറിഞ്ഞു. കൊറോണ കാരണം അയാൾ സ്വയം ഉൾവലിയുകയാണ്. ഇടത്തോട്ടും വലത്തോട്ടും തിരിയാനാകാത്ത, സർവ്വാഭരണവിഭൂഷിതയായി തെരുവിലൂടെ നടത്തിക്കൊണ്ടുപോകുന്ന അപ്പക്കാളയെ അവൾക്ക് ഓർമ്മ വന്നു. കുഴലൂത്തുകാരന്റെ പണിയാണ് തനിക്ക്. ഓർക്കുന്തോറും അമ്മാൾ ഊറിച്ചിരിച്ചു. അപ്പക്കാളക്കൊരു മാസ്ക് കൂടുതലായുണ്ട്. പാടത്ത് ഉഴുവാൻ കൊണ്ടുപോയിരുന്ന കാളകൾക്ക് ഓലമെടഞ്ഞ കൊട്ട പോലത്തെ മാസ്ക് അന്നേ ഉണ്ടായിരുന്നല്ലോ!

പരസ്പരം മിണ്ടാതിരിക്കാൻ ലക്ഷ്മി അമ്മാൾ സ്വയം ശീലിപ്പിച്ചു.. നിവൃത്തികേടുകൊണ്ടല്ലേ നമ്മൾ പലതും ശീലിക്കുന്നതും പാലിക്കുന്നതും. കൊറോണ കൊണ്ടുവന്ന മാറ്റം! ശീലിച്ചതും പാലിച്ചതും മുഴുവനായി മാറ്റേണ്ടിവന്നു. സുഹൃദ്ബന്ധങ്ങളില്ല. ബന്ധുക്കളില്ല. എന്തിന്

മക്കളെയും മരുമക്കളെയും വരെ ഒന്നു സ്നേഹത്തോടെ ചേർത്തു പിടിക്കാനാവുന്നില്ല. എവിടെയും പോകാനില്ല. ആഘോഷങ്ങളില്ല. ചമയങ്ങളും വേണ്ട.

ഇടയ്ക്കിടെ അമ്മാൾ തന്റെ അലമാര തുറന്നുവെച്ച് പൂപ്പുമണം കളയാനായി പട്ടുസാരികൾ വാരിയെടുത്ത് മുറ്റത്തെ അയയിലിട്ട് വെയിലു കൊള്ളിക്കും. മേശയുടെ മൂലയ്ക്കിരിക്കുന്ന തേപ്പുപെട്ടി പരിഹസിച്ചു ചിരിക്കുന്നുണ്ടോ?

വെങ്കിസാറ് അതൊക്കെ നോക്കി ചാരുകസേരയിൽ നിവർന്നു കിടക്കും. തീരെ ശോഷിച്ച രണ്ടു കൈകളും ഉയർത്തി അയാൾ ചാരുകസേരയുടെ മുകൾവശത്ത് ബലമായിപ്പിടിച്ചിരിക്കുന്നു.

ഒരു താല്പര്യവുമില്ലാതെ നിർന്നിമേഷനായി അവളെ നോക്കിക്കിടക്കുന്ന മനുഷ്യനെ ദേഷ്യം പിടിപ്പിക്കാൻ അവൾ പറയും. "ഇത് വെങ്കിട ഗിരി. ഇത് പോച്ചം പിള്ളി. ഇത് ബനാറസ്. ഇത് കാഞ്ചീപുരം. ഇത്..."

"നിർത്ത്. എന്നയിത്? സാരിക്കടയാ?"

അവൾ ചിരിക്കും.

ഹാവൂ. അയാളൊന്ന് വായ തുറന്നല്ലോ.

ഇപ്പോഴിപ്പോൾ അയാളുടെ സംഭാഷണത്തിലെ മാധുര്യം തീർത്തും ചോർന്നു പോയിരിക്കുന്നു. മയവും ഒട്ടുമില്ല. ലക്ഷ്മി അമ്മാൾക്കു മടുത്തു. വെറുതെയിങ്ങനെ ദിവസങ്ങൾ പൊഴിഞ്ഞു വീഴുന്നു. ആരും ഈ ദിവസങ്ങളിൽ ജീവിക്കുന്നു എന്ന് അവർക്ക് ഉറപ്പില്ല. ജീവിക്കുന്നതു പോലെ ഭാവിക്കയാണ്..

പതിവിൻപടി എഴുന്നേറ്റു ദോശയുണ്ടാക്കി, ഇഡ്ഢലിയുണ്ടാക്കി വടയുണ്ടാക്കി തൈർ ശാദവും രസവുമുണ്ടാക്കി, ഉറങ്ങി, ഉണർന്ന് അങ്ങനെയിങ്ങനെ......... പുറത്തിറങ്ങാനെങ്ങാനും ശ്രമിച്ചാൽ വെങ്കി സാർ ഒച്ച വെയ്ക്കും.

"എന്നയിത്? ഇന്ത കൊറോണ ടൈമില് ഉനക്ക് വെളിയിൽ പോണമാ? എങ്കേം പോയിക്കൂടാത്."

എന്നാൽ സാവിത്രിയോ ശിവകാമിയേയോ ഒന്നു വിളിക്കാൻ തുടങ്ങുമ്പോൾ ഇടങ്കോലിടും.

"എപ്പഴും ഫോണിൽ. താനാ? അപ്പടി എന്ന താൻ പേശറേൾ?"

അല്ലെങ്കിലും ആഗ്രഹിച്ചതൊന്നും നടക്കാത്ത ജന്മം. കുട്ടികളില്ല.

ജോലിക്കു പറഞ്ഞയച്ചില്ല. ഒരു ചിത്രകാരിയാകണമെന്ന ആഗ്രഹം പോലും ആരും തിരിച്ചറിഞ്ഞില്ല!

പക്ഷേ, ലക്ഷ്മി അമ്മാൾ ജീവിതത്തെ സദാ സ്നേഹിച്ചു. പുറത്തൊന്നും ഭാര്യയെ കൊണ്ടുപോകുന്ന ശീലം അയാൾക്കില്ലായിരുന്നല്ലോ. പക്ഷേ, ജീവിതത്തിലേക്കു തുറക്കുന്ന ഒരു കിളിവാതിൽ ആ വീടിന്നുണ്ടായിരുന്നു. ഒരു പവിഴമല്ലി മരവും ഒരു കീറ് നീലാകാശവും. ഒരു പാൽപ്പുഴ പാറക്കെട്ടിൽ തട്ടിമറിഞ്ഞ് നിലകിട്ടാക്കയത്തിലേക്ക് കൂപ്പു

കുത്തി വീഴുന്നതിന്റെ ദൃശ്യമില്ലാത്ത സംഗീതവും ആ കിളിവാതിലിലൂടെ എന്നും കേൾക്കുന്നതു മതി ജീവിതത്തെ സ്നേഹിക്കാൻ.

അതൊന്നും വെങ്കി സാറിന്നു മനസ്സിലാവില്ലല്ലോ.....അയാൾ ഒരു അരസികൻ.

ഈ മരത്തിന് ഒരുപാട് മരങ്ങളുമായി ബന്ധമുണ്ടാക്കുന്നത് അതിൽ ചേക്കേറിയ ഒരു കുഞ്ഞിക്കിളിയാണ്. അവൾ വിദൂരതയിൽനിന്നും കൊത്തിക്കൊണ്ടുവരുന്ന ഓരോരോ പഴങ്ങൾ മരത്തിന്നടിയിൽ തൊലിയായും, കുരുവായും, മാംസളതയായും കിടപ്പുണ്ടാകും. ലക്ഷ്മി അവ ഓരോന്നും ഏതെല്ലാമാണെന്നു കണ്ടെത്തും. ഞാവൽ, ഇലഞ്ഞി, മാങ്ങ, ചാമ്പയ്ക്ക, സീതപ്പഴം, സപ്പോട്ട, പേര തുടങ്ങി ഒരുപാട് പഴങ്ങൾ. അവയുടെ മാതൃവൃക്ഷങ്ങളുമായി അവളുടെ പവിഴമല്ലി സംവദിക്കുന്നതും തനിക്കായൊരു പഴവും ഇല്ലല്ലോ എന്ന് മനസ്സാ വിലപിക്കുന്നതും സങ്കല്പിക്കും. പരിവേദനങ്ങൾക്ക് സ്വകാര്യ ദുഃഖങ്ങളുടെ ഭാവം വരുന്നുണ്ടോ എന്നൊരു സംശയം ഉണ്ടായിരുന്നു.

എങ്കിലും അതൊരു ആശ്വാസച്ചരടായിരുന്നു. ആ ചരട് പൊട്ടിക്കാൻ വെങ്കി സാർ കടന്നുവരും.

“ഇങ്കെ എന്ന പൺറായ്? വാ, വന്ത് ശാപ്പാട് എടുത്ത് വയ്. അല്ലെങ്കിൽ.”

“എൻ കർച്ചീഫെങ്കെ? അഞ്ചു മണിയാച്ച്. സംഗീതസഭ തൊടങ്കിയാച്ച്!”

ലക്ഷ്മി അമ്മാൾക്ക് ചിരിവരും. സംഗീതവുമായി ഒരു ബന്ധവുമില്ലാത്ത ഇയാൾ ബ്രാഹ്മണ സതീർത്ഥ്യരെ കാണാനുള്ള തിരക്കിലാണ്. കൃത്യം അഞ്ചുമണിക്ക് ക്ഷേത്രനടയിലെ വയസ്സൻ ആലിനെച്ചുറ്റിപ്പിടിച്ചു നില്ക്കുന്ന പൊളിഞ്ഞ സിമന്റു തിണ്ണയിൽ ഒരൊത്തുകൂടലാണ്.” അവിടെ, കൃഷ്ണകാന്ത റാവു, പ്രഭുദേവ, ശങ്കർ റെഡ്ഡി, വെങ്കിടാചലം, സത്യനാരായണ മൂർത്തി തുടങ്ങി റിട്ടയേഡ് കൂട്ടം.

അമ്മാൾ അത്ഭുതപ്പെടും. റിട്ടയറായാലും അയാൾക്ക് സാദാ മനുഷ്യക്കൂട്ടത്തിലേക്ക് ഇറങ്ങരുതോ? നൂറ്റാണ്ടുകൾ പഴക്കുള്ള ഈ തെരുവും അതിനതിരിടുന്ന ക്ഷേത്രമതിലും, കുളവും, സ്ഥിരം കാണുന്ന പൂക്കടകളും പൂജാദ്രവ്യക്കടകളും വഴിനടക്കാൻ വയ്യാത്തത്ര പട്ടികളും പശുക്കളും. സാമിയാരുടെ പലഹാരക്കടയും, ആറു മുഴത്തിലധികം നീളമുള്ള കള്ളിസാരികൾ വില്ക്കുന്ന തുണിക്കടകളും! അവിടെ നിന്നാണ് അപ്പ അവൾക്ക് ഓറഞ്ചും മഞ്ഞയും കള്ളികളുള്ള, കസവ് ബോർഡറുള്ള നീളൻ പാവാടയും കൈമുട്ടിൽ ഞൊറികളുള്ള ജാക്കറ്റും വാങ്ങിച്ചു കൊടുത്തത്. ആ പാവാടയിട്ട് മുടി രണ്ടായി പിന്നി നിറയെ മുല്ലപ്പൂ ചൂടിയാണ് ഐ എ എസുകാരൻ പെണ്ണുകാണാൻ വന്നപ്പോൾ നിന്നത്...... ആ തെരുവിലെ മിടുക്കിയായ പെൺകുട്ടിക്ക് ഭാഗ്യം വന്നതായി എല്ലാവരും അമ്മയോട് അന്ന് പറഞ്ഞിരുന്നു

ആ ഭാഗ്യമാണ് ഈ ഇരുപ്പ്!

അവൾക്ക് മടുത്തു.

അവൾ കൊച്ചു കിളിക്കായി കാത്തിരിക്കും. കിളിവാതിലിന്നുമപ്പുറം വിശാലമായ അതിരുകളില്ലാത്തൊരു ആകാശത്തുനിന്നും കുഞ്ഞിക്കിളി പറന്നു വന്നിരിക്കയാണെന്ന് സങ്കല്പിക്കാനാണവൾക്കിഷ്ടം. അവിടെയൊരു ആപ്പിൾ മരത്തിൽ മൂപ്പെത്താത്ത ആപ്പിളുകൾ ചാഞ്ഞും ചെരിഞ്ഞും നോക്കി മടുത്ത്, ബ്ലാക് ബെറിയോ വിളഞ്ഞ് കിടക്കുന്ന മുന്തിരിയോ കൊത്തിത്തിന്ന് വന്നിരിക്കുന്നു. ലക്ഷ്മി അമ്മാൾ അസൂയയോടെ കിളിയോട് പറഞ്ഞു:

"നിനക്ക് എന്നോട് പാടിപ്പറയാൻ വിശേഷങ്ങൾ ഒന്നുമില്ലേ കുഞ്ഞിക്കിളി?"

കിളിക്കു കൊടുക്കാനവൾ അകത്തുവന്ന് പഴക്കൂടയിൽനിന്നും ഒരു സപ്പോട്ടയെടുത്തു പകുത്ത്, അതിന്റെ മാംസളതയിൽ ആണ്ടിരിക്കുന്ന കറുത്ത വിത്ത് ചൂഴ്ന്നെടുത്തു. പിന്നെ സപ്പോട്ട പകുത്ത് ജനൽപ്പടിയുടെ പുറത്തേക്കുവെച്ചു. പഴയ മര അഴികൾ ചതുരത്തിലായതിനാലും, ചെരിച്ച് പിടിപ്പിച്ചതിനാലും കൈ തിരിച്ചെടുക്കുമ്പോൾ കൈത്തണ്ട ഞെരിഞ്ഞമർന്നു. അപ്പോഴാണവൾ കിളിനാദം കേട്ടത്. അവളെ കണ്ടാൽ കിളി വരില്ല. അതിനാൽ തിടുക്കത്തിൽ അവൾ അടുത്ത മുറിയിലേക്കു വലിഞ്ഞു...

ജോലിത്തിരക്കുകൾക്കിടയിൽ അവൾ കിളിയെ മറന്നേ പോയ്..

വെങ്കി സാർക്ക് മൂന്നു കണ്ണകളുണ്ടായിരുന്നു. രണ്ടെണ്ണം ഓർമ്മയ്ക്കുവേണ്ടി സൂക്ഷിക്കുന്നവ. ഒന്നാമത്തേത് ഐ എ എസിനു പഠിക്കാൻ ഡൽഹിക്കു പോയപ്പോൾ വാങ്ങിയത്. പിന്നെയൊന്ന് ജോലി സ്ഥലത്ത് കൂടെ കൂട്ടിയിരുന്നത്. മൂന്നാമത്തേത് റിട്ടയർമെന്റിന് സഹപ്രവർത്തകരുടെ വകയായുള്ള ഒരു സ്നേഹോപഹാരം!

ചിലപ്പഴൊക്കെ മൂന്നും കാണില്ല. അന്ന് വീട് തലകീഴായി മറിച്ചിടും സാർ. പഴി മുഴുവൻ ലക്ഷ്മിക്കും.. തൊട്ടതിനും പിടിച്ചതിനുമൊക്കെ ദേഷ്യം വരുന്നത് ഒരു ശീലമാക്കുന്നത് അരസികന്മാർക്ക് വയസ്സാകുമ്പോഴാണല്ലോ.

രാത്രിക്ക് ടിഫിൻ തയ്യാറാക്കി അവൾ കുഞ്ഞിക്കിളിയെ നോക്കാൻ ചെന്നു. സാധാരണ ഈ നേരത്താണത് കൂടണയുക. അവളെ അമ്പരപ്പിച്ചുകൊണ്ട് കിളി ഒരു ശബ്ദം പുറപ്പെടുവിച്ചു. മുറ്റത്തിറങ്ങി നോക്കി. പ്രത്യേകിച്ചൊന്നും കാണാതെ അവൾ തിരികെപ്പോന്നു.

മുറ്റത്ത് ചെറിയൊരാൾക്കൂട്ടം! അസാധാരണം. വാതില്ക്കൽ നിന്നെത്തിനോക്കിയ അവൾ അയൽപക്കത്തെ സുബ്രുവിനെയും ഗണേഷിനെയും കണ്ടു. അവർ ശബ്ദം താഴ്ത്തി പറഞ്ഞു..

"അക്കാ. കവലപ്പെടാതങ്കോ." അങ്കിൾക്ക് കോവിഡാണെന്ന് സംശയം. എന്നാലും ടെസ്റ്റ് പണ്ണണം.. അത്ക്ക് ആസ്പത്രിക്ക് പോകവേണം."

"എന്ന സുബ്രു? ഗവൺമെന്റ് ഹോസ്പിറ്റലിലേക്കാ? അത് സാറ്ക്ക്

പിടിക്കാതെ. നിങ്ക പ്രൈവറ്റില് കൊണ്ടു പോങ്കോ സുബ്രു."

"കൊറോണയ്ക്ക് ഗവൺമെന്റ് ആസ്പത്രി നന്നായിരിക്കും."

"അക്കാ.... ആരുമേ അങ്ങ് പോകക്കൂടാത്....."

സുബ്രു നിറുത്തിയേടത്തു നിന്നും ഗണേഷ് തുടങ്ങി.

"ആൽത്തറ ഗാങ്ങിൽ പെട്ടെന്ന് പരിശോധന നടത്തി. റാൻഡം ചെക്കിങ്. വെങ്കി സാറും മൂർത്തി സാറും പെട്ടു. ഇനി മാറിയിട്ടേ വീട്ടിൽ വരൂ. സാറിന്റെ ഡ്രസ് വേണം. ഞങ്ങൾ കൊടുത്തോളാം."

ലക്ഷ്മി പെട്ടെന്ന് അയാൾക്ക് വേണ്ട അത്യാവശ്യം സാധനങ്ങൾ ബാഗിലാക്കി സുബ്രുവിനെ ഏല്പിച്ചു. എന്നാലും ലക്ഷ്മിയില്ലാതെ അയാൾ എങ്ങനെകഴിയും എന്നവൾ ഉൽക്കണ്ഠപ്പെട്ടു. പക്ഷേ, അടുത്ത നിമിഷം അവൾക്ക് അതൊരു യഥാർത്ഥ തോന്നലല്ല എന്നു മനസ്സിലായി. ഒരുദിവസം പോലും അവളെ സ്വന്തമായി എവിടെയും പോകാൻ അനുവദിക്കാത്ത അയാൾ ആദ്യമായിട്ടാണ് അവളെ തനിച്ചാക്കി കൊറോണയ്ക്കൊപ്പം പോയത്. ഇനി മാറിയിട്ടേ വരൂ.

ഈ സ്വാതന്ത്ര്യം ആഘോഷിക്കാൻ തന്നെ ലക്ഷ്മി തീരുമാനിച്ചു. എല്ലാവർക്കും ഫോൺ ചെയ്യണം. വെങ്കിസാർക്ക് പിടിക്കാത്ത മാങ്ങ, തേങ്ങ. ഉപ്പ്, മുളക് എല്ലാമേ കൂട്ടിട്ട് ശാപ്പാടുണ്ടാക്കണം. വയറുനിറയെ കഴിക്കണം. അമ്പലത്തിലേക്ക് നടന്നുപോകണം. പൂക്കടയിൽനിന്നും രണ്ടുമുഴം മുല്ലയും, പലഹാരക്കടയിൽനിന്ന് ലഡ്ഡുവും മുറുക്കും വാങ്ങണം.... കൂട്ടിവെച്ച ആഗ്രഹങ്ങൾ... അരസികന്റെ ഭാണ്ഡം തുറന്ന സന്തോഷത്തിൽ അവളൊരു കീർത്തനം പാടി. കിളി പവിഴമല്ലിക്കൊമ്പിലിരുന്നു കൂടെപ്പാടി......

കോളിങ് ബെല്ലിൽ ആരോ വിരലമർത്തി നില്ക്കുന്നു. അക്ഷമയോടെ തുടർച്ചയായി മണിയടിക്കുന്നതാരെന്നു നോക്കാനവൾ ജാലകപ്പാളി തുറന്നു.

"നാൻ താൻ ലക്ഷ്മി. എനക്ക് കൊറോണയില്ല.. ഒന്നുമേയില്ല. എല്ലാ ടെസ്റ്റും നെഗറ്റിവായിരിക്ക്. എല്ലാം സ്വാമീകടാക്ഷം....."

അവൾ നിശ്ശബ്ദം വാതിൽ തുറന്നു മിഴിച്ചുനിന്നു.

അവസ്ഥാന്തരങ്ങൾ

തെക്കൻ ആന്ധ്രയിലെ രായലസീമയിൽ അങ്ങേയറ്റം ചൂടുള്ള വേനൽക്കാലമായിരുന്നു അത്. നാല്പതു ഡിഗ്രിക്കു മുകളിലാണ് ചൂട്. ചൂട് കൂടുമ്പോഴാണ് കാര്യങ്ങൾ കൈവിട്ടു പോകുന്നത്; ഓർക്കണം.

റിട്ടയേർഡ് പ്രൊഫസർ പദ്മാ കൃഷ്ണമൂർത്തി സ്വന്തം വീടിന്റെ ബാൽക്കണിയിലിരിക്കുകയായിരുന്നു ആ വൈകുന്നേരവും. ചൂടിൽ നിന്നും രക്ഷനേടാൻ കാറ്റു തേടിയാണവർ അവിടെ വന്നിരിക്കുന്നത്.

അടുത്ത വീടിന്റെ ടെറസ്സിലിരുന്ന് സൗജന്യ നിലക്കടല തൊണ്ടു പൊളിക്കുകയാണ്. അവൾക്കു മുന്നിൽ ജീവിതപർവ്വതം പോലെ ഒരു നിലക്കടലമല! ഓരോ പാത്രങ്ങളിൽ കടലമണികൾ നിറച്ച് അവൾ ഒരരുകിലേക്ക് മാറ്റി, പുതിയൊരു കാലിപ്പാത്രം വലിച്ചടുപ്പിക്കുന്നു. പൂപോലത്തെ ഇഡ്ഢലിക്കുമീതെ ഒഴിക്കുന്ന കടലച്ചട്ണിക്കു പിന്നിൽ ഒരു സൗജന്യമുണ്ടാകും എന്നാരെങ്കിലും ഓർക്കുന്നുണ്ടോ എന്ന് പദ്മയ്ക്കു തോന്നി. ഇതുപോലെ ഒരാൾ നിലക്കടലയ്ക്കും, കൊപ്രക്കും, ഈത്തപ്പഴത്തിനും അണ്ടിപ്പരിപ്പിനും പുറകെ കുനിഞ്ഞിരിക്കുന്നുണ്ടാകും. അത്തരം ഒരിരിപ്പിടത്തിൽനിന്നും ഉണർന്നെണീറ്റ് സ്വന്തം ജീവിതത്തിനൊരു വിലാസമുണ്ടാക്കിയ ഭാഗീരഥിയെ മനസ്സാ ആദരിച്ചുപോയി പദ്മാ കൃഷ്ണമൂർത്തി.

ഭാഗീരഥി, സാമാന്യം ഉയരമുള്ള ആരോഗ്യവതിയും സുന്ദരിയുമായ ഒരു നാല്പത്തിയഞ്ചുകാരി വിധവ. രണ്ടാൺകുട്ടികളും രണ്ടു പെൺകുട്ടികളുമായി അവൾ തൊട്ടടുത്ത വീട്ടിൽ താമസമാക്കിയപ്പോൾ നാട്ടുനടപ്പനുസരിച്ച് പദ്മ മതിലിന്നരികിൽ ചെന്നു പരിചയപ്പെട്ടു. അങ്ങോട്ട് ചെന്നാൽ മൂർത്തി സാർ ദേഷ്യപ്പെടും. അവൾ വെറുമൊരു നെയ്ത്തുകാരി.

അവൾ സ്വന്തം സ്ഥിതി പദ്മയെ അറിയിച്ചു.

“ജീവിക്കാൻ വേറെ വഴിയില്ലാഞ്ഞിട്ടാണക്കാ....നീർഗട്ടിപ്പള്ളിയിൽ തന്നെ നിന്നാൽ എന്റെ മക്കൾ നെയ്ത്തുകാർ തന്നെയാകും. എനിക്ക വരെ നെയ്ത്തുകാരാക്കേണ്ട. എഞ്ചിനീയറും ഡോക്ടറുമാക്കണം.”

അന്ന് മദനപ്പള്ളിയിലെ ശരാശരിക്കാരുടെ ഇടയിൽ ഇംഗ്ലീഷ് മീഡിയത്തോടുള്ള ആവേശം തിരതല്ലുന്ന കാലമായിരുന്നു. മക്കളെ ഇംഗ്ലീഷ് മീഡിയത്തിലേക്കയച്ച് സ്കൂളിലെ തല്ലും, ട്യൂഷൻ ക്ലാസിലെ തല്ലും വാങ്ങിക്കൊടുത്ത് അവരെ എഞ്ചിനീയറും ഡോക്ടറുമാക്കുന്ന തിരക്കിലായിരുന്നു മദനപ്പള്ളിക്കാർ. എരുമയെ വളർത്തി പാൽക്കച്ചവടം ചെയ്യുന്നവന്റെ മകനും കൃഷ്ണമൂർത്തി എന്ന അഗ്രിക്കൾച്ചർ ഡയറ ക്ടറുടെ മകനും ഒരേ ക്ലാസിൽ ഇരിക്കുന്നതുകണ്ട് എരുമക്കാരൻ നഞ്ച പ്പയുടെ കണ്ണു നിറഞ്ഞു. തനിക്ക് എഴുത്തും വായനയും അറിയില്ലെ ങ്കിലും തന്റെ മക്കളുടെ ഉയർച്ച അയാൾ സദാ സ്വപ്നം കണ്ടു. അയാ ളുടെ മകന് അയാൾ വംശീയെന്നുതന്നെ പേരിട്ടു. അതൊരു ജാതിയുടെ കുത്തകപ്പേരൊന്നുമല്ലല്ലോ.

അവളെ നീരുഗട്ടിപ്പള്ളിയിലേക്ക് കടപ്പയിൽനിന്നും കല്യാണം കഴിച്ചു കൊണ്ടുവന്നതാണ്. അന്നവൾക്ക് പതിനെട്ടുവയസ്സ്. അറിയ പ്പെടുന്ന പട്ടുനെയ്ത്തുകാരൻ ചിന്നകൃഷ്ണയുടെ മകന്റെ ഭാര്യ. അവൾക്ക് നെയ്ത്തിലുള്ള അസാമാന്യ പാടവം മാത്രം സ്ത്രീധനമായി കണക്കാക്കിയ ചിന്നകൃഷ്ണയെ ബന്ധുക്കൾ ആദ്യം കുറ്റപ്പെടുത്തി. അയാളും ഭാര്യ സരോജയും ഒട്ടും വകവെച്ചില്ല. ബന്ധുക്കൾ നെയ്ച്ചോറും വഴുതിനങ്ങാക്കറിയും, കോഴിയിറച്ചിയും മൂക്കുമുട്ടെ തിന്ന് സ്ഥലം കാലി യാക്കുമ്പോൾ ചിന്നകൃഷ്ണയെയും ഭാര്യയെയും വാനോളം പുകഴ്ത്തി. മരുമകളെ തെരഞ്ഞെടുത്തതിലെ ബുദ്ധിയെ പ്രശംസിച്ചു. ഭാഗീരഥിയെ ചുറ്റിനിന്ന് അനുഗ്രഹ വാക്കുകൾ വർഷിച്ചു.

മദനപ്പള്ളിയിലെ ജാതി വ്യവസ്ഥ അന്ന് ഇന്നത്തേക്കാൾ അതി രൂക്ഷം. ഉയർന്ന ജോലികൾ സവർണ്ണർക്കും പാടത്തും ചെളിയിലും ഇറ ങ്ങേണ്ട ജോലികൾ അവർണ്ണർക്കുമായി നിജപ്പെടുത്തിയ കാലം.

കടപ്പയിലായിരുന്നപ്പോൾ ഭാഗീരഥി നെയ്ത്തു പഠിച്ചിരുന്നു. അവൾ പട്ടുസാരികൾ നെയ്ത് ഭംഗിയായി വീതി കുറച്ച് മടക്കിവെക്കുന്നതും മുന്താണിയിൽ ചെണ്ടു കെട്ടുന്നതും കണ്ട് അമ്മായിയമ്മ സന്തോഷിച്ചു. ഒരു ദിവസം അയൽപക്കത്തെ സമപ്രായക്കാരുമായി സൊറ പറഞ്ഞിറ ങ്ങുമ്പോൾ അവരുടെ വായിൽനിന്നും പൊടുന്നനെ വാക്കുകൾ വഴുതി വീണു.

“അവൾക്ക് ജീവിക്കാൻ നെയ്ത്തു മതി. ഒരു നെയ്ത്തുകാരി പ്പെണ്ണിന് ഒരു ജീവിതമുണ്ടെങ്കിൽ നെയ്ത്തുമാത്രം.”

ആറു വർഷങ്ങൾ കഴിഞ്ഞ് മുറ്റത്തെ മണ്ണിൽ കുത്തിയിരുന്ന് തലയ്ക്കടിച്ചു കരയുമ്പോൾ തന്റെ വാക്കുകൾ അറം പറ്റിയതായി പ്പോയെന്ന് അവർ വിലപിച്ചു.

അനന്തകൃഷ്ണനനും ഭാഗീരഥിയും പറക്കമുറ്റാത്ത നാലു കുഞ്ഞുങ്ങളും കൂടെ വീട്ടിൽ ഉത്സവമേളമാക്കി. അപ്രതീക്ഷിതമായെത്തിയ പനി അനന്തകൃഷ്ണനെയും കൊണ്ടു പോയപ്പോൾ ഭാഗീരഥി ഞെട്ടിത്തരിച്ചു പോയി. കാലം കടന്നുപോകവെ ചിന്നകൃഷ്ണ കിടപ്പിലായി. തറികൾ ഒച്ചയനക്കങ്ങൾ നിറുത്തി. തറികളെ പാടെ മറന്ന് ചിന്നകൃഷ്ണയും യാത്രയായി. സഹോദര പത്നിക്ക് ഭാഗീരഥിയെയും മക്കളെയും കണ്ടുകൂടാതെയുമായി. അമ്മായിയമ്മ സരോജയ്ക്ക് ആ വീട്ടിൽ ഒരു വിലയുമില്ലാതായതോടെ ഭാഗീരഥി ഒരു തീരുമാനത്തിലെത്തി. അവിടെ നിന്ന് മാറിത്താമസിക്കുക.

കടപ്പയിൽ ചില പെണ്ണുങ്ങൾ ചെയ്തിരുന്ന ഒരു പണി അവൾ കണ്ടിട്ടുണ്ട്. പഴയ സാരികൾക്ക് പുതുഭാവങ്ങൾ കൊടുക്കുന്ന വിദ്യ. അതിൽ നിന്നുണ്ടാക്കുന്ന പണംകൊണ്ട് വൈരമൂക്കുത്തിയും വൈരക്കമ്മലും വാങ്ങി ധരിച്ച് ആഡംബരമായി അവർ നടക്കുമായിരുന്നു. ഭാഗീരഥി ആഡംബരം ഒട്ടും ഇല്ലാത്തവളാണ്. മക്കളെ പഠിപ്പിക്കാൻ മാത്രം മുന്നിട്ടിറങ്ങിയവൾ.

വാടക വീട് ചെറുതായിരുന്നു. മുൻവശത്ത് ചെറിയ മുറ്റം. ഒരു വശത്ത് കുറച്ചു വലിയ മുറ്റവും. കിളിപ്പൊത്തുപോലത്തെ രണ്ടു മുറികൾ ആൺകുട്ടികൾക്കും പെൺകുട്ടികൾക്കുമായി കൊടുത്തു. അവരുടെ സംരക്ഷകയായി അവൾ ഗ്രിൽസിട്ട വരാന്തയിലെ പലകക്കട്ടിലിൽ കിടന്നു.

അവൾ വന്ന അന്നുമുതൽ ഇന്നുവരെ പദ്മ കൃഷ്ണമൂർത്തിയുടെ ഒരു കണ്ണ് അവൾക്കുമേലെ എപ്പോഴും ഉണ്ടായിരുന്നു. ഭാഗീരഥി ഗെയ്റ്റിന്നു പുറത്ത് വെച്ച ബോർഡിൽ അവളുടെ ഒമ്പതിൽപഠിക്കുന്ന മകൻ നീല കളർ ചോക്കുകൊണ്ട് എഴുതിക്കൊടുത്തതാണ് 'സ്റ്റാർച്ചിങ് ആന്റ് റോളിങ്. ബോർഡു കാത്തിരുന്നപോലെ പദ്മ തന്റെ അദ്ധ്യാപനക്കാലത്തെ പഴയ കോട്ടൺ സാരികൾ ഒരു ബിഗ് ഷോപ്പറിൽ കുത്തിനിറച്ച് മതിലിന്നു മുകളിലൂടെ ഭാഗീരഥിക്ക് കൈമാറി.

"നന്നായി സ്റ്റാർച്ച് ചെയ്യണം. റോളിങ്ങിന് നല്ല വെയിലത്ത് തന്നെ വെക്കണം."

"ശരി ആന്റീ" കെട്ടുമെടുത്ത് ഭാഗീരഥി അകത്തേക്ക് പോയി. ആദ്യത്തെ ബിസിനസ്. ചുവരിൽ തൂക്കിയ ചിന്നകൃഷ്ണയുടെയും അനന്തകൃഷ്ണന്റെയും ഫോട്ടോകൾ തൊഴുതു. ചിന്നകൃഷ്ണയെ പ്രത്യേകമായി ഒന്നുകൂടെ തൊഴുതു.

"എല്ലാം അച്ഛന്റെ അനുഗ്രഹം."

അടുത്ത ആഴ്ച നന്നായി അലക്കിത്തേച്ച സാരിയുടുത്ത് പദ്മ അമ്പലത്തിലേക്കും മാർക്കറ്റിലേക്കും ഷോപ്പിങ്ങിനും പോയി. ഇടയ്ക്കൊക്കെ ബാംഗ്ലൂരിൽ പഠിക്കുന്ന മകനെയും മകളെയും കാണാൻ ഭർത്താവുമൊന്നിച്ച് കാറിൽ പോകുകയും ചെയ്തു. പദ്മയുടെ പഴയ സാരികൾക്ക് പുതുജീവൻ കൈവന്നതു കണ്ടപ്പോൾ അവളുടെ കൂട്ടുകാരികളും ഓരോ ബിഗ് ഷോപ്പറുകളിൽ സാരികൾ നിറച്ച്

ഭാഗീരഥിയെ കാണാൻ വന്നു. മക്കൾ പഠിക്കുന്നതിനാൽ ഭാഗീരഥി മുറ്റത്തിറങ്ങി അവരെ സ്വീകരിച്ചു. പഠിക്കാത്ത നേരത്ത് മക്കൾ ട്യൂഷനെടുക്കുകയാകും. അപ്പോഴും ഭാഗീരഥി പുറത്തിറങ്ങി നില്ക്കും.

ഭാഗീരഥി തനിക്കു കിട്ടുന്ന ഓരോ സാരിയെയും സ്നേഹിച്ചു. അവയെ ചെറുപ്പക്കാരായും മദ്ധ്യവയസ്കരായും കിഴവികളായും വേർതിരിച്ചു. സാരിയിൽ ചേർക്കുന്ന നിറങ്ങൾക്കുപോലും അത്തരം വേർതിരിവുകൾ അവൾ കണ്ടെത്തും.

ഭാഗീരഥിയുടെ ട്രേഡ് സീക്രട്ട് അവരുണ്ടാക്കുന്ന ഒരു പ്രത്യേക പശയാണ്.. ചില പ്രത്യേക കൂട്ടുകൾ ചേർത്ത് സുഗന്ധമുള്ള പശയുണ്ടാക്കും. അതിൽ മുക്കിപ്പിഴിഞ്ഞെടുക്കുന്ന സാരിക്കും അതേ സുഗന്ധം. സരോജ സ്വന്തമായി കണ്ടെത്തിയ കൂട്ട് മരുമകൾക്കു മാത്രമേ പറഞ്ഞു കൊടുത്തിട്ടുള്ളൂ. അവർക്കവളെ അത്രമേൽ സ്നേഹമായിരുന്നു. ആ സൂത്രവാക്യം പാരമ്പര്യ ഒറ്റമൂലിപോലെ തലമുറകളായി കൈമാറി വന്ന രഹസ്യമാണ്.

കുട്ടികൾ കോളേജിലേക്കും സ്കൂളിലേക്കും പോയിക്കഴിഞ്ഞാൽ ഭാഗീരഥി തന്റെ പണിയിലേർപ്പെടും. അലക്കിക്കൊണ്ടുവരുന്ന ഓരോ സാരിയും സൂക്ഷ്മതയോടെ പശയിൽ മുക്കി അയയിൽ തൂക്കുന്നതും പിന്നീടത് തടിക്കോലിൽ അമർത്തിച്ചുറ്റി താഴെയും മീതെയും തുണിക്കഷണംകൊണ്ട് വരിഞ്ഞുകെട്ടി മതിലിൽചാരി വെച്ചുണക്കുന്നതും അവൾ ഒറ്റയ്ക്കുതന്നെ ചെയ്തു. ഭാഗീരഥിയുടെ പണി കണ്ടുകൊണ്ടിരിക്കുമ്പോൾ പദ്മയ്ക്ക് മുഷിയാറില്ല. മുകളിലത്തെ ജാലകത്തിനോട് അടുപ്പിച്ചിട്ട കസേരയിലിരുന്ന് അവർ അതപ്പാടെ ഹൃദിസ്ഥമാക്കും. നിലക്കടല വറുത്തതും ചുറ്റുമുറുക്കും അതിരസവും ഒരു പ്ലേറ്റിൽ നിറച്ച് തന്റെയടുത്തുതന്നെ ഒരു സ്റ്റൂളിൽ വെച്ചിട്ടുണ്ട്. വെറുതെ കൊറിച്ചു കൊണ്ടിരിക്കാൻ ഒരു രസമല്ലേ.

അപ്പോൾ ഭാഗീരഥി പ്രാതൽ കഴിച്ച് കുട്ടികൾക്ക് രാത്രി ഭക്ഷണം തയ്യാറാക്കുകയായിരിക്കും. ചിലപ്പോൾ ഒരോട്ടത്തിന്നവൾ മാർക്കറ്റിൽ പോയി, പച്ചക്കറിക്കാരികളോട് വായിട്ടലച്ച് പച്ചക്കറിയുമായി വരും. അല്ലെങ്കിൽ റോഡിനു മറുവശത്തുള്ള വീട്ടിൽച്ചെന്ന് അഞ്ചു രൂപയ്ക്ക് അരിയും ഉഴുന്നും ആട്ടിക്കൊണ്ടുവരും. അപ്പോഴൊക്കെ ചെവി കേൾക്കാത്ത മുത്തമ്മയെ കോലായിൽ സാരികൾക്കു കാവലിരുത്തും.

ഭാഗീരഥിയുടെ സ്വപ്നം ഫലിച്ചു. മൂത്തവൻ ബി ടെക് കഴിഞ്ഞു. അന്ന് തെരുവിൽ ലഡ്ഡു വിതരണം നടന്നു. രണ്ടാമത്തെവൾക്ക് ബി ടെക് കഴിയാൻ ഒരു വർഷം ബാക്കിയാണ്. രണ്ടുമക്കളും ട്യൂഷനെടുത്ത് അമ്മയെ സഹായിച്ചു. ചെറിയ കുട്ടികൾ സ്കൂളിലാണ്. അവരെ പഠിപ്പിക്കുന്നതും മൂത്തവർ തന്നെ.

പൊടുന്നനെ അയൽപക്കത്തെ മണികണ്ഠരാജു ഭാഗീരഥിയുടെ ഗേറ്റ് തള്ളിത്തുറന്നു വരികയും മതിലിൻമേൽ ചാരിവെച്ചിരുന്ന സാരികൾ ഒന്നൊന്നായി മുറ്റത്തെ മണ്ണിലേക്ക് എടുത്തെറിയുകയും ചെയ്തു.

പുറകെ വന്ന പൊതുജനം ഗെയ്റ്റിന്നു പുറത്ത് കൂടിനിന്നു കാഴ്ച കാണുന്നു. പദ്മാകൃഷ്ണമൂർത്തിയും ജാലകവിരിപ്പിന്നു മുകളിലൂടെ എത്തിനോക്കി കാഴ്ച കണ്ടു. ബഹളംകേട്ട് ഭാഗീരഥി വലിയ ശബ്ദത്തോടെ വാതിൽ തുറന്നു. അവളുടെ കയ്യിലെ കത്തി കണ്ട് കാണികൾ പിൻവലിഞ്ഞു.

എന്തും എപ്പോഴും സംഭവിക്കാൻ ഈ കത്തി മതി.

ഭാഗീരഥി ഒന്നും പറയുന്നില്ല. കത്തി കയ്യിൽ പിടിച്ച് മണികണ്ഠരാജുവിനെത്തന്നെ കണ്ണിമയ്ക്കാതെ നോക്കിനിന്നു. മണികണ്ഠരാജു മുഖം ചുളിക്കുകയും ചുണ്ടുകൾ കോട്ടുകയും, എന്തൊക്കെയോ പറയാൻ വെമ്പുകയും ചെയ്യുന്നുണ്ടായിരുന്നു. പറ്റെവെട്ടിയ മുടിക്കുറ്റികളിൽ തടവി അയാൾ അങ്ങോട്ടുമിങ്ങോട്ടും നടന്ന് അക്ഷമ കാട്ടി.

ജനം അതിനേക്കാൾ അക്ഷമരായിരുന്നു. ആരും ഗോളടിക്കാത്ത ഫുട്ബോൾ കളി എത്രനേരം കണ്ടിരിക്കും? അതിനാൽ തെരുവിലെ തലമുതിർന്ന നഞ്ചപ്പ വിളിച്ചു പറഞ്ഞു:

“ഡേയ് രാജൂ, എന്താ കാര്യം? എന്തിനും പരിഹാരമുണ്ടെടാ... നീ കാര്യം പറ.”

മണികണ്ഠരാജു ശബ്ദംകേട്ട ഭാഗത്തേക്ക് നോക്കി. ആൾക്കൂട്ടത്തിൽ നിന്നും നഞ്ചപ്പയെ കണ്ടുപിടിക്കാൻ അവനു കഴിഞ്ഞില്ല. അതിനാലവൻ എല്ലാവരോടുമായിപ്പറഞ്ഞു.

“ഞാൻ ഇവളെക്കാണാൻ വന്നതാ. എന്താ എല്ലാവരും കൂടി നില്ക്കുന്നെ. പോ.. പോ...”

ജനം ഒരടി പിന്നോട്ടാഞ്ഞു. അവനു വട്ടുണ്ടെന്ന ഒരു സംസാരം മുൻപേ തെരുവിലുണ്ട്. ഇതുംകൂടെ ആയപ്പോൾ ഇനി സംശയിക്കേണ്ട എന്ന് ജനം തീരുമാനിച്ചു.

“നിങ്ങൾ കേൾക്കിൻ. ഞാൻ ഇവളോട് വീടൊഴിയാൻ പറഞ്ഞു. ഇവളതു കേട്ടില്ല. വീണ്ടും വീണ്ടും പറഞ്ഞു. ക്ഷമയ്ക്കും ഒരതിരുണ്ട്. അവളെയും അവളുടെ വീട്ടുസാധനങ്ങളെയും വലിച്ച് പുറത്തിടാൻ വന്നതാ.”

ഭാഗീരഥി സ്വരം മയപ്പെടുത്തി..

“അണ്ണാ. ഇതെന്റെ വക വീടല്ലേ? ഞാൻ വർഷങ്ങളായി ഇവിടെ താമസിക്കുന്നു. കൃത്യമായി വാടക കൊടുക്കുന്നു. പണിയെടുത്തു ജീവിക്കുന്നു.... നിങ്ങളെ എനിക്ക് അറിയുകയില്ലല്ലോ.....”

കൂടിനിന്നവരിൽ അനുകമ്പയുള്ള ഒരാൾ പറഞ്ഞു:

“അപമാനിക്കരുത്. ഭർത്താവ് മരിച്ചുപോയ സ്ത്രീയാണ്.”

“ഏതു ഭർത്താവ്? ഏതു വീട്?” അയാൾ ക്രുദ്ധനായി. ഭാഗീരഥിയും വിട്ടില്ല.

“ഇതു തന്നെ. നിങ്ങളാരാ എന്നെ ഇറക്കി വിടാൻ?”

“നീ എവിടെപ്പോയാലും എനിക്ക് വിരോധമില്ല. ഇപ്പൊ നീ ഇറങ്ങണം.”

അയാൾ വല്ലാതെ കിതയ്ക്കുന്നുണ്ടായിരുന്നു. അയാളുടെ കണ്ണുകൾ ചുകക്കുകയും ഗോട്ടി കണക്കെ ഉരുണ്ടു കളിക്കുകയും ചെയ്തു.

'ഞാൻ ഇവിടെത്തന്നെ നില്ക്കും. നീ എന്തു ചെയ്യും?"

ഭാഗീരഥി പോരിന്നു തയ്യാറായി. അവൾക്കു മുന്നിൽ മണ്ണിൽക്കിടന്ന സാരികൾ അതി ദയനീയ കാഴ്ചയായിരുന്നു. അവൾ സമാധാനം പറയേണ്ട സംഗതിയാണത്. മണികണ്ഠരാജു ചുറ്റുംനോക്കി. ഗെയ്റ്റിൽ തൂക്കിയ ബോർഡ് വലിച്ചു പറിച്ച് നിലത്തിട്ട് ചവിട്ടി.

"ഫു! അവളുടെ ഒരു ബോഡ്..."

ഭാഗീരഥി പതിയെ തന്റെ അമ്മായി അമ്മ സരോജയിലേക്ക് രൂപാന്തരം പ്രാപിക്കുകയായിരുന്നു.

"അണ്ണാ നീ പോ. പിന്നെ വന്ന് സംസാരിക്ക്."

അയാളെ പിരിച്ചുവിടാൻ അവൾ അവസാനശ്രമം നടത്തി.

"പോകില്ല. നീ എന്തു ചെയ്യും?"

"എന്തും ചെയ്യും. നീ എന്റെ കൈയിലെ വെട്ടുകത്തി കണ്ടോ? ഞാൻ എന്തും ചെയ്യും. അതുകൊണ്ട് നീ......"

ചിന്നകൃഷ്ണ മരിച്ചശേഷം അയാൾ വീട്ടാനുള്ള കടങ്ങൾ ചോദിച്ച് ശല്യപ്പെടുത്തിയവരെക്കൊണ്ട് പൊറുതിമുട്ടിയ സരോജ ഒടുക്കം ഒരു വാക്കത്തിയും വായിലെ നാവുംകൊണ്ടാണ് അവരെ നേരിട്ടത്. ചിന്ന കൃഷ്ണ ആർക്കും ഒരു പൈസ പോലും കൊടുക്കാനില്ലെന്ന് അവർക്കറിയാമായിരുന്നു. അവരെ മനസ്സാ ധ്യാനിച്ചുകൊണ്ട് ഭാഗീരഥി ഒരു ശിലയായി നിലകൊണ്ടു.

ഭാഗീരഥി കൈയിലെ വാക്കത്തി ഉയർത്തി മുറ്റത്തേക്കിറങ്ങി. അവളുടെ നീണ്ട മുടി അഴിഞ്ഞുലഞ്ഞ് കിടന്നു. ജനം കാഴ്ചകാണാൻ എവിടെ നിന്നൊക്കെയോ ആർത്തിരമ്പി വന്നുകൊണ്ടിരുന്നു. ഒരു പുറ്റുപോലെ ജനക്കൂട്ടം വളർന്നുകൊണ്ടിരുന്നു. പുറ്റിനു നടുവിൽ ഭദ്രകാളിയെപ്പോലെ കൈയിലെ കത്തിയുയർത്തി ഭാഗീരഥി നിന്നു ജ്വലിച്ചു. പോക്കുവെയിൽ അവളുടെ മുഖത്തു തട്ടി മുഖം കൂടുതൽ അരുണാഭമായി. ഒറ്റക്കൽ മൂക്കുത്തി വെട്ടിത്തിളങ്ങി.

അപ്രതീക്ഷിതമായാണ് ഭാസ്കര റെഡ്ഡി ഭാഗീരഥിയുടെ വീട്ടുമുറ്റത്തേക്ക് കടന്നുവന്നത്. ജനം അയാൾക്കുവേണ്ടി വഴിയൊരുക്കി ഇരുവശത്തേക്കും ഒതുങ്ങി നിന്നു. ഇതാരപ്പാ എന്ന ഔത്സുക്യത്തോടെ പദ്മാ കൃഷ്ണമൂർത്തി ജനലഴികളോട് മുഖം അടുപ്പിച്ചു, കാതുകൂർപ്പിച്ചു. അവളുടെ നീണ്ട മൂക്കിൻതുമ്പിലെ വൈരമൂക്കുത്തി കമ്പിയഴികളിൽ ഉരഞ്ഞ് വേദനിച്ചു.

"ഡാ രാജൂ ഇങ്ങു വാ...." റെഡ്ഡിയുടെ ശബ്ദം അയൽപക്കങ്ങളിൽ മുഴങ്ങി. മണികണ്ഠരാജുവും ഒന്നു ഞെട്ടിത്തരിച്ചു. അപ്പയായിരിക്കു മെന്നുറപ്പിച്ച് അവൻ തിരിഞ്ഞുനോക്കി. അതെ. ഇത്തരം സന്ദർഭങ്ങൾ നോക്കി അവനെ നിഴലുപോലെ പിന്തുടരുന്ന അവന്റെ അപ്പാ. അവനു

കരച്ചിൽ വന്നു.

മുന്തിരിത്തോട്ടങ്ങളുടെയും ചോളവയലുകളുടെയും അധിപനായ ഭാസ്കര റെഡ്ഡിയുടെ ദുര്യോഗമോർത്ത് ജനവും വിഷണ്ണരായി. അവരിൽ തലനരച്ചവർ ഭാസ്കറെഡ്ഡിയുടെ അപ്പ ജനാർദ്ദനറെഡ്ഡി തന്റെ ദരിദ്ര്യ കാലത്ത് ബാംഗളൂർ വരെ ചാണക വണ്ടിയുമായി വളം വിതരണത്തിന്നു പോയ കാലം ഓർത്തെടുത്തു; 'പാവം' എന്ന് ആത്മഗതം നടത്തി. മദ്ധ്യവയസ്കരാകട്ടെ, ഭാസ്കര റെഡ്ഡി ആദ്യം ട്രാക്ടർ ഡ്രൈവറും പിന്നീട് ട്രാൻസ്പോർട്ട് ബസ് ഡ്രൈവറും ആയതിൽ ചെറിയ തോതിൽ അസൂയ പ്പെട്ടു. അയാൾ ഒരു മുന്തിരിത്തോട്ടവും ഏക്കറുകണക്കിന് ചോളവയ ലുകളും സമ്പാദിച്ചപ്പോൾ അവരുടെ അസൂയയും കുന്നായ്മയും കൂടി. പോരാത്തതിന്ന് പിശുക്കത്തരത്തിൽ അയാളെ വെല്ലാൻ മദനപ്പള്ളിയിലോ ചിന്താമണിയിലോ ആരുമില്ലായിരുന്നു അയാളുടെ സമ്പത്തിനോടുള്ള ആക്രാന്തം കണ്ട് അന്തംവിട്ട ഭാര്യ നാഗമ്മ അയാളെ തിരുത്താൻ ശ്രമിച്ചു.

"ഞാൻ നേരായ വിധത്തിലേ സമ്പാദിച്ചിട്ടുള്ളു നാഗമ്മ. അതും എന്റെ മോൻ മണികണ്ഠ രാജുവിനുവേണ്ടി. അവനെ ഞാൻ പൈലറ്റാ ക്കുമെടീ.. അങ്ങനെ വണ്ടിക്കാരൻ ജനാർദ്ദനന്റെയും ഡ്രൈവർ ഭാസ്ക്ക രന്റെയും മകൻ പൈലറ്റ് നീ കണ്ടോ നാഗമ്മാ....."

മണികണ്ഠൻ ഏവിയേഷൻ എൻജിനീയറിങ് കഴിഞ്ഞ് പൈലറ്റാകാനുള്ള കോഴ്സിന്നു ബാംഗളൂരിൽ തന്നെ താമസിച്ചു. എല്ലാം അപ്പയുടെ തീരുമാനം. അവന്റെ ഇഷ്ടങ്ങൾ ആരും ചോദിച്ചുമില്ല; അവനൊട്ട് പറഞ്ഞുമില്ല. എല്ലാം അപ്പായുടെ നിർബ്ബന്ധം.

അവിടെ വെച്ചാണ് അവന്റെ സ്വഭാവത്തിൽ അല്ലറ ചില്ലറ മാറ്റങ്ങൾ കണ്ടത്. കൂട്ടുകൂടലും അലഞ്ഞുതിരിയലും കൂടുതലായപ്പോൾ റെഡ്ഡിക്ക് ഗാർഡിയൻ സുഹൃത്തിന്റെ ഫോൺ വന്നു.

"റെഡ്ഡി നിങ്ങൾ രാജുവിനെ തിരികെ കൊണ്ടുപോകുന്നതാണ് നല്ലത്. അവന്റെ പോക്ക് അത്ര ശരിയല്ല."

റെഡ്ഡി കൃത്യം ഒന്നര മണിക്കൂർകൊണ്ട് രാജുവിന്റെ അടുത്തെത്തി. ലഹരിയുടെ സർവ്വ രസങ്ങളും നുണഞ്ഞ് കിറുങ്ങിക്കിടക്കുന്ന രാജു. ഏതൊരപ്പയും തകർന്നുപോകുന്ന നിമിഷം! അയാളുടെ മുന്തിരി ത്തോട്ടങ്ങൾ മനസ്സിൽ വെച്ചുതന്നെ ഉണങ്ങിപ്പോയി. ചോളവയലുകൾ വിണ്ടുകീറി. മാന്തോപ്പുകളിൽ ഉണ്ണിമാങ്ങകൾ പൊഴിഞ്ഞുവീണു.

അപ്പയും മകനും ചികിത്സാ പ്രയാണം തുടർന്നു കൊണ്ടേയിരുന്നു. പക്ഷേ, അവന്റെ സിരാപടലങ്ങളിൽ ബോധം നിറയ്ക്കാൻ ഒരു ഡോക്ടർക്കുമായില്ല. അവിചാരിതമായാണ് വീട്ടുജോലിക്കാരി ചന്ദ്രലേഖ നാഗമ്മയോട് സ്വകാര്യം പറഞ്ഞത്. "നാഗമ്മക്കാ.... ഞങ്ങൾ പാവങ്ങൾ ഈ അസുഖം വന്നാൽ ചെയ്യുന്ന ഒരു പണിയുണ്ട്: തീർത്ഥാടനത്തിന്ന് വിടും. ഭജനയ്ക്കിരുത്തും. വ്രതമെടുപ്പിക്കും. അമ്പലങ്ങളിലൊക്കെ കയറിയിങ്ങി വരുമ്പോഴേക്കും നല്ല വ്യത്യാസം വരും. കുറച്ച് നാട്ടിൽ

നില്ക്കുമ്പോൾ സ്വഭാവം മാറും. അപ്പോൾ വീണ്ടും തീർത്ഥാടനം - അധികവും തിരുപ്പതിക്കാണ്. പിന്നെ പഴനി. മധുരമീനാക്ഷി, ചിദംബരം..... ആണ്ടോടാണ്ട് പോക്കുതന്നെ - അക്കാ എന്റെ കെട്ടിയോനും ഇതേ അസുഖം."

നാഗമ്മയുടെ ഉപദേശംകൂടി കണക്കിലെടുത്താണ് റെഡ്ഡി അവനെ തീർത്ഥാടനത്തിനു വിട്ടുകൊണ്ടിരുന്നത്. ഒരു വ്രതത്തിന്റെ ഇടയ്ക്കാണ് ഈ മനം മാറ്റം. അതും ഭാഗീരഥിയോടു മാത്രം.

"മോളേ ഒന്നും വിചാരിക്കരുത്. അവന് അസുഖം കൂടിയതാ." റെഡ്ഡി ഭാഗീരഥിയോടായി പറഞ്ഞു. പിന്നെ തിരിഞ്ഞ് രാജുവിനോട് കനപ്പിച്ചു പറഞ്ഞു.

"രാജൂ, എന്റെ കൂടെ വാ....."

രാജു തല കുനിച്ച് അയാളോടൊപ്പം ഗെയ്റ്റ് കടന്നു. ആരെയും നോക്കാതെ തലകുനിച്ച് നടന്നുനീങ്ങുന്ന അവൻ, ഒരമ്മയുടെ നെഞ്ചു നീറ്റുന്ന ഒരു വിങ്ങലായി അവൾക്കു തോന്നി.

ഭാഗീരഥിയുടെ കൈയിൽനിന്നും വാക്കത്തി താഴെ വീണു. പിരിഞ്ഞു പോകുന്ന ജനം നിരാശയിലാണ്ടു. കാര്യമായതൊന്നും കാണാനോ കേൾക്കാനോ കഴിയാതെ മൗനമായി പോകുന്ന അവരെ നോക്കി ഭാഗീരഥി ആട്ടി. "ഫൂ!"-

മാനസാന്തരപ്പൂക്കൾ

മാനസാന്തരം ഒരു മതത്തിന്റെ സ്വന്തം വാക്കായതെങ്ങനെ എന്നാലോചിച്ച് സിസ്റ്റർ റൊസീറ്റ അത്ഭുതപ്പെട്ടിട്ടുണ്ട്. മറ്റാർക്കും മാനസാന്തരങ്ങളില്ലേ? കുമ്പസാരങ്ങൾ നടത്തുന്ന രാഷ്ട്രീയക്കാരും കൊള്ളക്കാരും പൊലീസുകാരും എഴുത്തുകാരും പല സ്ഥലങ്ങളിലും പല വേദികളിലും പല പല ചെയ്തികളാൽ താഴ്ത്തപ്പെടുകയും, മാധ്യമങ്ങളാൽ ഉടനടി വാഴ്ത്തപ്പെടുകയും ചെയ്യുന്നുണ്ടല്ലോ. പക്ഷേ, മതത്തിലെ കുമ്പസാരം ഒരു നിർബ്ബന്ധിത പ്രവൃത്തിയാണ്. അടിച്ചമർത്തുന്നതിനോടുള്ള പ്രതികാരാത്മകമായ കുമ്പസാരമാണ് സിസ്റ്റർ റൊസീറ്റ തെരഞ്ഞെടുത്തത്. നിത്യവും കുർബ്ബാനയ്ക്കുശേഷം ഒരു കുമ്പസാരം നടത്തുക.

കുമ്പസാരക്കൂട്ടിലിരിക്കാൻ വിധിക്കപ്പെട്ട പോളച്ചനെക്കുറിച്ച് അവൾ ആലോചിക്കാറുണ്ട്. കുമ്പസാരക്കഥകളുണ്ടാക്കാൻ അവൾക്കൊരു വിഷമവുമുണ്ടായിരുന്നില്ല.

എന്നാൽ പോളച്ചൻ അങ്ങനെയല്ലല്ലോ. എല്ലാവരുടെയും ചെറുചെറുപാപങ്ങൾ കേട്ടുകേട്ട് അദ്ദേഹം തളർന്നിരിക്കും. ഇരു ചെവി അറിയാതെ തിരുസന്നിധിയിൽ പൊതുജനത്തിന്റെ പാപങ്ങൾ സമർപ്പിച്ച ശേഷം അച്ചൻ തന്റെ പാപപ്പൊതി കെട്ടഴിക്കുന്നുണ്ടാവാം. അതിന്നു മാത്രം പാപങ്ങൾ അച്ചൻ ചെയ്തു കൂട്ടുന്നതോ, പെരുപ്പിച്ചുണ്ടാക്കുന്നതോ എന്തോ.

അന്നും റൊസീറ്റ സിസ്റ്റർ തന്റെ പ്രഭാത കൃത്യങ്ങൾക്കുശേഷം കോൺവെന്റിലെ ചാപ്പലിലേക്കു നടന്നു. അപ്പുറം കോളേജു കെട്ടിടം മഞ്ഞുപുതച്ച് ഏകാന്തയായി നില്ക്കുന്നു. രണ്ടു മണിക്കൂറെങ്കിലും കഴിഞ്ഞാലേ കെട്ടിടങ്ങൾക്കു ജീവൻ വെയ്ക്കുകയുള്ളൂ. ശബ്ദവും ചലനവും അവിടെ നിറയൂ. കുമാരിമാരിപ്പോൾ എഴുന്നേറ്റിട്ടുപോലും ഉണ്ടാകില്ല.

ചാപ്പലിന്റെ മുറ്റത്തു നിറയെ മരമുല്ലപ്പൂവിതളുകൾ വീണു കിടക്കുന്നു. വഴിയോരത്ത് തോട്ടക്കാരന്റെ കരവിരുതായി കുഞ്ഞു ചെടികൾ പൂക്കളാൽ കനം തൂങ്ങി തല കുമ്പിട്ടിരിക്കുന്നു.

റൊസീറ്റ സിസ്റ്റർക്കപ്പോൾ ഉറക്കെ പാടണമെന്നു തോന്നി.

"എന്തമ്മേ കൊച്ചു തുമ്പി തുള്ളാതിരിക്കണത്....."

എന്തൊരു സുന്ദര ബാല്യമായിരുന്നു..... കൊച്ചു പൂവട്ടിയും തൂക്കി കൂട്ടുകാരൊത്ത് പൂ പറിക്കാൻ നടന്നിരുന്ന മേടുകളും പടർപ്പുകളും.... ഓർക്കരുതൊന്നും. സന്ന്യാസം സ്വീകരിച്ചവൾ ലൗകിക സ്വപ്നങ്ങൾ ത്യജിക്കണം. പഴയ കാലം മറക്കണം...... എന്നാൽ ഇപ്പോൾ പല മാറ്റങ്ങളും വന്നിട്ടുണ്ട്. സാരിയുടുക്കാം. യാത്ര ചെയ്യാം. മാതാപിതാക്കളെ സന്ദർശിക്കാം. ബന്ധുക്കളെ കോൺവെന്റിലേക്ക് ക്ഷണിച്ച് സൽക്കരിക്കാം. വാഹനം ഓടിക്കാം. നിയമവും മെഡിസിനും പഠിക്കാം.... പക്ഷേ, ഗവൺമെന്റ് ജോലികൾ നിഷിദ്ധം.... എന്നാലും പൊതുസമൂഹത്തിൽ നിന്നും മാറ്റി നിർത്തുന്നത് വിഷമിപ്പിക്കുന്ന ഒരു വസ്തുതയായി ബാക്കി കിടന്നു.

"റൊസീറ്റ സിസ്റ്റർ നേരത്തെയാണല്ലോ? പൂക്കളുടെ കണക്കെടുപ്പാണോ?"

സിസ്റ്റർ ആൻമേരി ചിരിച്ചുകൊണ്ട് റൊസീറ്റയ്ക്ക്അടുത്തേക്കു വന്നു. നല്ല കൂട്ടുകാരി. കോൺവെന്റിൽ പെട്ടുപോയതാണവളും. പഠിപ്പിച്ചിരുന്ന കന്യാസ്ത്രീയമ്മമാരുടെ നിത്യ പ്രലോഭനങ്ങളിൽ അന്നൊക്കെ എത്രയെത്ര നിഷ്കളങ്കയൗവനങ്ങൾ പെട്ടുപോയിരിക്കുന്നു. അതില്പെട്ട രണ്ടു ബലിയാടുകളാണ് സിസ്റ്റർ റൊസീറ്റയും സിസ്റ്റർ ആൻമേരിയും!

"വാ, ചാപ്പലിൽ കയറിയിരിക്കാം. പോളച്ചൻ എത്തിയിട്ടില്ല." റൊസീറ്റ സിസ്റ്റർ മരിയ സിസ്റ്ററിന്റെ കുപ്പായകൈയിൽ പിടിച്ചു നിർബ്ബന്ധിച്ചു.

"പുറത്തു നില്ക്കുന്നതു മദർ കണ്ടാൽ അതു മതി കുറ്റപ്പെടുത്താൻ. അവർ അല്ലെങ്കിലേ ഒരു വല്ലാത്ത സാധനമാണ്. എല്ലാവരോടും ദേഷ്യവും ബഹളവും..."

"മെനപ്പോസായിട്ടുണ്ടാവും...." രണ്ടുപേരും അടക്കിച്ചിരിച്ചു.

ചാപ്പൽ നിശ്ശബ്ദതയുടെ കൂടാരമാണ്. അടക്കിപ്പറയുന്നവർക്കും കുലുങ്ങിച്ചിരിക്കുന്നവർക്കും പ്രവേശനമില്ല. ഹോസ്റ്റലിലെ തല തെറിച്ച പെൺകുട്ടികളോട് ചാപ്പലിൽ വരരുതെന്ന് മദർ പറയും.

"അങ്ങാടിയല്ല ഇത്. നീയൊക്കെ ബഹളം കൂട്ടിയാൽ അച്ചന്റെ ശ്രദ്ധ പോകും. ഹോസ്റ്റലിലിരുന്ന് കൊന്തയെത്തിച്ചാൽ മതി."

ശ്രദ്ധ പോകാത്തവരെ അച്ചനാക്കരുതോ? റൊസീറ്റ സിസ്റ്റർ തന്റെ സംശയം മനസ്സിൽ അമർത്തിവെക്കും. കോൺവെന്റിൽ സംശയ നിവർത്തിയോ, ചോദ്യങ്ങളോ പാടില്ല.

മറ്റ് പാവം കുഞ്ഞാടുകളെ ഓരോരുത്തരെയായി കയറ്റി വിടുമ്പോൾ മദറും വാതില്ക്കൽ നില്പുണ്ടാകും.... "ഉം.. ഉം." എന്ന് മൂളിക്കൊണ്ട്. അവർക്ക് കുറച്ചു മീശരോമങ്ങളും താടിരോമങ്ങളും മുഖത്ത്

വളർന്നിരുന്നു. ചാപ്പലിലേക്കു കടക്കുന്ന പെൺകുട്ടികളിൽ ചിലർക്ക് അത് കണ്ടിട്ടാകണം,. ചിരിയടക്കാനാവില്ല. ആ പ്രായത്തിൽ അവർക്ക് ചിരിക്കാനല്ലേ അറിയൂ...... ഹോസ്റ്റലിലെ ഏതോ ഒരു കുടിലബുദ്ധി ഒരിക്കൽ അവർക്കൊരു ഊമക്കത്തിട്ടു.

'താടി മീശകൾ മിതമായ നിരക്കിൽ ഒഴിവാക്കി കൊടുക്കുന്നതാണ്. സന്ദർശിക്കുക. ലക്കി ബ്യൂട്ടി പാർലർ.....'

അതോടെ പെൺകുട്ടികളെ പുറത്തേക്ക് വിടാതായി. ഡോക്ടറെ കാണാൻ പോകുമ്പോൾ ഒരു മേരിച്ചേടത്തി കൂട്ടിനുണ്ടാകും. സിസ്റ്റർ റൊസീറ്റയ്ക്കും ആൻമേരിക്കും അവരോട് സ്വതന്ത്രരായി പുറത്തെ വേറെ കോളേജിലേക്ക് പോവാൻ പറയണം എന്നുണ്ട്. പക്ഷേ, അതിന്റെ അനന്തരഫലമോർത്ത് അവർ നിശ്ശബ്ദരാവും. ക്രിസ്തീയ കുടുംബത്തിലെ കുട്ടികളാണ്. വഴി തെറ്റിക്കരുത് – നേരാംവണ്ണം വളർന്നാലേ നല്ല ക്രിസ്തീയ കുടുംബത്തിലെത്തൂ. അതിനായി ഈ കോളേജ് തെരഞ്ഞുപിടിച്ചു കൊണ്ടുവന്നതാണ്.

"റൊസീറ്റ സിസ്റ്റർ, എന്താ പോളച്ചൻ ഇത്ര താമസിക്കുന്നത്?" മദ്ബഹയില പഴയപൂക്കൾ മാറ്റി അപ്പോൾ വിടർന്ന ഒരു പിടി പനിനീർ പൂക്കളുടെ തണ്ടിറുത്ത് ഗ്ലാസ് കൂജയിലിറക്കുന്ന തിരക്കിലാണ് സിസ്റ്റർ ആൻമേരി.

"എന്തായിരിക്കും? ഇന്നിനി വരില്ല എന്നു തോന്നുന്നു."

"ഏയ് ഞാൻ കണ്ടതല്ലേ കോൺവെന്റ് ഗസ്റ്റ് റൂമിലിരുന്ന് ബ്രേക്ഫാസ്റ്റ് കഴിക്കുന്നത്."

അച്ചൻ വരുമ്പോൾ അച്ചനെ പൊതിഞ്ഞുനില്ക്കുന്ന കന്യാസ്ത്രീകളെ കാണുന്നതേ റൊസീറ്റ സിസ്റ്റർക്ക് വെറുപ്പാണ്. പിന്നെ തമാശയും കളി ചിരിയും ബഹളവും. കുർബ്ബാനയും കുമ്പസാരിപ്പിക്കലും കഴിഞ്ഞ് ഞായറാഴ്ചകളിൽ ലഞ്ചും കഴിച്ചേ അച്ചൻ കോൺവെന്റിൽനിന്നും പോകൂ. ഇതൊക്കെ പതിവുപരിപാടികളാണ്... അമ്മമാർക്കും ഒരു രസം...

പോളച്ചനെക്കുറിച്ചോർക്കുമ്പോൾ സിസ്റ്റർ റൊസീറ്റയ്ക്ക് നെഞ്ചിൻ കൂട്ടിൽനിന്നും കിടുകിടുപ്പാണ്. ഹൃദയമിടിപ്പിന്റെ തോത് കൂടും. തല ചുറ്റും. ആൻമേരി സിസ്റ്ററിനോടുവരെ പറയാത്ത ഒരു രഹസ്യം അവൾ മനസ്സിൽ കൊണ്ടുനടക്കാൻ തുടങ്ങിയിട്ട് അഞ്ചുവർഷമായി. കണ്ടതു പറയാനും കണ്ടില്ലെന്നു നടിക്കാനും മിടുക്ക് കാണിക്കയായിരുന്നു.

കുമ്പസാരക്കൂടിന്റെ ഇപ്പുറത്തിരിക്കുന്നവരോട് ആരെങ്കിലും പാപങ്ങൾ ഏറ്റു പറയുന്നതായി കേട്ടിട്ടേയില്ല. എന്നാൽ പോളച്ചൻ അങ്ങനെയായിരുന്നില്ല. അദ്ദേഹം ഒരു വലിയ പാപം അവളുമായി പങ്കുവെച്ചിരുന്നു. അത് ഹൃദയത്തിൽ കൊണ്ടുനടന്ന് റൊസീറ്റ സിസ്റ്റർ ഭാരം ചുമക്കുന്ന കഴുതയെപ്പോലെ കിതച്ചു; വിയർത്തു. തലകറങ്ങി വീണു. കോൺവെന്റിലോ, കോളേജിലോ എന്ന് നിശ്ചയമില്ലാതെ അവർ കണ്ണുമിഴിച്ചുനോക്കുമ്പോൾ കുനിഞ്ഞുനിന്ന് അവരെത്തന്നെ സൂക്ഷിച്ചു നോക്കുന്ന മുഖങ്ങൾ – രാത്രിയിൽ ഉറക്കത്തിൽ പിച്ചുംപേയും പറച്ചിൽ കൂടിയപ്പോൾ മഠത്തിന്റെ വക ഹോസ്പിറ്റലിൽ കൊണ്ടുപോയി. വീണ്ടും വീണ്ടും അതാവർത്തിച്ചു കൊണ്ടിരുന്നപ്പോൾ സിസ്റ്റർ റൊസീറ്റയെ ഒരു

വിചിത്രജീവിയെപ്പോലെ എല്ലാവരും ഒറ്റപ്പെടുത്തി. പോളച്ചൻ മാത്രം ഒരാശ്വാസമായിരുന്നു. അദ്ദേഹം മദറിനോട് റൊസീറ്റ സിസ്റ്റർക്കുവേണ്ടി സംസാരിച്ചു.

"മദർ, അവരെ മാനസികമായി ചികിത്സിക്കുന്നതിനു പകരം നമുക്ക് കുമ്പസാരിപ്പിക്കാം." എന്നാൽ തന്റെ ഉള്ളിലേക്കുള്ള കിളിവാതിൽ റൊസീറ്റ സിസ്റ്റർ അടച്ചു താഴിട്ടുവെച്ചതിനാൽ ആർക്കും ഒന്നും ചികഞ്ഞെടുക്കാനായില്ല.

"റൊസീറ്റെ, കർത്താവിന്റെ മണവാട്ടീ, നിന്റെ പാപങ്ങളിൽനിന്നും കർത്താവ് നിനക്ക് വിടുതൽ തരട്ടെ. മകളേ, നീ നിന്റെ പാപങ്ങൾ ഏറ്റുപറഞ്ഞ് പാപമോചിതയാകൂ..."

അപ്പോഴൊക്കെയും റൊസീറ്റ സിസ്റ്റർ മിണ്ടാതെ നിന്നു.

നിലത്തെ മാർബിൾ ടൈലിലെ പ്രപഞ്ചത്തിന്റെ ഡിസൈൻ സസൂക്ഷ്മം നോക്കിക്കൊണ്ടിരിക്കും. ഒരു വരയും മറ്റൊരു വരയുമായി കൂട്ടിമുട്ടുന്നില്ല. ഒരു മനസ്സും മറ്റൊരു മനസ്സുമായി കൂട്ടി മുട്ടരുതെന്ന കഠിനനിയമംപോലെ. പക്ഷേ, കുമ്പസാരത്തിനു വേണ്ടി മാത്രം റൊസീറ്റ സിസ്റ്റർ പാപങ്ങൾ മെനഞ്ഞുകൊണ്ടിരുന്നു. അതിൽ പ്രേമ കാലവും വിരഹ കാലവും ഉണ്ടായിരുന്നു. ഒരൊളിച്ചോട്ടവും, ഒരു മനഃസ്താപത്തോടെയുള്ള തിരിച്ചു വരവുമുണ്ടായിരുന്നു.... ഇത്തിരി എരിവും പുളിയുമുള്ള കഥകൾ കേൾക്കാനാണല്ലോ പോളച്ചനും ഇഷ്ടം. അതിന് റൊസീറ്റ സിസ്റ്റർ മുടക്കം വരുത്തിയില്ല. അതിനും പുറമെ. അവൾ ഏറ്റുപറയുന്ന ഭാവനാവിലാസങ്ങൾ പാപങ്ങൾ തന്നെയാണോ എന്ന് പരിശോധിക്കാൻ അച്ചനും യാതൊരു സംവിധാനവുമുണ്ടായിരുന്നില്ല.

"റൊസീറ്റ, നീ പറയുന്നതൊക്കെയും വാസ്തവം തന്നെയാണോ?"

അച്ചൻ ഓരോ തവണയും ചോദിക്കും.

"പിന്നെന്താ? ഇങ്ങനെയും സംഭവിക്കുന്നില്ലേ അച്ചോ?"

പോളച്ചനെ ഉത്തരം മുട്ടിക്കാൻ മിടുക്കിയാണവൾ.

അപസ്മാരരോഗി എന്ന പേർ മുതലെടുത്തുകൊണ്ടാണ് നിത്യേന കുമ്പസാരിക്കാൻ മദറിന്റെ സമ്മതം നേടിയെടുത്തത്.. ഇത് ഒരുതരം ട്രീറ്റ്മെന്റാണെന്നും ഇതിനാൽത്തന്നെ റൊസീറ്റ സിസ്റ്ററുടെ അസുഖം മാറിക്കിട്ടുമെന്നുമുള്ള ഒരു ഉറപ്പ് അച്ചൻ മദറിന് കൊടുത്തിരുന്നു.

ഓരോ ദിവസവും പള്ളിയിൽ പോകുമ്പോൾ പോളച്ചൻ തന്റെ നീണ്ട കുപ്പായക്കീശയിൽ ഒരു പൂ കരുതുന്നത് റൊസീറ്റയ്ക്ക് കൊടുക്കാനായിരുന്നു. വേറൊന്നും അച്ചൻ പറഞ്ഞിട്ടില്ല. ആദ്യം കൊടുത്തത് ഒരു ചുവപ്പു റോസാപ്പൂവായിരുന്നു.

അവൾ ഞെട്ടിപ്പോയി. ഇതൊരു പ്രേമത്തിന്റെ തുടക്കം എന്നു സംശയിച്ചു തിരസ്കരിച്ചു.

"പ്രേമവും ഇഷ്ടവും ഒന്നുമല്ല. നീയിത് വാങ്ങു എന്നിട്ട് പോണവഴി എവിടെയെങ്കിലും കളയൂ. അതൊരു മാനസാന്തരപ്പൂവാണെന്ന് കരുതിയാൽ മതി."

ആശയം കൊള്ളാം. പക്ഷേ, എവിടെ കളയും? മഠത്തിന്റെ മുക്കും മൂലയും അരിച്ചു പെറുക്കലാണ് മദറിനും മറ്റു സിസ്റ്റർമാർക്കും പണി.

എവിടെയെങ്കിലും പരിചിതമല്ലാത്ത പൂ കണ്ടാൽ അതിന്റെ ഉറവിടം കണ്ടെത്താൻ മഠത്തിലെ അന്വേഷണ വിദഗ്ദ്ധ സിസ്റ്റർ ആഞ്ചലീന മതി. പിന്നെ കഥകളായി. രൂപതയിലേക്കൊരു കത്തായി. അന്വേഷണ ടീമായി. വാർത്തകളായി... അങ്ങനെയാണ് കോൺവെന്റിനു പുറത്തെ ഒരു പൊട്ടക്കുളത്തിലേക്ക് അന്നന്ന് അച്ചൻ സമ്മാനിച്ച പൂക്കൾ എറിയാനവൾ തീരുമാനിച്ചത്. ചെറുകുളം, ആനക്കുളം, മുതലക്കുളം അവയുടെ കൂടെ ഒരു പൂക്കുളവും. അച്ചൻ കൊടുത്തിരുന്ന പൂക്കളോരോന്നായി നിക്ഷേപിച്ചതെല്ലാം പൊട്ടക്കുളത്തിന്റെ ഉപരിതലത്തിലെ പായലും ചണ്ടിയുമായി കൂടിക്കലർന്ന് ഒരു വിരിപ്പു നിവർത്തിയിട്ടതുപോലെ ആയിരുന്നു.

വിരിപ്പിന്നടിയിലെ ജീവജാലങ്ങൾ വായു കിട്ടാതെ ഇടയ്ക്കിടെ മുകളിലേക്കൂർന്നു വന്ന് മാനം നോക്കി തിരിച്ച് ഊളിയിട്ട് മുങ്ങിത്താഴും. അവ 'സ്വർഗ്ഗസ്ഥനായ പിതാവേ.....' ചൊല്ലുന്നതായി റൊസീറ്റ സിസ്റ്റർ സങ്കല്പിക്കും.

ഈ പോളച്ചനെ നേരത്തെ കണ്ടിരുന്നെങ്കിൽ ചിലപ്പോൾ ഒറ്റയൊറ്റ മാനസാന്തരപ്പൂക്കൾക്ക് പകരം ഒരു പൂമാലതന്നെ കിട്ടുമായിരുന്നു....

"എന്താ പോളച്ചന് പറ്റിയത്? വാ സിസ്റ്റർ: നമുക്ക് ചെന്നുനോക്കാം." സിസ്റ്റർ ആൻമേരിയാണവളെ ചിന്തയിൽ നിന്നുണർത്തിയത്. മുട്ടുകുത്തി നിന്ന സിസ്റ്റർ റൊസീറ്റ പെട്ടെന്നെഴുന്നേറ്റു. അവരുടെ വെളുത്ത ഉടുപ്പ് മാർബിളിലുരഞ്ഞു നീങ്ങി.

പുറത്ത് കടക്കുന്നതിന് മുൻപേ മദറും ഏതാനും വിദ്യാർത്ഥിനികളും തിരക്കിട്ട് ചാപ്പലിലേക്ക് വരുന്നു. മദർ കഴുത്തിൽ തൂങ്ങുന്ന ചരടിലെ സ്റ്റീൽ കുരിശിൽ അമർത്തിപ്പിടിച്ചിട്ടുണ്ട്. വെപ്രാളത്തോടെ അവർ സിസ്റ്റർ റൊസീറ്റയേയും ആൻമേരിയേയും തടഞ്ഞുനിർത്തി.

"നിങ്ങളിവിടെയായിരുന്നോ? നമ്മുടെ പോളച്ചൻ –" മദറിന് മുഴുമിപ്പിക്കാനായില്ല. അതിനുമുന്നെ തല തെറിച്ച ഒരു പെൺകുട്ടി ഉറക്കെ പറഞ്ഞു: "ദൈവശിക്ഷയാണ് സിസ്റ്റർ. ഇനി ആരെയും കുമ്പസാരിപ്പിക്കാൻ വരില്ലല്ലോ –"

സിസ്റ്റർ റൊസീറ്റ ആൻമേരി സിസ്റ്ററെയുംകൂട്ടി പെട്ടെന്ന് കോൺവെന്റിലേക്കോടി. പാർലറിലെ തറയിൽ, തീൻമേശയ്ക്ക് താഴെ മറിഞ്ഞു കിടക്കുന്ന കസേരയ്ക്കടുത്ത് അച്ചൻ അനക്കമറ്റു കിടക്കുന്നു...... പാർലറിലാകെ തിക്കും തിരക്കും. കന്യാസ്ത്രീകളും വിദ്യാർത്ഥിനികളും ഡോക്ടർമാരും തൂപ്പുകാരും തോട്ടക്കാരനും സെക്യൂരിറ്റിയും തുടങ്ങി ഒരു മനുഷ്യപ്രളയം.

തിരക്കിൽനിന്നും ഊർന്നിറങ്ങി സിസ്റ്റർ പൊട്ടക്കുളത്തിന്നരികിലേക്ക് നീങ്ങി. ഒന്നുറക്കെ കരയാൻ. നെഞ്ചിൽകൂട്ടിൽ അച്ചൻ സൂക്ഷിക്കാൻ തന്ന പാപ രഹസ്യം കുളത്തിൽ ഒഴുക്കിവിടാൻ...... പാപിയില്ലാത്തപ്പോൾ പാപത്തിനെന്തു പ്രസക്തി? മുങ്ങിത്താഴാൻ കഴിയാത്ത ഒരുപാട് മാനസാന്തരപ്പൂക്കൾ അവളെ നോക്കി പരിഹസിച്ചു ചിരിച്ചു.

ദയാവധം

ഞാൻ പ്രഭാത നടത്തം നിർത്തിയിട്ട് മാസങ്ങളായി. നടക്കാനുള്ള ഫുട്പാത്തുകളും തണൽ മരങ്ങളും ട്രാഫിക്കു തീരെ കുറഞ്ഞ റോഡുകളും, ബയോപാർക്കിനു ചുറ്റും നഗരമോടി കൂട്ടുന്നതിന്റെ ഭാഗമായി പടുത്തുയർത്തിയ അരമതിലുകളും എനിക്കിപ്പോൾ സുപരിചിതമാണ്. അതാണെന്റെ സ്ഥിരം പാത. എന്തെന്നാൽ അതൊരു സുരക്ഷാ പാതയാണ്.

ഞാൻ പല ലക്ഷ്യങ്ങളോടെയാണ് നടക്കുന്നത്. അങ്ങോട്ടുള്ള നടത്തം, മങ്ങിയ വെളിച്ചം മഞ്ഞിലൂടെ അല്ലെങ്കിൽ മഴയിലൂടെ ഊളിയിട്ടിറങ്ങുമ്പോഴാണ്. അതെനിക്ക് ലാഘവത്തോടെ നടന്ന്, കോവിഡ് തളർത്തിയ പേശികൾക്ക് ആരോഗ്യനില വീണ്ടെടുക്കാനും മൊത്തം ശാരീരിക ചലനങ്ങളെ ആയാസരഹിതമാക്കാനുമുള്ള ഒരു പ്രക്രിയയാണല്ലോ. അതിനും പുറമെ അപ്പോഴാണ് നമ്മുടെ ചിന്തകൾ ഉണരുന്നത്.

ഉണർന്നെണീറ്റ ചിന്തകൾ, കംപ്യൂട്ടറിന്റെ ഒരു ജൈവകലവറ പോലെയാണ്. അതിലൂടെ സോഷ്യൽ മീഡിയ ആപ്പുകൾ പോലെയല്ലേ ഓരോ കാര്യവും തുറന്നുവരുന്നത്? ബന്ധുക്കളുടെയും സുഹൃത്തുക്കളുടെയും. ശത്രുക്കളുടെയും സെൽഫികൾ, ബർത്ത് ഡേ, കല്യാണം, മരണം തുടങ്ങിയ വിശേഷ മുഹൂർത്തങ്ങൾ, കരവിരുതുകൾ, പരസ്യങ്ങൾ, അന്യോന്യം വെറുക്കുന്നതിന്റെ, സഹിക്കുന്നതിന്റെ, പുകഴ്ത്തുന്നതിന്റെ നേർചിത്രങ്ങൾ. ക്വട്ടേഷനുകൾ. കൂട്ടായ്മയുടെ ഓർമ്മ ശകലങ്ങൾ, കുത്തുവാക്കുകൾ, പൊങ്ങച്ച ഷോകൾ, പ്രായം മറക്കാനുള്ള നുറുങ്ങു വിദ്യകളുടെ സെൽഫികൾ, ഡയലോഗുകൾ, ഫിലോസഫി ക്വട്ടേഷനുകൾ – എന്നിവ വാട്ട്സ് ആപ്പായി തലച്ചോറിൽ മിന്നിമറയും.

പിന്നെ യുട്യൂബ് പോലെ ശബ്ദ കോലാഹലങ്ങൾ നിറയും.. പാടുന്നവനും പാടാത്തവനും ശബ്ദഘോഷണ പരീക്ഷണങ്ങൾ; പുറമെ, ഈയിടെയായി ചില മദ്ധ്യവയസ്കകളായ അമ്മമാരും മക്കളും കൂടെ അരങ്ങുതകർക്കുകയാണ്. റിഹേഴ്സലും വേണ്ട; സ്ക്രിപ്റ്റും വേണ്ട.

ഗൂഗിളിൽ പത്രവാർത്തകൾ വരുന്നതിന്നു സമാനമായി ഞാൻ നാടിന്റെയും നഗരത്തിന്റെയും അവസ്ഥയും ഭാവിയും വിശകലനം ചെയ്യും....... ഇതെല്ലം കഴിയുമ്പോഴായിരിക്കും ജൈവ പാർക്കിലേക്ക് റോഡ് മുറിച്ചു കടക്കാനായി സീബ്രാ ലൈനിൽ കാത്തുനില്ക്കുന്നത്.

പ്രഭാതത്തിലെ തിരക്ക് കുറഞ്ഞ റോഡിൽ നടക്കാനും ഒരു സുഖമാണ്.

പരുപരുത്ത സിമന്റു ബഞ്ചിൽ നിറയെ പുളിയിലപോലെ നേരിയ ചെറിയ ഇലകൾ വീണുകിടക്കുന്നു. അവ കൈകൊണ്ട് തട്ടി മാറ്റി ഒരല്പനേരം ഇരിക്കാനൊരുങ്ങുമ്പോഴാണ് ഒരു ശബ്ദം വരുന്നത്.

“ഹലോ. നിങ്ങളുടെ ഇരിപ്പിടത്തിന് ചുവട്ടിലേക്കൊന്നു നോക്കൂ.”

നിത്യവും കാണുന്ന ഓട്ടക്കാരൻ കുട്ടി. ഇന്നൊരു ഓറഞ്ചു ടീ ഷർട്ടും കറുത്ത നിക്കറുമാണ് വേഷം. ബഞ്ചിന്റെ താഴേക്ക് വിരൽചൂണ്ടി ക്കാണിക്കുന്നു. തലകുനിച്ചു നോക്കിയാലും കാണാൻ പ്രയാസമാണ്. അവനോട് തന്നെ ചോദിച്ചു:

“എന്താണ്?”

“പട്ടികൾ.”

പെട്ടെന്ന് ഞെട്ടിയെഴുന്നേറ്റ് മാറിനിന്ന് നോക്കി. ശരിയാണ്. പട്ടികൾ ഒന്നും രണ്ടുമല്ല, ഒരു കൂട്ടമായി ചാഞ്ഞും ചെരിഞ്ഞും കിടപ്പാണ്.

“ആന്റീ ഞാനും തിരിച്ച് പോകയാണ്. അങ്ങോട്ടൊന്നും പോകാൻ വയ്യ. തലങ്ങും വിലങ്ങുമായി കിടക്കുന്നു ഒരു പത്തു പന്ത്രണ്ടെണ്ണം.”

“മോനേ ഓടല്ലേ. നമുക്കൊരുമിച്ചു തിരിച്ചു നടക്കാം. കടി കിട്ടുന്നതിനു മുൻപേ പോകാം....”

ധൃതിയിൽ നടക്കുമ്പോൾ സാരിയുടെ വക്ക് തട്ടി മടമ്പിത്തിനു മുകളിൽ നീറ്റൽ അനുഭവപ്പെട്ടു.. ചോര പൊടിയുന്നുണ്ടോ എന്നൊന്നു നോക്കാൻ പോലും സമയമില്ല. ഓട്ടമല്ലേ?

ഒരു ചൂടു ചായയും കുടിച്ച് പത്രവും വായിച്ചിരിക്കേണ്ട ഞാനാണ് ഒരു പട്ടിപ്പേടിയാൽ കിതച്ചോടുന്നത്. പക്ഷേ, കാര്യം നിസ്സാരമല്ല. ഇന്നലെ ഞാൻ കയറിയ ഓട്ടോയുടെ ഡ്രൈവർ ഒരു പട്ടിയെ ഇടിക്കാതിരിക്കാൻ വെട്ടിച്ചപ്പോൾ ഞാൻ വിചാരിച്ചു ഓട്ടോ മറിഞ്ഞെന്ന്. ഭാഗ്യത്തിന് അതുണ്ടായില്ല.

രണ്ടാം നിലയിലിരുന്നു നോക്കിയാൽ എനിക്കു കാണാം നിത്യേനയുള്ള ശ്വാനസമ്മേളനം. വിജനമായ റോഡിന്റെ ഇരുവശത്തും സ്റ്റഫ് ചെയ്ത് ഉണക്കാനിട്ട പട്ടി രൂപങ്ങൾപോലെ അഞ്ചും പത്തും എണ്ണങ്ങൾ പല പോസിലും കിടക്കുന്നത്. ചത്തുകിടക്കുന്നതാണെന്നേ തോന്നു. ആളുകളെ അവ ഗൗനിക്കുന്നേയില്ല. നിലത്തോട് ചേർത്തുവെച്ച

കീഴ്ത്താടി അവ ഉയർത്തുകയോ കഴുത്ത് തിരിക്കുകയോ ചെയ്യാതെ, ഒരു പ്രത്യേക രീതിയിൽ അനക്കമില്ലാതെ, എന്റെ നടത്തം ഷോട്ട് സൈറ്റിലും, ലോങ് സൈറ്റിലും നോക്കിക്കൊണ്ടിരിക്കുമ്പോൾ ദേഹത്തൂടെ ഒരു പട്ടിപ്പേടി പടർന്നു കയറും; പിന്നെ ദേഹം വിറയ്ക്കും. പട്ടികൾ ഒടിഞ്ഞുകിടന്ന ചെവി നീർത്തി ചാടിയെഴുന്നേറ്റ് എന്നെ വളയുന്ന ഭീകര സ്വപ്നം പല രാത്രികളിലും എന്റെ ഉറക്കം അപൂർണ്ണമാക്കിയിരുന്നു.. എനിക്കു മാനസികവിഭ്രാന്തി വരുമോ എന്നുപോലും ഞാൻ പേടിച്ചിരുന്നു.

"ആന്റിയെ പട്ടി കടിച്ചിട്ടുണ്ടോ?"

പയ്യൻ സാകൂതം എന്നെ നോക്കുകയാണ്. അവന്റെ കണ്ണിലെ കുസൃതി എനിക്കു കാണാം.

"നീയിപ്പം ഊറിച്ചിരിക്കുന്നതിന്റെ കാര്യം എനിക്കു പിടികിട്ടി. ഒരു പട്ടി എന്നെയിട്ടോടിക്കുന്നതും ഞാൻ സാരിയും പൊക്കിപ്പിടിച്ച് ഓടടാ ഓട്ടം ഓടുന്നതുമല്ലേ നീ മനസ്സിൽ കാണുന്നത്?"

"എന്നിട്ട് ആർത്തലച്ചുവിഴുന്നതും..." അവൻ കൂട്ടിച്ചേർത്തു. അവനിപ്പോൾ പൊട്ടിച്ചിരിക്കുന്നു. 'കൊച്ചു കള്ളാ,' ഞാൻ മനസ്സിൽ പറഞ്ഞു.

ഓട്ടത്തിന്റെ ആരോഹണവേഗം കുറേശ്ശെ കുറയുകയും അവരോഹണ വേഗത്തിലാകുകയും ചെയ്തു. അപ്പോഴാണ് ഞാനും അവനും ഒരേപോലെ കിതയ്ക്കുന്നതു ഞാൻ ശ്രദ്ധിച്ചത്.

അവൻ വായ തുറന്നുപിടിച്ച് നാക്കൊരല്പം പുറത്തേക്കിട്ട് ശ്വാസത്തിനുവേണ്ടി പണിപ്പെടുന്നു. എന്റെ നെഞ്ച് ഉയർന്നു താഴുന്നത് എനിക്ക് കാണാം.

ശ്വാസം കിട്ടാതെ വരുന്ന രണ്ടു നിമിഷത്തിൽ നമ്മൾ ഇല്ലാതാകും. മനുഷ്യരായാലും മൃഗങ്ങളായാലും......

തൊട്ടുമുന്നിൽ ഞാൻ നിത്യവും കയറുന്ന ബേക്കറിയാണ്. അവിടത്തെ സോഫ്റ്റ് ബണ്ണും ഇൻസ്റ്റന്റ് കോഫിയും എന്റെ ഒരു വീക്ക്നസാണ്.

നേരം വെളുത്തു കഴിഞ്ഞു. ബേക്കറിയിൽനിന്നും നല്ല കാപ്പിമണം വായുവിൽ പരന്നു.

"ആന്റീ എന്താ ഇത്രവേഗം നടത്തം മതിയാക്കിയത്?" കപ്പിൽ സ്പൂണിട്ടിളക്കുന്ന മ്യൂസിക്കിന്നിടെ കുഞ്ഞുമോനെന്ന തോമസ് ആരാഞ്ഞു.

"എങ്ങനെ നടക്കും തോമസ്? അവിടെ നിറയെ പട്ടികളാ. നീ പത്രം വായിക്കാറില്ലേ?"

"അറിയുന്നുണ്ട്. പത്രം തുറക്കുന്നതുതന്നെ ഇന്ന് എത്ര പേരെ പട്ടി കടിച്ചു എന്ന പേടിപ്പിക്കുന്ന വാർത്തയ്ക്കല്ലേ? ഇതിനുമുൻപ് കോവിഡ് മരണങ്ങളുടെ കണക്കായിരുന്നു. ഇതെന്തൊരു വലിയ പ്രശ്നമാണ്!. എന്താണൊരു പരിഹാരം" തോമസ് ചിന്താവിഷ്ടനായി.

"എന്നിട്ട് പട്ടി കടിച്ചോ എന്നുപറ ആന്റി"

ഇവൻ വിടുന്ന ലക്ഷണമില്ലല്ലോ.

തോമസ് കാപ്പിയും ബണ്ണും നീട്ടി.

"വാ. ബണ്ണു തിന്നൂ." ഞാനവനെ ക്ഷണിച്ചു. അവൻ അല്പം അടുത്തേക്കുവന്നു. അവന് ലേശം പൊക്കം കുറഞ്ഞതായി എനിക്ക് തോന്നി.

"കാപ്പി വേണ്ട."

അവൻ തോമസ് നീട്ടിയ കാപ്പിക്കപ്പ് സ്നേഹപൂർവ്വം നിരസിച്ചു. ഞാൻ കൊടുത്ത ബണ്ണ് വെറുതെ കടിച്ചു തിന്നുകൊണ്ട് അവൻ എന്റെ കഥ കേട്ടു.

"അന്നെനിക്ക് പന്ത്രണ്ടു വയസ്സായിരുന്നു. അയൽപക്കത്തെ കൂട്ടുകാരിയുടെ പുസ്തകം വാങ്ങുക എന്ന സദുദ്ദേശ്യത്തോടെ അവരുടെ ഗെയിറ്റ് തുറന്ന് കാൽ അകത്തേക്കു വെച്ചതേ ഓർമ്മയുള്ളൂ. പിന്നെ പറക്കലാണ്. ഒരു കുഞ്ഞിപ്പക്ഷിയെ പറത്തിവിടുന്ന രസത്തോടെ, അവർ കൂട്ടിൽനിന്നും ഇറക്കിവിട്ടിരുന്ന ഒരു തടിയൻ പട്ടി എന്റെ പുറകെ ഓടാൻ തുടങ്ങി; ഞാൻ പറക്കാനും. ദിക്കറിയാതെ പറമ്പു മുഴുവൻ പറന്നു നടന്ന എന്നെ ആ പട്ടി ഗെയ്റ്റു വഴി പുറത്തേക്കു തുരത്തി എന്നുമാത്രമറിയാം."

തോമസിനും പറയാനുണ്ടായിരുന്നു. ഞാൻ പറഞ്ഞു തീർത്തോ എന്നൊന്നും നോക്കാതെ അവൻ ഇടയിൽക്കയറി പറയാൻ തുടങ്ങി.

"എന്റമ്മേ, എന്നെ പട്ടി ഇട്ടോടിച്ചത് ഇന്നലെ എന്നപോലെ ഓർക്കുന്നു.

ഞാനും പെങ്ങളും കൂടെ ഒരിക്കൽ കൊയറിന്റെ പാട്ടു പഠിക്കാൻ വക്കീൽ സാറിന്റെ വീട്ടിൽപ്പോയതായിരുന്നു. അവിടെ വക്കീൽ അപ്പച്ചനും അമ്മച്ചിയും മാത്രമേ ഉണ്ടായിരുന്നുള്ളൂ. നാലു പൊളിവാതിലിന്റെ താഴത്തെ പൊളികൾ ചാരിവെച്ചിരുന്നു. അവ തള്ളിത്തുറന്ന് അകത്തേക്കു കയറിയതും അവരുടെ ഒരു തന്തപ്പട്ടി കുരച്ചുകൊണ്ട് ബെഡ് റൂമിൽനിന്നും ഓടിയിറങ്ങി ഞങ്ങൾക്കുനേരെ കുതിച്ചു...

'ഹമ്മോ' എന്നു വിളിച്ച് ഞങ്ങൾ രണ്ടാളും അടുക്കളവഴി ഇറങ്ങി ഓടി. പട്ടി പുറകെ. വീട് ചുറ്റി ഞങ്ങൾ വീണ്ടും മുൻവശത്തുകൂടെ അകത്തു കയറി. പട്ടിയും ഒപ്പം. വീണ്ടും പുറത്തേക്ക്. വീണ്ടും അകത്തേക്ക്. ഇതിനിടയിൽ അമ്മച്ചി പട്ടിയെ കെട്ടിപ്പിടിച്ച് നില്ക്കുന്നത് കണ്ണിൽപ്പെട്ട ഞങ്ങൾ അവസാനത്തെ റൗണ്ട് നേരെ ഗെയ്റ്റിനു പുറത്തേക്ക് ഓടി രക്ഷപ്പെട്ടെന്നു പറഞ്ഞാമതി."

തോമസിന്റെ വിവരണം തീരുമ്പോഴേക്കും കാപ്പിയും ബണ്ണും കഴിക്കാൻ വന്നവർ അയാൾക്കു ചുറ്റും കൂടി കഥ കേൾക്കുകയായിരുന്നു.

"തോമസെ നിന്നെത്തേടിയതാ പട്ടികൾ വരുന്നു."

"ശരിയാണല്ലോ. കുറെ ഏറെയുണ്ടല്ലോ. ഇങ്ങോട്ടാണെന്നു തോന്നുന്നു."

തോമസ് ബഞ്ചിനടിയിൽനിന്നും ഞൊടിയിടയിൽ നീണ്ട മുളവടി

എടുത്തു. ബണ്ണു തീറ്റക്കാർ കടയ്ക്കുള്ളിലേക്ക് തിക്കിത്തിരക്കിക്കയറി.

ഞാൻ ഓട്ടക്കാരൻ കുട്ടിയെ തിരഞ്ഞു. അവൻ ഇത്തവണ എന്നെ ശ്രദ്ധിക്കാതെ, പട്ടി കടിക്കാതിരിക്കാൻ തിക്കിത്തിരക്കി അകത്തു കടന്നു എന്നു തോന്നുന്നു. എന്നെ പട്ടികളിൽനിന്നു രക്ഷപ്പെടുത്തിയതല്ലേ...... ഞാനവനെ ശ്രദ്ധിക്കേണ്ടതല്ലേ. പക്ഷേ, അവനെയവിടെയൊന്നും കണ്ടില്ല.

ഭാഗ്യം! പട്ടികൾ ഓട്ടത്തിന്റെ ഗതി മാറ്റി. റോഡ് മുറിച്ചുകടന്ന്, കടയിലേക്ക് നോക്കാതെ അവ മറുവശത്തുകൂടെ ഒരു കൂട്ടമായി പോകുന്നു. വെള്ളയും പാണ്ടനും കറുപ്പു ചെവിയനും കറുപ്പു കാലനും തനിക്കറുപ്പനും വാലുപൊങ്ങിയവനും കുറിയ കാലനും നിലംപറ്റിയും രാജാപ്പാർട്ടും നൊണ്ടിക്കാലനും ചൊറിയനും ചൊക്ലിയും വാലാട്ടിയും തറവാടിയും ചിരവത്തലയനും ചാവാളിയും എന്നു വേണ്ട, സകലമാനപട്ടികളും ഒരു ഘോഷയാത്രയായി പോകുന്നു.

"ഇന്നാരെ കടിക്കാനാണാവോ?" ആരോ സംശയം പ്രകടിപ്പിച്ചു.

"ശരിയാ. ഒരു ലക്ഷ്യബോധമുണ്ട് എന്നുതോന്നുന്നു. പോക്കു കണ്ടില്ലേ? ഇടംവലം തിരിയുന്നുണ്ടോ എന്നു നോക്കിക്കേ.."

സൂക്ഷിച്ച് നോക്കിക്കൊണ്ടിരുന്നപ്പോൾ അവയുടെ കഴുത്തിൽ നേരിയ കമ്പി വളയം ചുറ്റിയിട്ടുണ്ടെന്നും, വളയത്തിൽ കൊരുത്ത ചങ്ങലയുടെ ഇങ്ങേ തലയ്ക്കൽ പട്ടി പിടുത്തക്കാരുണ്ടെന്നും എനിക്കു തോന്നി.

പട്ടികളുടെ ഘോഷയാത്ര സാകൂതം വീക്ഷിച്ചുകൊണ്ടു നിന്നപ്പോൾ അതിലൊരു പട്ടി എന്നെ തിരിഞ്ഞു നോക്കുന്നതുപോലെ.... അത് വീണ്ടും വീണ്ടും തിരിഞ്ഞു നോക്കിക്കൊണ്ടേയിരുന്നു.

അതിന്റെ ശരീരത്തിന് ഓറഞ്ചുനിറവും കാലുകൾക്ക് കറുപ്പു നിറവുമായിരുന്നു.

സംശയമില്ല.

അതവൻ തന്നെ. കിതച്ചുകൊണ്ടോടുന്ന അവന്റെ വായിൽ അപ്പോഴും ബണ്ണുണ്ടായിരുന്നു.

ആ പ്രഭാതത്തിനുശേഷം ഞാൻ നടക്കാനിറങ്ങാറില്ല. എനിക്ക് മാനസികവിഭ്രാന്തിയാണ് എന്നു നാട്ടുകാർ. അല്ലെന്ന് ഞാനും.

****

www.ingramcontent.com/pod-product-compliance
Lightning Source LLC
LaVergne TN
LVHW060127051026
849517LV00007B/2428
* 9 7 8 9 3 9 4 7 5 3 9 8 3 *